AF758608

ശങ്കരേട്ടൻ

സർക്കസ് ഇതിഹാസം ജെമിനി ശങ്കരനെകുറിച്ചുള്ള ഓർമ്മകളും അനുഭവങ്ങളും

മൂർക്കോത്ത് വേങ്ങക്കണ്ടി ശങ്കരൻ എന്ന ജെമിനി ശങ്കരൻ

1924 ജൂൺ 13 / 2023 ഏപ്രിൽ 23

1924 ജൂൺ 13ന് തലശ്ശേരി കൊളശ്ശേരിയിലെ രാമൻ മാഷിന്റെയും കല്യാണിയുടെയും ഏഴുമക്കളിൽ അഞ്ചാമത്തെ മകനായി ജനനം. ചെറുപ്പത്തിലേ കളരി പഠിച്ചതു കൊണ്ടും കീലേരി കുഞ്ഞിക്കണ്ണൻ ടീച്ചറുടെ ശിഷ്യനായതും ഒരു നിയോഗമായി. ശരീരത്തിന്റെ വിളി സർക്കസിൽ എത്തിച്ചു. 1934 ലാണ് ശങ്കരൻ ആദ്യമായി ഒരു സർക്കസ് കാണുന്നത്. കിട്ടുണ്ണി സർക്കസ്. അങ്ങനെ സർക്കസിൽ കമ്പം കയറി സർക്കസുകാരനായി മാറി.

രണ്ടാം ലോകമഹായുദ്ധകാലത്ത് സൈന്യത്തിൽ വയർലസ് വിഭാഗത്തിൽ നാലുകൊല്ലം സേവനം ചെയ്തിട്ടുണ്ട് എം.വി. ശങ്കരൻ. സൈനിക ജീവിതം അവസാനിപ്പിച്ച് മടങ്ങി എത്തിയ ശേഷം സർക്കസിന്റെ ലോകത്തിലേക്ക് വീണ്ടും സജീവമാവുകയായിരുന്നു. ട്രപ്പീസ്, ഹൊറിസോണ്ടൽ ബാർ ഇനങ്ങളിലെ പ്രകടനം അദ്ദേഹത്തിന് ഏറെ ആരാധകരെ സൃഷ്ടിച്ചു. ബോസ് ലയൺ സർക്കസിൽ കലാകാരനായി തുടങ്ങിയ അദ്ദേഹം പിന്നീട് ഗ്രേറ്റ് റെയ്മൻ സർക്കസിലെത്തി. അഞ്ച് വർഷത്തോളം സർക്കസ് കലാകാരനായി ജീവിച്ച ശേഷമാണ് സ്വന്തം സർക്കസ് കമ്പനി തുടങ്ങാനുള്ള ശ്രമങ്ങൾ അദ്ദേഹം ആരംഭിച്ചത്.

1951ൽ ആണ് സാമ്പത്തിക പ്രശ്നം കാരണം തകർന്ന മഹാരാഷ്ട്രയിലെ സൂറത്തിനടുത്ത് ബില്ലിമോറിയിലെ വിജയ സർക്കസ് ശങ്കരനും കൂട്ടുകാരനും ചേർന്ന് ഏറ്റെടുത്ത് ജെമിനി സർക്കസ് എന്ന പേരിൽ തുടങ്ങി. ജെമിനി സർക്കസ് പ്രവർത്തനം തുടങ്ങിയതോടെയാണ് ശങ്കരൻ ജെമിനി ശങ്കരനായത്. ഇന്ത്യയിലെ തന്നെ ഏറ്റവും വലിയ സർക്കസ് കമ്പനിയായി ജെമിനി വളർന്നത് ശരവേഗത്തിലായിരുന്നു. 1977ൽ ജെംബോ സർക്കസ് തുടങ്ങി. 1978ൽ ജെമിനി ഇന്റർനാഷ്ണൽ സർക്കസ് ഓഫ് ഇന്ത്യ തുടങ്ങിയത് വിദേശത്ത് സർക്കസ് നടത്തുന്നതിനായിരുന്നു. സർക്കസിനൊപ്പം നാട്ടിലെ രാഷ്ട്രീയ സാംസ്കാരിക രംഗത്തും അദ്ദേഹം സജീവമായിരുന്നു.

1963ൽ റഷ്യയിൽ നടന്ന ഇന്റർനാഷണൽ സർക്കസ് ഫെസ്റ്റിവലിൽ അദ്ദേഹം പങ്കെടുത്തിരുന്നു. കുവൈത്ത് ഗോൾഡൻ ഫോക് പുരസ്കാരത്തിന് അർഹനായിട്ടുണ്ട്. സർക്കസിലെ സേവനം മാനിച്ച് നോർത്ത് മലബാർ ചേമ്പർ ഓഫ് കൊമേഴ്സിന്റെ ലൈഫ്ടൈം അച്ചീവ്മെന്റ് പുരസ്കാരം ലഭിച്ചു. ഇന്ത്യൻ സർക്കസിനെ ലോക ശ്രദ്ധയിൽ കൊണ്ടു വന്നവരിൽ പ്രമുഖനായിരുന്നു ജെമിനി ശങ്കരൻ എന്ന മൂർക്കോത്ത് വേങ്ങക്കണ്ടി ശങ്കരൻ. 2023 ഏപ്രിൽ 23ന് 99ാം വയസിൽ വാർദ്ധക്യസഹചമായ അസുഖത്തെ തുടർന്ന് അന്തരിച്ചു. ഭാര്യ: പരേതയായ വി.പി. ശോഭന. മക്കൾ: അജയ് ശങ്കർ, അശോക് ശങ്കർ, ഡോ. രേണു ശങ്കർ.

Malayalam Language
Shankarettan
(Memories)
Edited by
Sudheernath

♦

Published in June 2023
by Kairali Books Private Limited
Thalikkavu Road, Kannur.
Ph : 0497-2761200
E-Mail : kairalibooksknr@gmail.com

♦

Cover Design & Layout
Mahesh Maroli

♦

Printed at
Printing Park, Tly

Price ₹ : 330.00
22/23-24/Sl.No.1448/1000/NS 18.6
ISBN 978-93-93397-85-0

ശങ്കരേട്ടൻ

സർക്കസ് ഇതിഹാസം ജെമിനി ശങ്കരനെകുറിച്ചുള്ള ഓർമ്മകളും അനുഭവങ്ങളും

എഡിറ്റർ

സുധീർനാഥ്

കൈരളി ബുക്സ്

പ്രസാധക കുറിപ്പ്

ആധുനിക ഇന്ത്യൻ സർക്കസ്സിന്റെ ഭൂപടമുണ്ടാക്കിയ മഹാപ്രതിഭയാണ് ജെമിനി ശങ്കരൻ. പത്താം വയസ്സിൽതന്നെ സർക്കസിലേക്ക് ആകർഷിക്കപ്പെട്ടിരുന്നു അദ്ദേഹം. കീലേരി കുഞ്ഞിക്കണ്ണൻ ഗുരിക്കളുടെ കീഴിൽ കളരിപ്പയറ്റും സർക്കസും പരിശീലിച്ച അദ്ദേഹം രണ്ടാം ലോകമഹായുദ്ധകാലത്ത് ഇന്ത്യൻ ആർമിയിൽ സൈനികസേവനം നടത്തിയിരുന്നു. പിന്നീടാണ് ബോസ് ലയൺ സർക്കസിൽ ട്രപ്പീസ് കലാകാരനാകുന്നത്. 1951ൽ വിജയാ സർക്കസ്സ് കമ്പനി വാങ്ങിച്ച് ജെമിനി എന്ന് പേരു മാറ്റി. പിൽക്കാലം ജംബോ സർക്കസ് കമ്പനിയും ശങ്കരേട്ടന്റെ ഉടമസ്ഥതയിലായി.

സർക്കസ് രംഗത്ത് ഒട്ടേറെ പരീക്ഷണങ്ങൾ നടത്തുകയും ലോക നിലവാരത്തിലേക്ക് ഇന്ത്യൻ സർക്കസിനെ നയിക്കുകയും ചെയ്തു അദ്ദേഹം. ഒട്ടനവധി വിദേശരാജ്യങ്ങൾ സന്ദർശിക്കുകയും ലോകനേതാക്കളുമായി സൗഹൃദം സ്ഥാപിക്കുകയും ചെയ്തു. ധാരാളം സർക്കസ് പ്രതിഭകളെ ശങ്കരേട്ടൻ വളർത്തിയെടുത്തു. വിദേശ സർക്കസ്സ് കലാകാരന്മാരെ ഇന്ത്യക്ക് പരിചയപ്പെടുത്തി. സർക്കസ് കലാകാരന്മാർക്ക് അന്തസ്സാർന്ന ജീവിതം നൽകി. ഈ അതുല്യ കലാകാരന്റെ സംഭാവനകളെ മാനിച്ചാണ് കേന്ദ്ര സർക്കാർ അദ്ദേഹത്തെ ആദരിച്ചത്. ശങ്കരേട്ടനുമായി അത്രയധികം സ്നേഹ ബന്ധമുള്ള വിവിധ മേഖലകളിലെ പ്രമുഖർ ശങ്കരേട്ടനെ ഓർത്തെടുക്കുന്ന, ജെമിനി ശങ്കരേട്ടന്റെ ജീവിതം ഭാവിതലമുറയ്ക്കായി രേഖപ്പെടുത്തുന്ന ഈ പുസ്തകം പ്രസിദ്ധീകരിക്കാൻ കഴിഞ്ഞതിൽ കൈരളി ബുക്സിന് അഭിമാനമുണ്ട്.

വളരെ പരിമിതമായ സമയത്തിനുള്ളിൽ ശങ്കരേട്ടനെക്കുറിച്ചുള്ള ഈ ഓർമ്മപുസ്തകത്തിന്റെ പൂർത്തീകരണത്തിൽ മുന്നിൽനിന്ന് ആത്മാർത്ഥമായി പ്രവർത്തിച്ച കാർട്ടൂണിസ്റ്റ് സുധീർനാഥ്, മഹേഷ് മാറോളി, ശങ്കരേട്ടന്റെ കുടുംബാംഗങ്ങൾ എന്നിവരോടുള്ള കൃതജ്ഞത ഈ അവസരത്തിൽ രേഖപ്പെടുത്തട്ടെ.

ഒ.അശോക് കുമാർ

മാനേജിംഗ് എഡിറ്റർ, കൈരളി ബുക്സ്

ഉള്ളടക്കം

ആമുഖം

ഇന്ത്യൻ സർക്കസിന്റെ കുലപതി

സുധീർനാഥ്

ഇന്ത്യൻ സർക്കസിന്റെ കുലപതിയായ ജെമിനി ശങ്കരൻ തന്റെ ജീവിത ചക്രം പൂർത്തീകരിച്ച് വിടപറഞ്ഞിരിക്കുന്നു. 2023 ജൂൺ 13ന് നൂറാം പിറന്നാൾ ആഘോഷിക്കുന്നതിന് ദിവസങ്ങൾക്ക് മുൻപ് ഏപ്രിൽ 23ന് രാത്രി 11.45ന് ഇന്ത്യയുടെ സർക്കസിന്റെ കുലപതി ജെമിനി ശങ്കരൻ അന്തരിച്ചു. ഇതായിരുന്നു എല്ലാ ദൃശ്യ മാധ്യമങ്ങളിലും ബ്രേക്കിംഗ് ന്യൂസായി തെളിഞ്ഞുവന്നത്. പത്രങ്ങളിൽ അത് ആദ്യ പേജിൽ ഇടം പിടിച്ചു. നൂറാം വയസിലെത്തിയ മരണം പലരേയും ഞെട്ടിച്ചു. ശങ്കരേട്ടന് മരണമുണ്ടാകരുതെന്ന് അവർ കരുതിയിരിക്കും. പക്ഷെ ചിലർക്ക് മരണമില്ല. അവർ ജനഹൃദയങ്ങളിൽ ജീവിക്കും. അതിലൊരാളായിരുന്നു ശങ്കരേട്ടൻ. ആഘോഷങ്ങൾക്കും സൽക്കാരങ്ങൾക്കും എന്നും വലിയ പ്രാധാന്യം നൽകിയിരുന്ന ശങ്കരേട്ടൻ തന്റെ നൂറാം പിറന്നാൾ വലിയ രീതിയിൽ നടത്തണമെന്ന് ആഗ്രഹം പ്രകടിപ്പിച്ചിരുന്നു. ശാരീരികമായി അവശതയിൽ കിടക്കുമ്പോഴും തന്റെ നൂറാം പിറന്നാളിന്റെ ആഘോഷങ്ങളെക്കുറിച്ച് മാത്രമായിരുന്നു അദ്ദേഹം ചിന്തിച്ചിരുന്നത്. തന്റെ പിറന്നാൾ ആഘോഷത്തിന് 1500 ക്ഷണിതാക്കൾ വേണമെന്ന് അദ്ദേഹം ആഗ്രഹിച്ചിരുന്നു. ചടങ്ങ് തന്റെ പ്രിയപ്പെട്ട സ്വന്തം പാംഗ്രോവ് റിസോർട്ടിൽ വെച്ച് തന്നെ നടത്തണമെന്ന് ആഗ്രഹിച്ചു. തന്നെ കുറിച്ച് മറ്റുള്ളവരുടെ കാഴ്ച്ചപ്പാടു

കൾ എന്താകുമെന്ന് വായിച്ചറിയാൻ ശങ്കരേട്ടൻ ആഗ്രഹം പ്രകടിപ്പിച്ചിരുന്നു. ശങ്കരേട്ടനുമായുള്ള നല്ല ഓർമ്മകൾ പങ്കുവെയ്ക്കാൻ നൂറ് കണക്കിന് വ്യക്തികളുണ്ടെന്നറിയാം. അവരുടെ ഒക്കെ അനുഭവ കുറിപ്പുകൾ സമാഹരിച്ച് പുസ്തക രൂപത്തിൽ ഇറക്കുക പ്രായോഗികമല്ല. എല്ലാ മേഖലകളിലുള്ള പ്രതിനിധികളുടെ ഓർമ്മക്കുറിപ്പുകൾ സമാഹരിച്ചു. ശങ്കരേട്ടന് ഏറ്റവും പ്രിയപ്പെട്ട മുഖ്യമന്ത്രി പിണറായി വിജയൻ മുതൽ സർക്കസിൽ ആറ് ദശകത്തോളം ഒപ്പമുണ്ടായ ലക്ഷ്മണേട്ടൻ വരെ ഈ പുസ്തകത്തിൽ ഓർമ്മകൾ പങ്കുവെച്ചിരിക്കുന്നു. ശങ്കരേട്ടന്റെ ആഗ്രഹം സാക്ഷാത്ക്കരിക്കുകയാണ് ഈ പുസ്തകം പ്രസിദ്ധീകരിക്കുന്നതിലൂടെ. ശങ്കരേട്ടൻ ഈ പുസ്തകം വായിക്കാൻ കാത്തു നിന്നില്ല എന്ന ദുഖഃം മാത്രം.

നൂറാം പിറന്നാൾ ആഘോഷത്തിന്റെ ഒരുക്കങ്ങൾ തുടങ്ങിയ ശേഷമാണ് ശങ്കരേട്ടൻ ശാരീരികമായി തളർന്നത്. അവശനിലയിലായ ശങ്കരേട്ടനെ കാണുവാൻ ഒട്ടേറെ പ്രിയപ്പെട്ടവർ എത്തിയിരുന്നു. മുഖ്യമന്ത്രി പിണറായി വിജയൻ തന്നെ എത്തി. അദ്ദേഹം നിർബന്ധിച്ച് കരിക്കിന്റെ വെള്ളം കുടിപ്പിച്ചു. ഭക്ഷണം കഴിക്കണമെന്ന് പറഞ്ഞപ്പോൾ കൊച്ചു കുട്ടിയെ പോലെ ശങ്കരേട്ടൻ സമ്മതം മൂളി. പക്ഷെ അദ്ദേഹം തുടർന്നുള്ള ദിവസങ്ങളിൽ കൂടുതൽ ക്ഷീണിച്ചു. ഭക്ഷണം തീരെ കഴിക്കാതായി. മലയാളികളുടെ പ്രിയപ്പെട്ട എഴുത്തുകാരൻ എം. മുകുന്ദനും, ഡിസൈനർ മഹേഷ് മാറോളിയുമായി ലേഖകൻ 2023 മാർച്ച് 27, 28 തിയതികളിൽ ശങ്കരേട്ടനെ കാണാൻ പോയിരുന്നു. ആരേയും തിരിച്ചറിയാൻ സാധിക്കാതെ ഉറക്കത്തിലായിരുന്നു ശങ്കരേട്ടൻ. ഞങ്ങളെ തിരിച്ചറിഞ്ഞിട്ടുണ്ടോ എന്തോ...? ഒരു ഭാവവും മുഖത്ത് കണ്ടില്ല. കണ്ണ് തുറന്ന് നോക്കി. അത്ര മാത്രം. തുടർന്നുള്ള ദിവസങ്ങളിൽ ഡ്രിപ്പിട്ടാണ് ഗ്ലൂക്കോസ് നൽകിയിരുന്നത്. അതായിരുന്നു അവസാന ഒരുമാസത്തെ ശങ്കരേട്ടന്റെ ജീവൻ നിലനിർത്തിയത്.

"ജീനാ യഹാം മർനാ യഹാം,
ഇസ്കേ സിവാ ജാനാ കഹാം..."

(ജീവിക്കുന്നത് ഇവിടെ, മരിക്കുന്നതും ഇവിടെ, ഇതുവിട്ട് എവിടെ പോകാനാണ്).

മേരാ നാം ജോക്കറിലെ ഈ ഗാനം ആരും മറക്കില്ല. ഈ ഗാനം ഏറെ പ്രശസ്തവും അർത്ഥവത്തും ചിന്തിക്കാൻ കേൾവിക്കാരനെ പ്രേരിപ്പിക്കുന്ന ഒന്നുമാണ്. സർക്കസ് കലാകാരന്റെ കഥപറയുന്ന മേരാ നാം ജോക്കർ എന്ന ഹിറ്റ് ഹിന്ദി സിനിമ 1970ൽ രാജ്കപൂർ നിർ

മ്മാണം നടത്തി സംവിധാനം ചെയ്തു. സിനിമയുടെ നല്ലൊരു ഭാഗവും മുംബെയിലെ ക്രോസ് മൈതാനിയിലെയും, ദില്ലിയിലെ ഫിറോസ്ഷാ കോട്‌ലയിലെയും ജെമിനി സർക്കസ് കൂടാരങ്ങളിൽ ആയിരുന്നു ചിത്രീകരിച്ചത്. അന്ന് മുതൽ രാജ് കപൂർ, മകൻ ഋഷി കപൂർ എന്നിവരുമായി ഉണ്ടായ വ്യക്തി ബന്ധം മരണം വരെ തുടർന്നു.

പത്താം വയസിൽ കിട്ടുണ്ണി സർക്കസ് കാണാൻ പോയി. ആളെ വിളിക്കുന്നതും ടിക്കറ്റ് കൊടുക്കുന്നതും സർക്കസ് കളിക്കുന്നതുമെല്ലാം കിട്ടുണ്ണി. ഒന്നിലേറെ കാര്യം ഒറ്റയ്ക്കുചെയ്യുന്നതിനെ അക്കാലത്ത് മലബാറിൽ കിട്ടുണ്ണി സർക്കസ് എന്നു കളിയാക്കുമായിരുന്നു. ഇരുമ്പു ഗോളം ശരീരത്തിൽ ഉരുട്ടിയും ബോൺലെസ് സിംഗിൾ ട്രപ്പീസ് കാണിച്ചും കണാരൻ എന്ന അഭ്യാസിയുടെ സർക്കസും തലശ്ശേരിയിൽ വന്നു. അയാളുടെ പ്രകടനം കാണാൻ ശങ്കരൻ ടിക്കറ്റ് എടുക്കാതെ തമ്പിൽ നുഴഞ്ഞുകയറിയപ്പോൾ സംഘാടകർ തൂക്കിയെടുത്ത് പുറത്തിട്ടു. സർക്കസ് ജ്വരവുമായി നടന്ന അവനെ അച്ഛൻ കളരിയിൽ ചേർത്തു. അങ്ങനെ അദ്ദേഹം ചെറുപ്പം മുതലേ കളരി അഭ്യാസിയായി. പിന്നീട് കീലേരി കുഞ്ഞിക്കണ്ണന്റെയും എം കെ രാമന്റെയും കീഴിൽ സർക്കസ് അഭ്യസിച്ചു. രണ്ടാംലോക യുദ്ധകാലത്ത് പട്ടാളത്തിൽ വയർലസ് ഓപ്പറേറ്ററായി. നാലുവർഷം ആ ജോലി. പിന്നെ സർക്കസ് ലോകത്തേക്ക് മടക്കം.

ഗ്രേറ്റ് റെയ്മൺ, ലയൺ, നാഷണൽ, റെയ്മൺ കമ്പനികളിൽ ട്രപ്പീസ് കളിക്കാരനായി. പിന്നെ സ്വന്തം കമ്പനിയുണ്ടാക്കി. തകർച്ചയുടെ വക്കിലായ വിജയാ സർക്കസ്, ശങ്കരനും സുഹൃത്ത് സഹദേവനും ആറായിരം രൂപയ്ക്ക് വാങ്ങി. അതാണ് ജെമനിയായത്. പിന്നെ ശങ്കരൻ അറിയപ്പെട്ടതും ആ പേരിൽ. താമസിയാതെ റെയ്മണും വാങ്ങി ജംബോ എന്ന് പേരുമാറ്റി. ലോകത്തിലെ ഏറ്റവും വലിയ ആനയുടെ പേരാണ് ജംബോ. അക്കാലത്താണ് ജംബോ ജെറ്റ് വിമാനവും പറന്നുതുടങ്ങിയത്. മൃഗങ്ങൾ തമ്പിൽനിന്ന് ഒഴിഞ്ഞു കൊണ്ടിരുന്ന കാലത്ത് ജനങ്ങളെ ആകർഷിക്കുന്ന ഇനം അന്വേഷിക്കുകയായിരുന്നു ശങ്കരൻ. മൈമും ഓപ്പറയും അദ്ദേഹത്തിന്റെ കൂടാരങ്ങളിൽ പരിശീലിപ്പിച്ചു.

മൂന്നുതവണ ജെമിനി സർക്കസ് കൂടാരത്തിൽ അപകടമുണ്ടായി. നെഹ്റു മരിച്ച 1964 മെയ് 27ന് ലഖ്നൗവിൽ തമ്പിന് തീപ്പിടിച്ചു. 1973ൽ മുംബൈയിലെ ചെമ്പൂരിൽ വീണ്ടും അഗ്നിബാധ. രാവിലെ പത്ത് മണിക്ക് കത്തിയമർന്ന തമ്പിൽ, പുതിയ കസേരയും ലൈറ്റും ടിക്കറ്റും

ഒരുക്കി വൈകിട്ട് ശങ്കരനും കൂട്ടരും പരിപാടി അവതരിപ്പിച്ചു. 1976 ദീപാവലി നാളിൽ ചെങ്കോട്ടയ്ക്കടുത്ത് അപകടമുണ്ടായപ്പോൾ പിറ്റേന്നുതന്നെ സർക്കസ് അവതരിപ്പിക്കാൻ കൂടെയുള്ളവർ സഹായിച്ചു.

ജെമിനി ശങ്കരൻ എന്ന ശങ്കരേട്ടന്റെ കണ്ണുകളിലേയ്ക്ക് ഞാൻ എത്രയോ തവണയാണ് നോക്കി ഇരുന്നിട്ടുള്ളത്. എന്ത് തിളക്കമുള്ളതാണ് അദ്ദേഹത്തിന്റെ കണ്ണുകൾ എന്ന് പലപ്പോഴും തോന്നിയിട്ടുണ്ട്. ആ കണ്ണുകൾ എത്രയോ ചരിത്രപുരുഷന്മാരെ നേരിൽ കണ്ടിട്ടുണ്ട്. ജവഹർലാൽ നെഹ്റു, ഇന്ദിരാഗാന്ധി, രാജീവ് ഗാന്ധി, വി. കെ. കൃഷ്ണമേനോൻ, എ.കെ.ജി, ഇ.എം.എസ്, കാമരാജ്, എം.ജി.ആർ, എൻ.ടി.ആർ, ജ്യോതിബസു, മൊറാർജി ദേശായി, ലാൽ ബഹദൂർ ശാസ്ത്രി, സി. അച്യുതമേനോൻ തുടങ്ങി എത്രയെത്ര ദേശീയ നേതാക്കൾ... ഇന്ത്യയുടെ ആദ്യത്തെ രാഷ്ട്രപതി രാജേന്ദ്രപ്രസാദ്, ഡോ. എസ് രാധാകൃഷ്ണൻ, സക്കീർ ഹുസൈൻ തുടങ്ങിയവരുടെ നീണ്ട നിര തന്നെ ശങ്കരേട്ടനുമായി വലിയ സൗഹൃദം ഉണ്ടായിരുന്നു. ദേശീയ നേതാക്കൾ മാത്രമല്ല അന്തർദേശീയ നേതാക്കൾ വരെ ശങ്കരേട്ടന്റെ സൗഹൃദ വലയത്തിലുണ്ട്. ചരിത്രത്തിന്റെ ഭാഗമായ അവരോട് ശങ്കരേട്ടൻ സംസാരിച്ചിട്ടുണ്ട്. ഹസ്തദാനം ചെയ്തിട്ടുണ്ട്. അതുകൊണ്ട് തന്നെ ശങ്കരേട്ടന്റെ അനുഭവ സാക്ഷ്യങ്ങൾക്ക് ചരിത്ര പ്രാധാന്യമുണ്ട്. അങ്ങനെ ചരിത്ര പ്രാധാന്യമുള്ള സംഭാഷണങ്ങൾ എത്രയോ കേൾക്കാൻ ഭാഗ്യം ലഭിച്ച വ്യക്തിയാണ് ലേഖകൻ.

വളരെ ചെറുപ്പകാലം മുതൽ തന്നെ ഇടതുപക്ഷത്തോട് വലിയ അനുഭാവം കാണിച്ച ഒരു വ്യക്തിയായിരുന്നു ജെമിനി ശങ്കരൻ. പക്ഷേ അദ്ദേഹം ഒരിക്കൽ പോലും മറ്റു രാഷ്ട്രീയ പാർട്ടിയിലെ നേതാക്കന്മാരെ അകറ്റിനിർത്തിയിരുന്നില്ല. ശങ്കരേട്ടന് പുതുതലമുറയിലുള്ളവരോടും വലിയ അടുപ്പമായിരുന്നു. ഇന്ത്യൻ കമ്മ്യൂണിസ്റ്റ് പാർട്ടിയുടെ വളർച്ചയ്ക്ക് സാമ്പത്തിക സഹായം വലിയ രീതിയിൽ നൽകിയിരുന്ന വ്യക്തിയാണ് ജെമിനി ശങ്കരൻ. അത് ചെറുപ്പകാലത്ത് അനുഭവിച്ചവരാണ് ഇന്ന് കേരളം ഭരിക്കുന്നത്. അതിന്റെ എല്ലാ ആനുകൂല്യങ്ങളും അനുഭാവവും അദ്ദേഹത്തിന് ലഭിച്ചിട്ടുണ്ട്. കോൺഗ്രസ്സും, ബി.ജെ.പിയും, ലീഗും എല്ലാം ശങ്കരേട്ടന്റെ സാമ്പത്തിക പിന്തുണ സ്വീകരിച്ചവരാണ്. സർക്കസ് എന്നത് ആദ്യ കാലങ്ങളിൽ വലിയ സ്വീകാര്യതയും, ഇന്നത്തെ സിനിമാ മേഖലയിലേതു പോലെ അംഗീകാരവും നേടിയിരുന്നു. സർക്കസ് താരങ്ങൾക്ക് താരപരിവേഷം ഉണ്ടായിരുന്ന കാലമായിരുന്നു അത്. അതുകൊണ്ട് തന്നെ എല്ലാവ

രും ശങ്കരേട്ടനെ ഒരു മടിയും കൂടാതെ അവരുടെ വേദികളിലേയ്ക്ക് ക്ഷണിക്കുമായിരുന്നു. ഒരു മടിയോ എതിർപ്പോ കൂടാതെ ശങ്കരേട്ടൻ എല്ലാ വേദികളിലും എത്തുമായിരുന്നു.

എത്രയോ വലിയ വലിയ ലോക നേതാക്കളുമായി സൗഹൃദം പങ്കിട്ട അദ്ദേഹം സാധാരണക്കാരനോട് കൂടി ബഹുമാനത്തോടും ആദരവോടും കൂടി സംസാരിക്കുന്നത് എല്ലാവർക്കും മാതൃകയാണ്. ശങ്കരേട്ടന്റെ വിനയം അദ്ദേഹത്തെ വലിയ മനുഷ്യനാക്കി എന്ന് എടുത്തു പറയുന്നതിൽ ഒരു അതിശയോക്തിയും ഇല്ല. ജീവിതത്തിലെ ലാളിത്യവും അദ്ദേഹത്തെ വേറിട്ട മനുഷ്യനാക്കി. വെളുത്ത മുണ്ടും ഷർട്ടും മാത്രമാണ് പതിവായി അദ്ദേഹം അവസാന കാലങ്ങളിൽ ധരിച്ചിരുന്നത്. താൻ ഒരു വലിയ വ്യക്തിയാണെന്നുള്ള ഭാവം ഒരിക്കൽ പോലും അദ്ദേഹം പ്രകടിപ്പിച്ചിരുന്നില്ല. തന്റെ വ്യക്തി ബന്ധങ്ങൾ ഒരിക്കലും അദ്ദേഹം ദുരുപയോഗവും ചെയ്തില്ല. അതു കൊണ്ട് തന്നെ നാൾക്കുനാൾ ശങ്കരേട്ടന്റെ സൗഹൃദ വലയത്തിലേയ്ക്ക് ഒട്ടേറെ പേർ എത്തി.

ചലച്ചിത്ര രംഗത്തും ശങ്കരേട്ടന് വലിയ ബന്ധമുണ്ട്. ഹിന്ദി സിനിമയിലെ ഒരു ബന്ധം ആദ്യമേ സൂചിപ്പിച്ചിരുന്നല്ലോ. പിന്നീടും പല പ്രശസ്ത ഹിന്ദിയിലേയും മറ്റിതര ഭാഷയിലേയും സിനിമാ പ്രവർത്തകരുമായി ശങ്കരേട്ടന് വലിയ ബന്ധങ്ങൾ ഉണ്ടായി. സർക്കസ് കൂടാരത്തിൽ സിനിമാ ചിത്രീകരണം വേണ്ട സിനിമയുടെ അണിയറ പ്രവർത്തകർ ആദ്യം സമീപിക്കുന്നത് ശങ്കരേട്ടനെയാണ്. അതിന് ഭാഷയുടെ വേലിക്കെട്ടില്ലായിരുന്നു. ഒരിക്കൽ എ.കെ.ജി. പറഞ്ഞ പ്രകാരം 1967-ൽ പുറത്തിറങ്ങിയ രമണൻ എന്ന മലയാള സിനിമ നിർമ്മിക്കാൻ പണം നൽകി. സിനിമയിൽ ഡി എം പൊറ്റെക്കാട്ട് രചനയും സംവിധാനവും നിർമ്മാണവും എന്നാണ് എഴുതി കാണിക്കുന്നതെങ്കിലും രേഖകളിൽ ജെമിനി ശങ്കരനടക്കമുള്ള നാല് പേർ നിർമ്മാതാക്കളാണ്. അദ്ദേഹം തന്നെ അതിന്റെ രേഖകൾ ലേഖകനെ കാണിച്ചു തന്നിട്ടുണ്ട്. മലയാളം-ഭാഷാ റൊമാന്റിക് സംഗീത ചിത്രമാണ് രമണൻ. ചങ്ങമ്പുഴ കൃഷ്ണപിള്ളയുടെ രമണൻ (1936) എന്ന കവിതയുടെ ആവിഷ്കാരമാണിത്. പി. ഭാസ്ക്കരനുമായി ചേർന്ന് ശങ്കരേട്ടൻ നിർമ്മിച്ച ചിത്രമാണ് ശ്രീമദ് ഭഗവദ്ഗീത. നാല് ദക്ഷിണേന്ത്യൻ ഭാഷകളിൽ പുറത്തിറങ്ങിയ ചിത്രം ഏറെ ശ്രദ്ധിക്കപ്പെട്ടതാണ്.

ശങ്കരേട്ടന്റെ സൽക്കാരം സ്വീകരിക്കാത്ത ആദ്യകാല രാഷ്ട്രീയക്കാ

രും സിനിമക്കാരും സാഹിത്യകാരന്മാരും അപൂർവ്വം മാത്രം എന്ന് തന്നെ പറയാം. സമൂഹത്തിലെ എല്ലാ മേഖലകളിലുള്ള ആളുകളുമായി വലിയ ബന്ധം പുലർത്തിയിരുന്ന ജെമിനി ശങ്കരൻ തനിക്ക് ആരോഗ്യം ഉണ്ടായിരുന്ന ഏതാനും മാസങ്ങൾക്കു മുമ്പ് വരെ സ്വന്തം ഉടുപ്പ് സ്വന്തമായി തന്നെ അലക്കുന്ന ശീലം ഉണ്ടായിരുന്നു. അതിന് അദ്ദേഹം പറഞ്ഞ ന്യായീകരണം അതും ഒരു വ്യായാമമാണ് എന്നാണ്. ഒരിക്കൽ ശങ്കരേട്ടനോട് ഞാൻ ചോദിച്ചു ഈ 99 ആം വയസ്സിൽ ഇത്ര ആരോഗ്യത്തോടെ ഊർജ്ജസ്വലതയോടെ നടക്കുന്നതിന്റെ രഹസ്യം എന്താണ് എന്ന്. 2022 ജൂൺ 13ന് 99 ാം പിറന്നാൾ ദിനത്തിലായിരുന്നു ഇങ്ങനെ ചോദിച്ചത്. അദ്ദേഹം പറഞ്ഞ മറുപടി തന്റെ ചിട്ടയായ ജീവിതരീതി, ചിട്ടയായ ഭക്ഷണം. പിന്നെ അദ്ദേഹം പറഞ്ഞു വൈകുന്നേരം തിളപ്പിക്കാത്ത കറന്നെടുത്ത ഉടനെയുള്ള ആട്ടിൻപാൽ ഒരു ഗ്ലാസ് കുടിക്കലും, വൈകുന്നേരത്തെ ഒരു പെഗ് സ്കോച്ചും ആരോഗ്യത്തിന്റെ രഹസ്യമാണെന്ന് പറയാം. 99 ആം വയസ്സിലും അദ്ദേഹം വ്യായാമം ചെയ്യുന്നതിൽ ഒരു തടസ്സവും ഉണ്ടായില്ല. ജീവിതത്തിന്റെ അവസാനത്തെ രണ്ടുമാസം മാത്രമാണ് ശങ്കരേട്ടൻ ക്ഷീണിതനായി കിടക്കയിൽ കിടക്കേണ്ടി വന്നത്. തന്റെ പതിവുകൾ തെറ്റിയത് അപ്പോൾ മാത്രമാണ്.

ശങ്കരേട്ടന്റെ വീട്ടിൽ പശുക്കളുണ്ട്. ആടുകളുണ്ട്. കോഴികളുണ്ട്. വീട്ടിൽ കറന്നെടുക്കുന്ന പാലാണ് ഉപയോഗിക്കുക. ഒരിക്കൽ വൈകുന്നേരം ആട്ടിൻ പാൽ ഒരു ഗ്ലാസിൽ സഹായി കറന്നെടുത്ത് ഉടനെ ശങ്കരേട്ടന് കൊടുത്തു. ആരോഗ്യ രഹസ്യങ്ങളിൽ ഒന്നാണ് ആട്ടിൻ പാൽ എന്ന് ശങ്കരേട്ടൻ പറഞ്ഞ 99 ാം പിറന്നാൾ ദിവസം തന്നെ. ഒരു ഗ്ലാസുകൂടി കൊണ്ടുവരാൻ സഹായിയോട് പറഞ്ഞു. എനിക്ക് ഒരു ഗ്ലാസ് ആട്ടിൻ പാൽ നീട്ടി. ആട്ടിൻപാലാണ്. ഒരു മായവുമില്ല. നന്നായി അരിച്ച് ആട്ടിൻ പൂട ഇല്ലാത്ത നല്ല പാല്. കുടിക്ക്. ശങ്കരേട്ടന്റെ നിർബന്ധം. കഷായം കുടിക്കുമ്പോഴും, ഉലുവാ വെള്ളം കുടിക്കുമ്പോഴും ഉണ്ടാകുന്ന മുഖഭാവം ആയിരിക്കും ഉണ്ടാകുക. ശങ്കരേട്ടൻ നീട്ടിയ ആട്ടിൻ പാൽ രണ്ടും കൽപ്പിച്ച് കുടിച്ചു. ഒരു രുചിക്കുറവുമില്ല. കറന്നെടുത്ത ഉടനെയുള്ള തിളപ്പിക്കാത്ത പാലിന് ഇളം ചൂട് മാത്രം. ആട്ടിൻ പാലിന്റെ ഗുണം പിന്നീട് ഒന്നുകൂടി വായിച്ചറിഞ്ഞു. മഹാത്മാ ഗാന്ധിയും മറ്റും ഔഷധം പോലെ കരുതിയ ആട്ടിൻ പാലിനോട് പ്രീതി തോന്നി.

ഒരു ട്രപ്പീസ് കളിക്കാരനിൽ നിന്ന് റിംഗ് മാസ്റ്ററിലേക്കും, അവിടെ

നിന്ന് സർക്കസ് ഉടമയായും വളർന്ന ജെമിനി ശങ്കരന്റെ ജീവിതം പുതു തലമുറയ്ക്ക് തീർച്ചയായും ഒരു മാതൃകയാണ്. സ്വന്തം അധ്വാനം കൊണ്ടാണ് അദ്ദേഹം ഉയരങ്ങൾ കീഴടക്കിയത്. ഇന്ത്യൻ സർക്കസിനെ ലോക നിലവാരത്തിൽ എത്തിക്കുന്നതിന് അദ്ദേഹത്തിന്റെ സംഭാവന വിലമതിക്കാനാവാത്തത് കൊണ്ടാണ്, ഇന്ത്യൻ സർക്കസിന്റെ കുലപതി എന്നുള്ള സ്ഥാനം സമൂഹം അദ്ദേഹത്തിന് നൽകിയിരിക്കുന്നത്. സർക്കസ് തമ്പുകളിൽ അദ്ദേഹം ഒരിക്കലും ഒരു സർക്കസ് മുതലാളി ആയിരുന്നില്ല. സർക്കസിലെ മറ്റുള്ളവരെ പോലെയുള്ള ഒരു കളിക്കാരൻ ആയി തന്നെയാണ് അവസാന കാലം വരെ ജീവിച്ചിരുന്നത്. കൂടാരത്തിലെ കലാകാരന്മാർ ദൈവത്തെപ്പോലെ തന്നെയാണ് എപ്പോഴും ശങ്കരേട്ടനെ കാണുന്നത് എന്നുള്ളത് അത്ഭുതകരമായ ഒരു കാഴ്ചയാണ്. സർക്കസിന്റെ ഈറ്റില്ലമായ തലശ്ശേരിയിലൂടെ അദ്ദേഹം യാത്ര ചെയ്യുമ്പോൾ ഒപ്പം യാത്ര ചെയ്യാൻ ലേഖകനും സാധിച്ചിട്ടുണ്ട്. അന്ന് അദ്ദേഹത്തിന്റെ അടുത്ത് വന്ന് കരം സ്പർശിച്ച് അനുഗ്രഹം വാങ്ങുന്ന നൂറുകണക്കിന് പഴയ കാലത്തേയും, പുതുതലമുറയിലേയും സർക്കസ് കലാകാരന്മാരെ നേരിൽ കാണുവാൻ സാധിച്ചിട്ടുണ്ട്. അവർക്ക് ശങ്കരേട്ടൻ ദൈവമാണ്. അവരുടെ കുടുംബ വിവരങ്ങൾ ചോദിച്ചും, സൗഹൃദം പങ്കിട്ടും അവരെ മറികടന്ന് പോകുമ്പോൾ തൊഴുകൈകളോടെ പുഞ്ചിരിക്കുന്ന എത്രയോ മുഖങ്ങൾ കണ്ടിരിക്കുന്നു. ശങ്കരേട്ടനെ കണ്ടതിലുള്ള സംതൃപ്തി ഓരോരുത്തരുടെ മുഖത്തും കണ്ടിരുന്നു.

അദ്ദേഹം മനുഷ്യജീവികളോട് കാണിക്കുന്ന അതേ സ്നേഹം തന്നെയാണ് പക്ഷികളോടും മൃഗങ്ങളോടും കാണിച്ചിരുന്നത് എന്നതിന് നേർസാക്ഷിയാണ് ലേഖകൻ. ആരോഗ്യമുണ്ടായിരുന്ന കാലത്തോളം അദ്ദേഹം രാവിലെ വീട്ടുമുറ്റത്ത് എത്തി പക്ഷി മൃഗാദികൾക്ക് വിവിധയിനം ഭക്ഷണങ്ങൾ കൊടുക്കുന്നത് നേരിൽ കണ്ടിട്ടുണ്ട്. ശങ്കരേട്ടൻ രാവിലെ വീട്ടുമുറ്റത്ത് എത്തിയാൽ ഓടിയടുക്കുന്ന അണ്ണാനുകൾ, കാക്കകൾ, കുയിലുകൾ, തത്തകൾ, പരുന്തുകൾ... ഇത് ഒരു അത്ഭുത കാഴ്ച തന്നെയാണ്. ശങ്കരേട്ടൻ പ്രകൃതിയുമായി അത്രയേറെ ഇണങ്ങിച്ചേർന്നു എന്നതിന്റെ നേർച്ചിത്രം കാണുവാൻ ശങ്കരേട്ടന്റെ കണ്ണൂർ വാരത്തുള്ള വീട്ടിലേക്ക് കയറിച്ചെന്നാൽ മാത്രം മതി. പ്രകൃതി രമണീയമായ വാരത്തെ വീട് എപ്പോഴും പക്ഷികളുടേയും മറ്റും ശബ്ദം കൊണ്ട് സമ്പന്നമാണ്. ശങ്കരേട്ടന്റെ വീടിന് ചുറ്റും സ്വതന്ത്രമായി വിഹരിക്കുന്ന പക്ഷികളുടെ സന്തോഷമാണ് കേൾക്കുക. അ

വർ അവിടെ സുരക്ഷിതരാണല്ലോ.

ജെമിനി ശങ്കരന്റെ 99-ാം ജന്മദിനാഘോഷത്തിൽ പങ്കെടുക്കാൻ ലേഖകനും അദ്ദേഹത്തോടൊപ്പം ഉണ്ടായിരുന്നു. രാവിലെ തന്നെ അദ്ദേഹം തന്റെ പൊതു പരിപാടികളുമായി മുന്നോട്ടു പോയപ്പോൾ ഒപ്പം യാത്ര ചെയ്യുവാൻ സാധിച്ചു. കണ്ണൂർ ജില്ലയിലെ പല ഭാഗങ്ങളിലെ യോഗങ്ങളിലും അദ്ദേഹം തന്റെ പ്രായം വകവയ്ക്കാതെ പങ്കെടുത്തത് ഓർമ്മകളിലേക്ക് ഓടിയെത്തുകയാണ്. കോവിഡ് മഹാമാരിക്ക് ശേഷമാണ് അദ്ദേഹം ഈ സാഹസത്തിന് ഒരുങ്ങിയത്. കോവിഡ് കാലത്ത് സ്വന്തമായി വാക്സിൻ എടുക്കുകയും, പ്രായമായവരോടും, ചെറുപ്പക്കാരോടും കോവിഡ് വാക്സിൻ എടുക്കുവാൻ പ്രേരിപ്പിക്കുകയും ചെയ്തു. വാക്സിന്റെ പ്രാധാന്യം അദ്ദേഹം പരിചിതരായ എല്ലാവരോടും പറയുമായിരുന്നു. മഹാമാരി പൂർണമായി മാറുന്നതിന് മുൻപ് തന്നെ കണ്ണൂരിലെ പല പൊതു വേദികളിലും ശങ്കരേട്ടൻ എത്തുമായിരുന്നു. കോവിഡ് കാലത്ത് നടന്ന പല വേദികളിലും എത്തിയ ശങ്കരേട്ടൻ പലരുമായി അടുത്തിടപഴകിയിരുന്നത് ആശങ്കയോടെ മക്കൾ പങ്കുവെച്ചിരുന്നു.

തന്റെ 99 ാം പിറന്നാളിന് കണ്ണൂരിലെ ശങ്കരേട്ടന്റെ പ്രശസ്തമായ പാംഗ്രോവ് ഹെറിറ്റേജ് റിസോർട്ടിൽ എത്തിയവരെ സ്വീകരിച്ചത് ശങ്കരേട്ടൻ തന്നെയായിരുന്നു. തന്റെ പിറന്നാളിന്റെ ആഘോഷം ശരിക്കും അദ്ദേഹം ആസ്വദിച്ചു. കുടുംബാംഗങ്ങൾക്കൊപ്പം പിറന്നാൾ കേക്ക് മുറിച്ചു. അന്ന് അവിടെ കേട്ടറിഞ്ഞ് എത്തിയ പ്രമുഖരുടെ പട്ടിക തന്നെ വലുതാണ്. അവർ കേട്ടറിഞ്ഞത് തന്നെ ശങ്കരേട്ടന്റെ നേരിട്ടുള്ള ക്ഷണമായി കണക്കാക്കുന്നു. ജാതി മത രാഷ്ട്രീയ വ്യത്യാസമില്ലാതെ പിറന്നാൾ ആഘോഷത്തിൽ എല്ലാവരും ആദ്യാവസാനം പങ്കാളികളായി. അതിൽ മന്ത്രിമാരും, മറ്റ് ജനപ്രതിനിധികളും സാഹിത്യ സാംസ്ക്കാരിക പ്രവർത്തകരും കലാകാരൻമാരും ഉണ്ട്. അവർക്കെല്ലാം ശങ്കരേട്ടൻ തന്നെ ഭക്ഷണം വിളമ്പി. മധുരം നൽകി. ആവശ്യക്കാർക്ക് ലഹരിയും നൽകി. രാത്രി തീവണ്ടിക്ക് യാത്ര പറഞ്ഞിറങ്ങിയപ്പോൾ ശങ്കരേട്ടൻ പറഞ്ഞത് എങ്ങനെ മറക്കും. രണ്ട് വാട്ടീസടിച്ചോ, യാത്രയിൽ നല്ല ഉറക്കം കിട്ടും.

ഇക്കഴിഞ്ഞ ഇലക്ഷൻ കാലത്ത് എല്ലാ പാർട്ടി നേതാക്കളും ശങ്കരേട്ടന്റെ അനുഗ്രഹം വാങ്ങുവാൻ വന്നിരുന്നു. എല്ലാവരേയും വിജയാശംസകൾ നേർന്ന് അനുഗ്രഹിച്ചയക്കുന്നത് നേരിൽ കണ്ടിട്ടുണ്ട്. ആർക്കും ശങ്കരേട്ടനോട് അകൽച്ചയില്ലായിരുന്നു. തന്നെക്കാൾ പ്രാ

യം കുറഞ്ഞവരെയും ചേട്ടാ എന്നും, ജി എന്നും, സാറെന്നും ചേർത്ത് വിളിക്കുമായിരുന്നു. അവരൊക്കെ രാഷ്ട്രീയം മറന്ന് പിറന്നാൾ ആഘോഷത്തിൽ പങ്കെടുത്തത് ഇന്നലെ എന്നോണം തോന്നിക്കുന്നു. തന്റെ സമ്പന്നമായ ജീവിത കാലയളവിൽ മറ്റുള്ളവർക്ക് സഹായവും, പ്രചോദനവും നൽകുന്ന കാര്യത്തിൽ ശങ്കരേട്ടൻ ശ്രദ്ധിച്ചിരുന്നു. 99 ാം പിറന്നാൾ വേദിയിൽ നിന്ന് തന്നെ അദ്ദേഹം എല്ലാവരോടും നൂറാം പിറന്നാളിന് എത്തണേ എന്ന് പറയുമായിരുന്നു. പക്ഷെ ജെമിനി ശങ്കരേട്ടൻ അതിന് കാത്തു നിന്നില്ല.

ശങ്കരേട്ടന്റെ ആഗ്രഹമായിരുന്നു ഇങ്ങനെ ഒരു പുസ്തകം. അത് വായിക്കാൻ അദ്ദേഹം കാത്തു നിന്നില്ല. ജെമിനി ശങ്കരേട്ടനുമായുള്ള അനുഭവക്കുറിപ്പുകൾ തന്നവർക്ക് നന്ദി. ഇത് സമാഹരിച്ച് മികച്ച രീതിയിൽ അണിയിച്ചൊരുക്കിയ പ്രശസ്ത ഡിസൈനറായ മഹേഷ് മാറോളിക്ക് നന്ദി. ഇത് പുസ്തകരൂപത്തിൽ ഇറക്കാൻ മുന്നോട്ട് വന്ന കൈരളി ബുക്സിനും, അതിന് നേതൃത്വം കൊടുക്കുന്ന അശോക്കുമാറിനും നന്ദി. ഈ ഒരു പുസ്തകം സാക്ഷാത്ക്കരിക്കുന്നതിന് ശങ്കരേട്ടന്റെ മക്കളായ അജയ് ശങ്കറും അശോക് ശങ്കറും നൽകിയ സഹകരണത്തിനും നന്ദി. ശങ്കരേട്ടനെ തിരിച്ചറിയാൻ ഈ പുസ്തകത്തിലെ ഓർമ്മക്കുറിപ്പുകൾക്ക് സാധിക്കും എന്ന ഉറപ്പിൽ അഭിമാനത്തോടെ വായനക്കാർക്ക് സമർപ്പിക്കുന്നു.

(ഈ ഓർമ്മപ്പുസ്തകത്തിന്റെ എഡിറ്ററും കാർട്ടൂണിസ്റ്റും മാധ്യമപ്രവർത്തകനുമാണ് ലേഖകൻ)

മുൻ പ്രധാനമന്ത്രി ജവഹർലാൽ നെഹ്റുവിനൊപ്പം

ലേഡി മൗണ്ട്ബാറ്റനെ സ്വീകരിക്കുന്നു

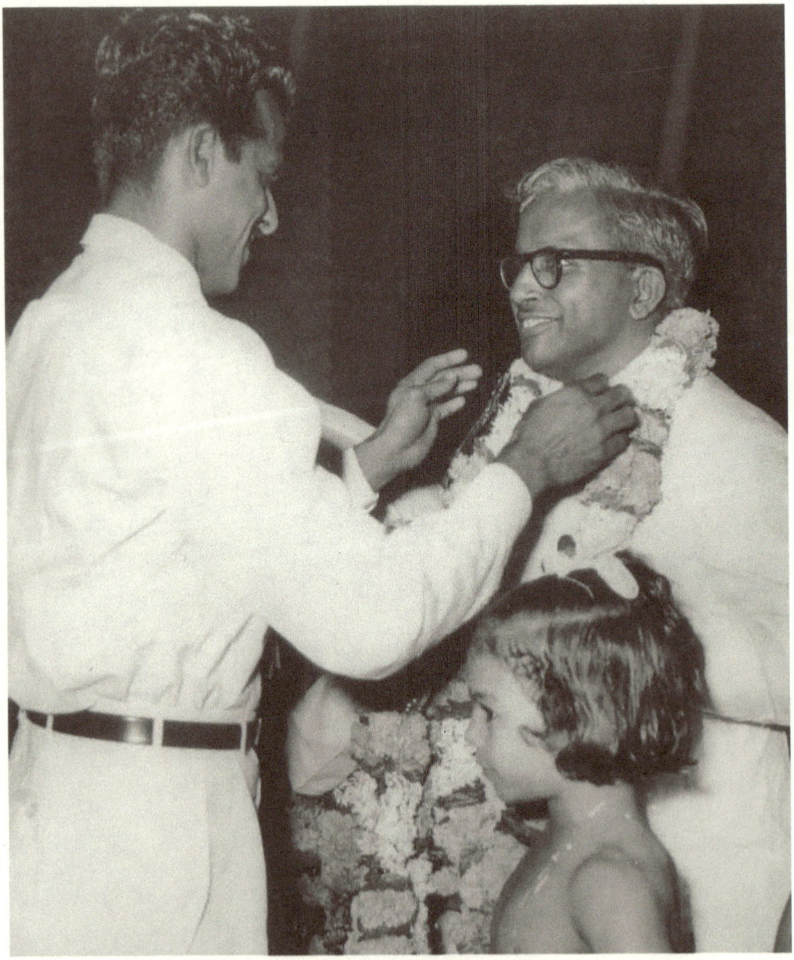

ഇ.എം.എസ്. നമ്പൂതിരിപ്പാടിനെ ഹാരമണിയിക്കുന്നു

സഖാവായ ശങ്കരേട്ടൻ

പിണറായി വിജയൻ

ഇന്ത്യൻ സർക്കസിനെ ലോക പ്രശസ്തമാക്കുന്നതിൽ മുഖ്യപങ്കു വഹിച്ച വ്യക്തിയാണ് ജെമിനി ശങ്കരൻ. സർക്കസിനെയും അതിലെ മനുഷ്യരെയും ജീവജാലങ്ങളെയും അദ്ദേഹം ഹൃദയം കൊടുത്തു സ്നേഹിച്ചു. അചഞ്ചലമായ മനുഷ്യ സ്നേഹം ആയിരുന്നു മുഖമുദ്ര. ഒരേസമയം ശ്രദ്ധേയനായ സർക്കസ് കലാകാരനും വിവിധ സർക്കസുകളുടെ ഉടമയുമായ അദ്ദേഹം ഇന്ത്യക്ക് പുറത്ത് വിവിധ സ്ഥലങ്ങളിൽ തന്റെ സർക്കസുമായി സഞ്ചരിച്ചിട്ടുണ്ട്. ഇന്ത്യയുടെ വിവിധ പ്രധാനമന്ത്രിമാർ, രാഷ്ട്രപതിമാർ, ലോക നേതാക്കൾ, പ്രമുഖ വ്യക്തികൾ എന്നിവരുമായി അദ്ദേഹം സൗഹൃദം കാത്തുസൂക്ഷിച്ചിരുന്നു.

സർക്കസ് കുലപതി കീലേരി കുഞ്ഞിക്കണ്ണന്റെ കളരിയിലൂടെ പരിശീലനം ആരംഭിച്ച അദ്ദേഹം സർക്കസിൽ കാലികമായ മാറ്റങ്ങൾ വരുത്തുന്നതിൽ പ്രധാന പങ്കുവഹിച്ചു. വിദേശ കലാകാരന്മാരെയും അവരുടെ സർക്കസ് കലകളെയും ഇന്ത്യൻ സർക്കസിൽ ഉൾപ്പെടുത്തി സർക്കസ് വികസിപ്പിക്കുന്നതിൽ ശ്രദ്ധിച്ചു. അവസാന കാലം വരെ ആരോഗ്യ പൂർണമായി സജീവ ജീവിതം നയി

ക്കാൻ അദ്ദേഹത്തിന് സാധിച്ചു.

പുരോഗമന രാഷ്ട്രീയത്തോടായിരുന്നു അദ്ദേഹത്തിന്റെ ആഭിമുഖ്യം. വ്യക്തിപരമായി അദ്ദേഹവുമായി ഏറെ അടുപ്പം എനിക്കുണ്ടായിരുന്നു. ഒരു ജ്യേഷ്ഠ സഹോദരനോട് എന്നതുപോലെയുള്ള ബന്ധം. ആദ്യമായി ശങ്കരേട്ടനെ കാണുന്നത് 1960തുകളിൽ തലശ്ശേരിയിൽ വെച്ചാണ്. ഞാൻ വിദ്യാർത്ഥി പ്രസ്ഥാനത്തിൽ പ്രവർത്തിക്കുന്ന സമയത്താണത്. അന്ന് സർക്കസിന്റെ സുവർണ്ണ കാലമാണ്. സർക്കസ് ഉടമകൾക്ക് സൂപ്പർ സ്റ്റാർ പദവി. തലശ്ശേരിയിലെ അനേകം കുടുംബങ്ങളിൽ സർക്കസുമായി ബന്ധപ്പെട്ടവരുണ്ടായിരുന്നു. അക്കാലത്ത് കമ്മ്യൂണിസ്റ്റ് പാർട്ടിക്ക് സംഭാവന നൽകാൻ പലർക്കും ഭയമായിരുന്നു. എന്നാൽ, പാർട്ടിക്ക് എപ്പോഴും സംഭാവന നൽകിയിരുന്ന വ്യക്തിയായിരുന്നു ശങ്കരേട്ടൻ. കമ്മ്യൂണിസ്റ്റ് പാർട്ടിയുടെ പ്രവർത്തന ഫണ്ട് വാങ്ങുവാൻ പല വട്ടം പോയിട്ടുണ്ട്. തലശ്ശേരിയിലെ കോസ്മോപോളിറ്റൻ ക്ലബിൽ ശങ്കരേട്ടനും സംഘവും വൈകീട്ട് ഒത്തുകൂടാറുണ്ട്. ശങ്കരേട്ടനെ കാണാൻ പല തവണ അവിടെ പോയത് ഓർക്കുന്നു.

തലശ്ശേരിയിലെ പഴയ കമ്മ്യൂണിസ്റ്റ് പാർട്ടി ഓഫീസിന് മുന്നിൽ ശങ്കരേട്ടന് 1970 മുതൽ ഒരു പെട്രോൾ പമ്പുണ്ട്. തലശ്ശേരിയിൽ എത്തുന്ന സമയം അദ്ദേഹം പെട്രോൾ പമ്പിലും വരുമായിരുന്നു. 1970 ലാണ് കൂത്തുപറമ്പ് നിയോജക മണ്ഡലത്തിൽ നിന്ന് ഞാൻ നിയമസഭയിലേക്ക് ആദ്യം മത്സരിച്ചത്. ആദ്യ തിരഞ്ഞെടുപ്പിന് ശങ്കരേട്ടൻ നൽകിയ പിന്തുണ മറക്കാൻ കഴിയുന്നതല്ല. പ്രത്യേക വാത്സല്യത്തോടെയും സ്നേഹത്തോടെയുമാണ് എന്നും അദ്ദേഹം പെരുമാറിയത്. എൽ.ഡി.എഫ്. മന്ത്രിസഭ 2016ൽ അധികാരമേൽക്കുന്നതും, ഞാൻ മുഖ്യമന്ത്രിയായി സത്യപ്രതിജ്ഞ ചെയ്യുന്നതും കാണാൻ തലസ്ഥാനത്ത് എത്തിച്ചേർന്നതിലും ആ സ്നേഹ വാത്സല്യങ്ങൾ തന്നെയാണുള്ളത്. കണ്ണൂരിലെ ഒട്ടുമിക്ക രാഷ്ട്രീയ സാംസ്കാരിക പരിപാടികളിലും ശങ്കരേട്ടന്റെ സാനിധ്യമുണ്ടാകും. രാഷ്ട്രീയത്തിനതീതമായ ബന്ധം അദ്ദേഹം സൂക്ഷിച്ചിരുന്നപ്പോഴും, പുരോഗമന പക്ഷത്തായിരുന്നു നിലയുറപ്പിച്ചത്.

99 ാം വയസ്സിലും ആരോഗ്യ പൂർണമായ സജീവ ജീവിതം അദ്ദേഹം നയിച്ചു. ചിട്ടയോടെയുള്ള അദ്ദേഹത്തിന്റെ ജീവിതം തന്നെ എല്ലാവർക്കും മാതൃകയാണ്. അദ്ദേഹത്തിന്റെ അന്ത്യത്തിനു കുറ

ച്ചുനാൾ മുമ്പും അദ്ദേഹത്തെ കണ്ടിരുന്നു. കണ്ണൂരിലെ വാരത്തെ അദ്ദേഹത്തിന്റെ വീട്ടിൽ വെച്ചായിരുന്നു ആ കൂടിക്കാഴ്ച. നൂറാം പിറന്നാൾ ആഘോഷിക്കാനൊരുങ്ങി വീട്ടിൽ വിശ്രമത്തിലായിരുന്നു അദ്ദേഹം. എന്നെ കണ്ടപ്പോൾ ഒരു ചിരി വിരിഞ്ഞു. മക്കളുടെ സഹായത്തോടെ എഴുന്നേറ്റിരുന്ന് എന്നെ സ്വാഗതം ചെയ്തു. സ്നേഹത്തോടെ കെട്ടിപിടിച്ചു. നാല് ദിവസമായി അച്ഛൻ ഭക്ഷണം കഴിക്കുന്നില്ലെന്ന് മക്കളായ അജയ് ശങ്കറും അശോക് ശങ്കറും പറഞ്ഞു. എന്തെങ്കിലും കഴിക്കണമെന്ന എന്റെ സ്നേഹ നിർബന്ധത്തിന് ശങ്കരേട്ടൻ വഴങ്ങി. ഞാൻ നൽകിയ ഒരു ഗ്ലാസ് കരിക്കിൻ വെള്ളം മുഴുവനും കുടിച്ചു. നടക്കാൻ വിഷമമുണ്ടെന്നും അതിനാൽ ശുചി മുറിയിൽ പോകാൻ പ്രയാസപ്പെടുകയാണെന്നും പറഞ്ഞു. ശുചി മുറിയിലേക്ക് പോകുമ്പോൾ വാക്കർ നിർബന്ധമായും ഉപയോഗിക്കണമെന്നും ഭക്ഷണവും മരുന്നും കൃത്യമായി കഴിക്കണമെന്നും പറഞ്ഞത് തലയാട്ടി സമ്മതിച്ചത് ഞാൻ ഓർക്കുന്നു. അതായിരുന്നു ശങ്കരേട്ടനുമായുള്ള എന്റെ അവസാന കൂടിക്കാഴ്ച.

തനിക്കു ചുറ്റുമുള്ളവരോട് വലിയ കരുതലായിരുന്നു അദ്ദേഹത്തിന്. സർക്കസിന്റെയും അതിലെ കലാകാരന്മാരുടെയും ആവശ്യങ്ങൾ നേടിയെടുക്കുന്നതിൽ ഒരു വിട്ടുവീഴ്ചയും ചെയ്തിരുന്നില്ല. ഒരിക്കൽ ബീഹാറിൽ നിന്ന് കളി കഴിഞ്ഞു മൃഗങ്ങളെ കൊണ്ടു പോകാൻ കഴിയാതെ വന്നപ്പോൾ അന്നത്തെ പ്രധാനമന്ത്രി ഇന്ദിരാഗാന്ധിയെ നേരിട്ട് ബന്ധപ്പെട്ട് പ്രശ്നം പരിഹരിച്ചിട്ടുണ്ട് എന്ന് കേട്ടിട്ടുണ്ട്. മറ്റൊരിക്കൽ കൊൽക്കത്തയിൽ മൈതാനം കിട്ടാതെ വന്നപ്പോൾ സഖാവ് ഇ.എം.എസ്. നൽകിയ കത്തുമായി മുഖ്യമന്ത്രി ജ്യോതി ബസുവിനെ നേരിട്ടു കണ്ടു. അടുത്ത ദിവസം തന്നെ മൈതാനം അനുവദിച്ചു കിട്ടി. വിപുലമായിരുന്നു ശങ്കരേട്ടന്റെ സൗഹൃദങ്ങളും ബന്ധങ്ങളും. രാഷ്ട്രപതിമാർ, പ്രധാനമന്ത്രിമാർ, ലോക നേതാക്കൾ, കലാകാരൻമാർ എന്നിവരോടെല്ലാം അടുത്ത ബന്ധം കാത്തുസൂക്ഷിച്ചു. എ.കെ.ജിയുമായി വലിയ സ്നേഹബന്ധം ഉണ്ടായിരുന്നു എന്നത് എനിക്ക് നേരിട്ടറിയാം.

സർക്കസിലെ ട്രപ്പീസ് കളിക്കാരനായി തുടങ്ങി സർക്കസ് മുതലാളിയായി മാറിയ ജെമിനി ശങ്കരന്റെ ജീവിതം നൽകുന്ന അതിജീവന പാഠങ്ങൾ വലുതാണ്. ഏത് കലയും നിലനിൽക്കുന്നത്

നവീകരണത്തിലൂടെയാണെന്ന് അദ്ദേഹം വിശ്വസിച്ചു. വെന്തുവെണ്ണീറായ സർക്കസ് കൂടാരത്തിൽ നിന്ന് ഫീനിക്സ് പക്ഷിയെപ്പോലെ ഉയർന്ന ചരിത്രമുണ്ട് ശങ്കരേട്ടന്റെ സർക്കസ് കമ്പനിക്ക്. ഇന്ന് കാണുന്ന കലയായി അതിനെ വികസിപ്പിക്കുന്നതിൽ ജെമിനി ശങ്കരൻ വലിയ പങ്കുവഹിച്ചു. ഇന്ത്യൻ സർക്കസിന്റെ അംബാസഡർ ആയിരുന്നു അദ്ദേഹം.

കണ്ണൂരിന്റെ സാമൂഹിക സാംസ്കാരിക ജീവിതത്തിൽ വലിയ അടയാളം കൂടി രേഖപ്പെടുത്തിയാണ് ജെമിനി ശങ്കരൻ വിടവാങ്ങിയിരിക്കുന്നത്. ജെമിനിയിൽ ചിത്രീകരിച്ച മേരാ നാം ജോക്കർ എന്ന ചിത്രം അവസാനിക്കുന്നത് പോസിറ്റീവ്ലി നോട്ട് ദി എൻഡ് എന്ന ടൈറ്റിൽ കാർഡോടെയാണ്. ജെമിനി ശങ്കരൻ വിടവാങ്ങിയെങ്കിലും അദ്ദേഹം അവശേഷിപ്പിക്കുന്ന അതിജീവനത്തിന്റെയും മനുഷ്യ സ്നേഹത്തിന്റെയും പാഠങ്ങൾ ഭാവിതലമുറയ്ക്ക് വെളിച്ചമാകും.

(കേരള മുഖ്യമന്ത്രിയും, സി.പി.ഐ. (എം) പോളിറ്റ് ബ്യൂറോ അംഗവുമാണ് ലേഖകൻ)

എളിമയുടെ ആൾരൂപം

ടി. പത്മനാഭൻ

ജെമിനി ശങ്കരന്റെ വിയോഗം അപ്രതീക്ഷിതമായിരുന്നു എന്നു പറഞ്ഞുകൂട. എല്ലാ അർത്ഥത്തിലും പൂർണ്ണവും സഫലവുമായ ഒരു ജീവിതത്തിനുശേഷം തന്റെ 99ാം വയസ്സിലാണ് ആ വലിയ മനുഷ്യൻ ലോകത്തോടു വിട പറഞ്ഞത്. എങ്കിലും അത് നമ്മെ എല്ലാവരെയും പ്രത്യേകിച്ച് എന്നെ, ഏറെ ദുഃഖിതനാക്കുന്നു.

ഏതാണ്ട് 60 കൊല്ലത്തെ ഗാഢബന്ധമായിരുന്നു ഞങ്ങൾ തമ്മിലുണ്ടായിരുന്നത്. അതിന്റെ തുടക്കം മുംബൈയിൽ വെച്ചായിരുന്നു. ആ ബന്ധം വളർന്ന് കുടുംബബന്ധം പോലെത്തന്നെയായി. അദ്ദേഹത്തിന്റെ പുത്രവധുവായ പൂർണിമ എന്റെ ആത്മസുഹൃത്തായ പി.വി. രവീന്ദ്രന്റെ - അഴീക്കോട്ടെ പ്രശസ്തനായ രാജേശ്വരി എ.കെ. നായരുടെ മകൻ - ഏകപുത്രിയായിരുന്നു. ഈ വിവാഹത്തിനുശേഷം ഞങ്ങൾ തമ്മിലുള്ള ബന്ധം ഒന്നുകൂടി ദൃഢമായി.

അത്രയൊന്നും സുഖകരമല്ലാത്ത ഒരു ബാല്യമായിരുന്നു ജെമിനി ശങ്കരന്റേത്. സാമ്പത്തിക പരാധീനതകൾ അനുഭവിക്കേണ്ടിവന്നിട്ടുണ്ട്. പക്ഷേ, ഈ വിഷമങ്ങളൊന്നും ജീവിതയാത്രയിൽ അദ്ദേഹത്തെ അല്പംപോലും അധീരനാക്കിയില്ല. തളരാത്ത മനസ്സും ഒടുങ്ങാത്ത ശുഭാപ്തിവിശ്വാസവും സ്ഥിരോത്സാഹവും അദ്ദേഹ

ത്തിന്റെ കൂടപ്പിറപ്പുകളായിരുന്നു. ഇതൊക്കെകൊണ്ട് യൗവ്വനത്തിൽ തന്നെ ജെമിനി ശങ്കരൻ ഏറെ പ്രശസ്തനും സമ്പന്നനുമായി.

ജീവിതാന്ത്യം വരെയും ജെമിനി ശങ്കരൻ തന്റെ സഹജസ്വഭാവങ്ങളായ എളിമ, ഉദാരത എന്നിവയ്ക്ക് ഒരു ഭംഗവും വരാതെ കാത്തുസൂക്ഷിച്ചു. അദ്ദേഹം ഒന്നാന്തരമൊരു സഹൃദയനുമായിരുന്നു.

എളിമയെക്കുറിച്ച് പറയുമ്പോൾ ഈ 99ാം വയസ്സിലും എന്നും രാത്രി ഉറങ്ങാൻ പോകുന്നതിനുമുൻപായി സ്വന്തം വസ്ത്രങ്ങൾ അദ്ദേഹം തന്നെയാണ് അലക്കിയിരുന്നത്. ഇങ്ങനെ ചെയ്തിരുന്ന വേറെ രണ്ടുപേരേ എന്റെ അറിവിലുണ്ടായിരുന്നുള്ളൂ - മഹാത്മാ ഗാന്ധിയും സഖാവ് പി.കൃഷ്ണപിള്ളയും.

നല്ലവനായ ഈ വലിയ മനുഷ്യന് എന്റെ അന്ത്യപ്രണാമം.

(മലയാള സാഹിത്യത്തിലെ അതികായകനായ കഥാകൃത്താണ് ലേഖകൻ)

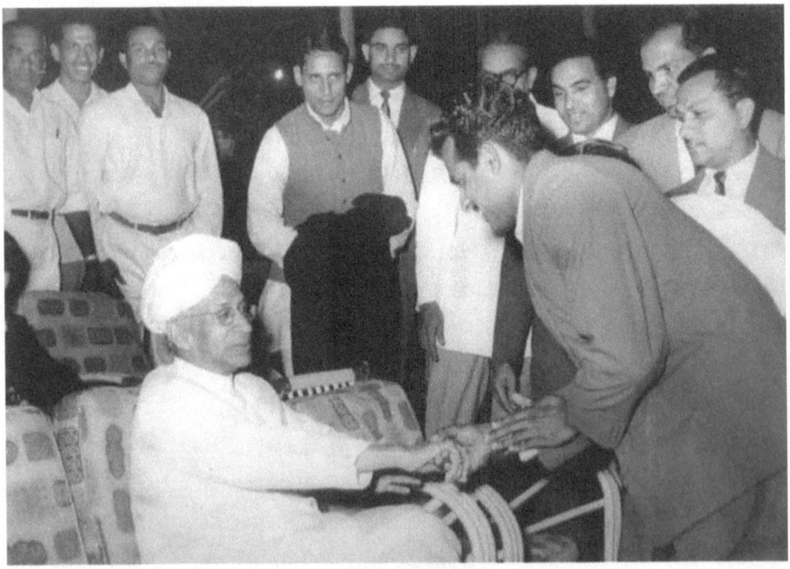

മുൻ ഇന്ത്യൻ പ്രസിഡണ്ട് എസ്. രാധാകൃഷ്ണനോടൊപ്പം

ഒരു ചെറിയ മനുഷ്യന്റെ വലിയ ജീവിതം

എം. മുകുന്ദൻ

ജെമിനി ശങ്കരേട്ടൻ എന്റെ മനസ്സിനോട് ചേർന്നുനിൽക്കുന്ന ഒരു വലിയ മനുഷ്യനാണ്. ജന്മനാ അദ്ദേഹം ചെറിയൊരാളായിരുന്നു. വലിയ ജീവിതം ജീവിച്ചുകൊണ്ടാണ് എല്ലാവരാലും ആദരിക്കപ്പെടുകയും സ്നേഹിക്കപ്പെടുകയും ചെയ്ത വിശിഷ്ട വ്യക്തിയായി മാറിയത്.

ഞാൻ വളരെ വൈകിയാണ് ശങ്കരേട്ടനുമായി അടുത്തത്. കുറേ വർഷങ്ങൾക്കുമുമ്പ് ഡൽഹിയിൽ വെച്ചാണ് അദ്ദേഹത്തെ ആദ്യമായി കാണുന്നത്. ഡൽഹിയിൽ ജെമിനി സർക്കസ് വന്ന സമയം. അക്കാലത്ത് ഒരു സ്ഥലത്ത് ഇതുപോലൊരു സർക്കസ് വരുന്നത് വലിയൊരു സംഭവമായിരുന്നു. എല്ലാവരും കുട്ടികളോടൊന്നിച്ച്, കുടുംബസമേതം സർക്കസ് കാണുവാൻ പോകുമായിരുന്നു. ആരെയെങ്കിലും കാണുമ്പോൾ ആദ്യം ചോദിക്കുക, സർക്കസ് കാണാൻ പോയോ എന്നാണ്. സൗജന്യമായി കാണാൻ വേണ്ടി പാസ് കിട്ടാൻ എല്ലാവരും ശ്രമിക്കും. എന്നോടും പലരും വന്ന് പറയും: നിങ്ങൾക്ക് ശങ്കരേട്ടനെ അറിയാമല്ലോ. ഒരു നാല് പാസ് സംഘടിപ്പിച്ചുതരണം. എനിക്കും മോനും എന്റമ്മക്കും. ഫ്രീ പാസ് വാങ്ങി കാണാൻ

പോകുന്നത് ശരിയല്ലെന്നും ടിക്കറ്റെടുത്ത് കാണണമെന്നും ഞാൻ അവരോട് പറയും.

ഡൽഹിയിൽവെച്ച് കണ്ടപ്പോൾ ശങ്കരേട്ടനുമായി അധികമൊന്നും സംസാരിക്കാൻ കഴിഞ്ഞിരുന്നില്ല. സ്വാഭാവികമായും അദ്ദേഹത്തിന് തിരക്കായിരുന്നു. നിരവധി കലാകാരന്മാരും മൃഗങ്ങളും പക്ഷികളുമെല്ലാമുള്ള ഒരു സർക്കസ് ഷോ സംഘടിപ്പിക്കുക എന്നത് വലിയൊരു അദ്ധ്വാനമാണ്. അതിന് അസാമാന്യമായ സംഘടനാപാടവം വേണം. ക്ഷമ വേണം. മൃഗങ്ങളുടെയും മനുഷ്യരുടെയും മനസ്സറിയണം. അതൊക്കെ ശങ്കരേട്ടന് നന്നായി അറിയാമായിരന്നു. അദ്ദേഹം ഒരേസമയം സർക്കസ് ഉടമസ്ഥനും അഭ്യാസിയും കലാകാരനുമായിരുന്നുവല്ലോ.

സർക്കസ് എന്ന് കേൾക്കുമ്പോൾ ജെമിനി സർക്കസ് എന്ന പേരാണ് നമ്മുടെ മനസ്സിൽ ഉദിക്കുക. ജംബോ സർക്കസും കമലാ സർക്കസും എല്ലാം ഉണ്ടെങ്കിലും സർക്കസിന്റെ പര്യായമായി മാറിയത് ജെമിനി സർക്കസ് മാത്രമാണ്. അത് ശങ്കരേട്ടന്റെ ആത്മസമർപ്പണവും പരിശ്രമങ്ങളും കാരണമാണ്.

ഇന്ന് സർക്കസ് വലിയൊരു പ്രതിസന്ധിയിലാണ്. മൃഗങ്ങളെ കളിപ്പിക്കാനോ പ്രദർശിപ്പിക്കാനോ അനുവാദമില്ല. സർക്കസ് പ്രേമികളിൽ വലിയൊരു വിഭാഗം കുട്ടികളാണ്. അവർ സർക്കസ് ഇഷ്ടപ്പെടാൻ ഒരു കാരണം മൃഗങ്ങളാണ്. ഫോട്ടോകളിൽ മാത്രം കണ്ടിട്ടുള്ള പുലികളെയും നരികളെയും സിംഹങ്ങളെയും നേരിട്ട് മുമ്പിൽ കാണുന്നത് കുട്ടികൾക്ക് മാത്രമല്ല, മുതിർന്നവർക്കും ഒരു ത്രസിപ്പിക്കുന്ന അനുഭവമാണ്. ജെമിനി സർക്കസ് ഇന്നുമുണ്ട്. രാജ്യത്തിന്റെ ഏതെങ്കിലും ഒരു പ്രദേശത്ത് എല്ലായ്പോഴും ജെമിനി സർക്കസ് കളിക്കുന്നുണ്ടാകും. സർക്കസ് ഇന്നും നിലനിൽക്കുന്നുണ്ടെങ്കിൽ അത് ശങ്കരേട്ടന്റെ ശ്രമഫലമായിട്ടാണ്.

ശങ്കരേട്ടനുമായി ഞാൻ വളരെ അടുത്തത് രണ്ടുരണ്ടര വർഷങ്ങൾ മുമ്പ് മാത്രമാണ്. എന്റെ കഥ ഓട്ടോറിക്ഷക്കാരന്റെ ഭാര്യ സിനിമയാക്കുവാൻ തീരുമാനിച്ചു. അതിന്റെ തിരക്കഥ എഴുതുവാൻ കണ്ണൂരിൽ ഒരു സ്ഥലം അന്വേഷിച്ചു നടക്കുകയായിരുന്നു ഞാനും സംവിധായകൻ ഹരികുമാറും. അപ്പോൾ ശങ്കരേട്ടൻ പറഞ്ഞു, എന്റെ പാംഗ്രോവ് ഉള്ളപ്പോൾ വേറെ സ്ഥലമെന്തിന് അന്വേഷിക്കുന്നു? അതൊരു മനോഹരമായ ഹെറിറ്റേജ് ഹോട്ടലാണ്. എഴു

ത്തുകാർക്ക് താമസിച്ച് എഴുതുവാൻ ഇതിലും നല്ലൊരു സ്ഥലം വേറെയെവിടെ ഉണ്ട്? അങ്ങനെയാണ് ഞാനും സംവിധായകൻ ഹരികുമാറും പാംഗ്രോവിൽ ഒന്നിച്ചത്. തിരക്കഥയെക്കുറിച്ചുള്ള ചർച്ചകൾ ഏറെയും നടന്നത് അവിടെവെച്ചാണ്. എഴുത്തുപണിയും അവിടെ വെച്ചു തന്നെ തുടങ്ങി.

എന്നും വൈകുന്നേരം ശങ്കരേട്ടൻ ഞങ്ങളെ കാണാൻ വരും. ചിലപ്പോൾ വീട്ടിലേയ്ക്ക് കൂട്ടിക്കൊണ്ടുപോകും. ആതിഥ്യമര്യാദ ശങ്കരേട്ടന്റെ ഒരു സ്വഭാവവിശേഷമാണ്. ഞങ്ങൾക്ക് വിഭവസമൃദ്ധമായ ഭക്ഷണം തരും. എഴുത്തിന്റെ പുരോഗതിയെക്കുറിച്ച് അന്വേഷിക്കും. അങ്ങനെ ശങ്കരേട്ടൻ എന്റെ മനസ്സിൽ കൂടുകെട്ടി. ഇത്രയും സ്നേഹസമ്പന്നനായ ഈ മഹാമനസ്കനെ അടുത്തറിയാൻ എന്തേ ഞാനിത്ര വൈകിയതെന്ന് ഞാൻ സ്വയം കുറ്റപ്പെടുത്തുകയും ചെയ്യും.

നൂറ് വയസ്സുവരെ ജീവിക്കുക എന്നത് ദൈവത്തിനുമാത്രം നൽകാവുന്ന ഒരു വരദാനമാണ്. അത് ശങ്കരേട്ടന് ലഭിച്ചു. ഈ ജന്മത്തിലെ ഒരു നിമിഷവും ശങ്കരേട്ടൻ പാഴാക്കിയില്ല. സർക്കസ് അഭ്യാസകലയെ അദ്ദേഹം വളർത്തി ആഗോളതലത്തിൽ പ്രശസ്തനാക്കി. രാഷ്ട്രപതിമാരും പ്രധാനമന്ത്രിമാരും അദ്ദേഹത്തിന്റെ സൗഹൃദവലയത്തിലുണ്ടായിരുന്നു. പണ്ഡിറ്റ് ജവഹർലാൽ നെഹ്റുവും ഇന്ദിരാഗാന്ധിയും ഡോ. എസ്. രാധാകൃഷ്ണനുമെല്ലാം അവരിൽ പെടുന്നു. അവരോടൊത്തുള്ള ശങ്കരേട്ടന്റെ ഫോട്ടോകൾ നമ്മൾ കണ്ടിട്ടുണ്ട്. രാജ്യത്തിന് പുറത്തും ശങ്കരേട്ടന് ആരാധകരുണ്ടായിരുന്നു. സാംബിയയുടെ തലസ്ഥാനമായ ലുസാക്കിയയിൽ ജെമിനി സർക്കസ് കാണാൻ പ്രസിഡണ്ട് കേനറ്റ് കോണ്ട വരികയുണ്ടായി. സർക്കസ് കണ്ട് പ്രസിഡന്റ് കസേരയിലിരുന്ന് പരിസരം മറന്ന് ചിരിക്കുന്നത് ശങ്കരേട്ടൻ തന്റെ പുസ്തകത്തിൽ ഓർക്കുന്നുണ്ട്.

നൂറ് വയസ് തികയുന്ന ദിവസം എല്ലാവർക്കും ഒരു സദ്യ ഒരുക്കണമെന്ന് ശങ്കരേട്ടൻ ആഗ്രഹിച്ചിരുന്നു. അതിനെക്കുറിച്ച് പലതവണ അദ്ദേഹം എന്നോട് പറഞ്ഞിരുന്നു. പക്ഷേ അത് നടന്നില്ല. അതിനുമുമ്പ് ശങ്കരേട്ടന് പോകേണ്ടിവന്നു. എങ്കിലും സുദീർഘവും സാർഥകവുമായ ഒരു ജീവിതം നയിച്ചാണ് ശങ്കരേട്ടൻ വിട പറഞ്ഞുപോയത്. മരണത്തിന് നാലഞ്ചു ദിവസം മുമ്പ് ഞാൻ വീട്ടിൽ

ചെന്ന് അദ്ദേഹത്തെ കണ്ടിരുന്നു. ആ ശുഷ്കിച്ച കൈ എന്റെ കൈയിലെടുത്ത് ഞാൻ തലോടി. ശങ്കരേട്ടൻ എന്നെ തിരിച്ചറിഞ്ഞിരുന്നോ എന്നറിയില്ല.

ശങ്കരേട്ടൻ പോയി. അദ്ദേഹം തുടങ്ങിവെച്ച ദൗത്യം തുടരേണ്ടതുണ്ട്. ജെമിനി സർക്കസ് തുടരണം. സർക്കസിന്റെ നഷ്ടപ്രഭാവം തിരിച്ചെടുക്കണം. അതിന് അദ്ദേഹത്തിന്റെ മക്കൾക്ക് സാധിക്കുമാറാകട്ടെ.

(മലയാള സാഹിത്യത്തിലെ മുതിർന്ന കഥാകൃത്താണ് ലേഖകൻ)

ജെമിനി ശങ്കരൻ എന്ന തലശ്ശേരിക്കാരൻ

വി. മുരളീധരൻ

സർക്കസ്, ഞങ്ങൾ തലശ്ശേരിക്കാർക്ക് എന്നും ഹരമായിരുന്നു. മൂന്ന് 'സി'കൾ തലശ്ശേരിക്കാർക്ക് ഒഴിച്ചുകൂടാനാവില്ല. കേക്ക്, ക്രിക്കറ്റ്, സർക്കസ്. എല്ലാ തലശ്ശേരിക്കാരെയും പോലെ എന്റെ കുട്ടിക്കാലത്തെയും ഏറ്റവും സന്തോഷകരമായ ഓർമ്മയാണ് അച്ഛനൊപ്പം സർക്കസ് കാണാനുള്ള യാത്ര. അതിലേറെയും ഇന്ത്യയിലെ ഏറ്റവും പ്രശസ്തമായ ജെമിനി സർക്കസ് തന്നെയായിരുന്നു. ട്രപ്പീസ്കളിക്കാരുടെ തൂങ്ങിയാട്ടവും കോമാളിവേഷക്കാരുടെ തമാശകളുമെല്ലാം ഇന്നും നിറമുള്ള ഓർമ്മകളാണ്. എന്നെപ്പോലെ എത്രയോ കുട്ടികളുടെ മനസ്സിൽ അക്കാലത്ത് ജെമിനി സർക്കസ് സന്തോഷത്തിന്റെ വർണ്ണങ്ങൾ വാരിവിതറി.

ഇന്ത്യൻ സർക്കസിന്റെ കുലപതിയായ ശ്രീ. ജെമിനി ശങ്കരൻ ദശാബ്ദങ്ങളോളം കേരളത്തിന്റെ സ്വകാര്യ അഹങ്കാരമായിരുന്നു. ഒരു സർക്കസ് തമ്പിലെത്തിയാലുണ്ടാകുന്ന അതേ അത്ഭുതത്തോടെ തന്നെയാണ് എന്നും ജെമിനി ശങ്കരന്റെ ജീവിതത്തേയും ഞാൻ നോക്കി കണ്ടിട്ടുള്ളത്. 'മനസ്സുണ്ടെങ്കിൽ നിങ്ങൾക്കത് സാധിക്കു'മെന്ന പ്രപഞ്ചസത്യം ജെമിനി ശങ്കരന്റെ ജീവിതത്തെ നോക്കി നമുക്ക് നിസ്സംശയം പറയാം. ജെമിനി സർക്കസും ജംബോ സർക്ക

സും പിറന്നത് ആ ഇച്ഛാശക്തിയൊന്നുകൊണ്ടുമാത്രമായിരുന്നു. പത്താം വയസ്സിൽ കണ്ട് കൗതുകം തോന്നിയ സർക്കസിനെ വിടാതെ പിന്തുടർന്ന് പഠിച്ച് അതിന്റെ കൊടുമുടിയിലേക്ക് നടന്നുകയറുകയായിരുന്നു ജെമിനി ശങ്കരൻ. അച്ഛന്റെ വഴിയേ അധ്യാപകനായോ ഏട്ടന്മാർക്കൊപ്പം അവരുടെ വഴിയോ നടക്കാമായിരുന്നിട്ടും സർക്കസ് കലാകാരനായാൽ മതിയെന്ന് അദ്ദേഹം തീരുമാനിച്ചത് തന്നെ വിപ്ലവകരമായ ചിന്തയായിരുന്നു എന്നതാണ് പരമാർത്ഥം.

ഉയരങ്ങളിൽ, ഉന്നതങ്ങളിൽ നിൽക്കുമ്പോൾ അദ്ദേഹം സൂക്ഷിച്ച ജീവിതദർശനങ്ങളെക്കുറിച്ചും പറയാതെ വയ്യ. ബില്ലിമോറയിലെ ആദ്യ തമ്പിൽ നിന്ന് വിശ്വവേദികളിലെ ലക്ഷോപലക്ഷം തമ്പുകളിലേക്ക് വളർന്നപ്പോഴും ജെമിനി ശങ്കരൻ കൈവിടാത്ത കാത്ത എളിമയും വിനയവും സഹജീവി സ്നേഹവും സത്യസന്ധതയും തന്നെയാണ് അദ്ദേഹത്തെ വ്യത്യസ്തനാക്കിയത്.

പ്രഥമ പ്രധാനമന്ത്രി ശ്രീ.ജവഹർലാൽ നെഹ്റു മുതൽ തുടങ്ങുന്ന ഒരു വലിയ നിര അദ്ദേഹത്തിന്റെ സൗഹൃദങ്ങളുടെ, ബന്ധങ്ങളുടെ പട്ടികയിൽ കാണാം. ഇന്ത്യ സന്ദർശിച്ചിരുന്ന ലോകനേതാക്കൾ ഒരുകാലത്ത് അദ്ദേഹത്തിന്റെ തമ്പിലെത്തി സർക്കസ് കണ്ടായിരുന്നു മടങ്ങിയിരുന്നത്. ജെമിനി ശങ്കരൻ എന്ന തലശ്ശേരിക്കാരൻ, സർക്കസിന്റെ സകല അഭ്യാസങ്ങളും പയറ്റി ലോകത്തോളം വളർന്നപ്പോൾ തലശ്ശേരിക്കാരനായ ഞാനും ഹൃദയത്തോട് ചേർത്ത് ഈ ജീവിതത്തെ പ്രചോദനമായി സൂക്ഷിച്ചിരുന്നു.

ഇന്ത്യൻ തമ്പുകളുടെ ചരിത്രനാമമായ ജെമിനി ശങ്കരന്റെ ജീവിതം ഇനിയും ഇനിയും എഴുതപ്പെടുകയും വായിക്കപ്പെടുകയും തന്നെ വേണം. ഒരു കാലഘട്ടത്തെ ത്രസിപ്പിച്ച ദൃഢനിശ്ചയവും പരിശ്രമവും ധീരതയും സാഹസികതയും കോർത്തിണക്കി വിജയംവരിച്ച ആ അപൂർവ്വഗാഥ എല്ലാ തലമുറകളിലേക്കുമെത്തട്ടെ. അദ്ദേഹത്തിന്റെ ഏറെ സ്വാധീനിച്ച വാക്കുകളിൽ ഈ ചെറിയ ലേഖനം ഉപസംഹരിക്കാം.

“ഒന്നാലോചിച്ചാൽ ഇക്കാണുന്ന രാഷ്ട്രീയക്കാരും ആധ്യാത്മിക നേതാക്കളും വ്യവസായികളും സധാധരണക്കാരും സകലമനുഷ്യരും ഓരോ നിമിഷവും സർക്കസ് കളിച്ചുകൊണ്ടിരിക്കുകയല്ലേ? വാക്കിൽ, പ്രവൃത്തിയിൽ എന്തെല്ലാം കസർത്തുകൾ, സർക്കസു

കൾ...! ഏതെങ്കിലും കാര്യത്തിൽ പെട്ടുപോയി അതിൽ കെട്ടിമറിയലാണ് എല്ലാവരുടേയും ജീവിതം"

മലക്കം മറിയാത്ത നിലപാടുകളുമായി ജീവിച്ച മഹാമാനുഷിക്ക് പ്രണാമം.

(കേന്ദ്രവിദേശകാര്യ, പാർലമെൻററികാര്യ സഹമന്ത്രിയാണ് ലേഖകൻ)

മാർട്ടിൻ ലൂതർ കിംഗും ഭാര്യയും ജെമിനി സർക്കസ് സന്ദർശിച്ചപ്പോൾ

ഇന്ത്യയുടെ ആദ്യ ക്യാബിനറ്റ് സെക്രട്ടറി എൻ.ആർ. പിള്ളയ്ക്കൊപ്പം

മുൻ കേന്ദ്ര മന്ത്രി വി.കെ. കൃഷ്ണമേനോടൊപ്പം

ഇ.എം.എസ്സിനും വി.കെ. കൃഷ്ണമേനോനും ഒപ്പം

കമ്മ്യൂണിസ്റ്റായ ശങ്കരേട്ടൻ

എം.എ. ബേബി

കമ്മ്യൂണിസ്റ്റുകാർ പരസ്പരം സഖാവെ എന്നാണല്ലോ വിളിക്കാറ്. സഖാവ് എന്നാൽ സഹപ്രവർത്തകൻ. തികഞ്ഞ കമ്മ്യൂണിസ്റ്റായ ജെമിനി ശങ്കരനെ എല്ലാവരും വിളിച്ചിരുന്നത് ശങ്കരേട്ടൻ എന്നാണ്. പ്രായമായവർ മുതൽ യുവാക്കൾ വരെ ശങ്കരേട്ടാ എന്നാണ് വിളിച്ചു കേട്ടിട്ടുള്ളത്. ശങ്കരേട്ടൻ പ്രായത്തിൽ കുറവുള്ളവരെ ചേട്ടാ ചേർത്ത് വിളിക്കുന്നത് കേട്ടിട്ടുണ്ട്. ഇന്ത്യൻ കമ്മ്യൂണിസ്റ്റ് പാർട്ടിയെ വിശേഷിച്ച് മലബാറിൽ വളർത്തുന്നതിൽ പ്രധാന പങ്ക് വഹിച്ച സഖാവാണ് ശങ്കരേട്ടൻ. തൊണ്ണൂറ്റൊൻപത് കഴിഞ്ഞിട്ടും പാർട്ടി പരിപാടികളിൽ അദ്ദേഹം ഓടി എത്താറുണ്ട്. കഴിഞ്ഞ 2021ലെ നിയമസഭാ തിരഞ്ഞെടുപ്പിലും ശങ്കരേട്ടൻ സജീവമായി രംഗത്തുണ്ടായിരുന്നു.

ജെമിനി ശങ്കരേട്ടൻ എനിക്ക് ഒരു മുതിർന്ന സഹോദരനെ പോലെ അടുത്ത ബന്ധമാണ് ഉണ്ടായിരുന്നത്. സി.പി.ഐ.എമ്മിന്റെ ഒരു പ്രവർത്തകൻ ആകുന്നതിനു മുമ്പ് എസ്.എഫ്.ഐയിലും ഡി,വൈ,എഫ്,ഐയിലും പ്രവർത്തിക്കുമ്പോൾ തന്നെ അദ്ദേഹത്തെ പരിചയപ്പെടാൻ എനിക്ക് അവസരം ഉണ്ടായിട്ടുണ്ട്. സർക്കസ് എല്ലാവർക്കും എന്നപോലെ മലയാളികൾക്ക് കൂടുതൽ താൽ

പര്യമുണ്ടല്ലോ. ഇന്ത്യൻ സർക്കസിന്റെ പെരുമ ആരംഭിക്കുന്നത് നമ്മുടെ കേരളത്തിലെ തലശ്ശേരിയിലാണല്ലോ... സർക്കസ് മുഖ്യമായും തലശ്ശേരിക്കാരുടെ സ്വന്തമായിരുന്ന കായിക കലാരൂപമായിരുന്നു. ഇന്നും ഏതൊരു ഇന്ത്യൻ സർക്കസ് കൂടാരത്തിലും തലശ്ശേരിക്കാർ ഉണ്ടാകും. സർക്കസിന് ഇന്ത്യയിലും ഇന്ത്യയ്ക്ക് പുറത്തും പെരുമ ഉണ്ടാക്കുന്നതിന്റെ ഏറ്റവും വലിയ ഘടകം അതിന്റെ സംവിധായകൻ, അതിന്റെ പരിശീലകൻ എന്നിവരാണ്. ഭാവന പൂർണമായി സർക്കസ് എന്ന കലാകായിക രൂപത്തെ ജനങ്ങളെ വശീകരിക്കാനും ആകർഷിക്കാനും കഴിയുന്ന വിധത്തിൽ സംവിധാനം ചെയ്യുന്നതിലും അതിന്റെ അവതരണത്തിന്റെ സൂക്ഷ്മമായ വിശദാംശങ്ങൾ ആലോചിച്ചു രൂപപ്പെടുത്തുന്നതിലും ശങ്കരേട്ടൻ വഹിച്ചിട്ടുള്ള നേതൃത്വപരമായ പങ്ക് സർക്കസിന്റെ ചരിത്രവുമായി ചേർന്ന് കിടക്കുകയാണ്.

സർക്കസ് എന്ന കലാകായിക രൂപത്തിന്റെ ചരിത്രം ആരെങ്കിലും രേഖപ്പെടുത്താൻ പുറപ്പെട്ടാൽ ശങ്കരേട്ടന്റെ ജീവിതത്തെ കാര്യമായി പരാമർശിച്ചു കൊണ്ട് മാത്രമേ പൂർത്തീകരിക്കാൻ സാധിക്കൂ. സർക്കസിന്റെ ചരിത്രം എഴുതി പൂർത്തിയാക്കാൻ ശങ്കരേട്ടന്റെ സംഭാവനകൾ പരാമർശിക്കാതെ തരമില്ല എന്ന് പറയുമ്പോൾ തന്നെ ഈ രംഗത്ത് അദ്ദേഹം നൽകിയ സംഭാവന കണക്കിലാക്കാവുന്നതാണ്. ശങ്കരേട്ടൻ അന്തരിച്ചു എന്നറിഞ്ഞപ്പോൾ വലിയൊരു ദുഃഖം എനിക്കുണ്ടായി. അതൊരു നഷ്ടത്തിന്റെ കണക്കാണ്. അദ്ദേഹത്തിന്റെ വേർപാട് സൃഷ്ടിച്ച വേദന മാത്രമല്ല എനിക്കുണ്ടായത്. ഞങ്ങൾ തമ്മിൽ ഏറ്റിട്ടുള്ള ഒരു കാര്യം നടന്നില്ല എന്ന സങ്കടം. ശങ്കരേട്ടന്റെ വീട്ടിൽ പോയിട്ട് ഒരു തവണ ഭക്ഷണം കഴിക്കണം എന്ന അദ്ദേഹത്തിന്റെ ക്ഷണം ഒരിക്കൽ ഞാൻ സ്വീകരിച്ചു. ഞാൻ ഉറപ്പായിട്ടും വീട്ടിൽ വരും എന്നും, ഒപ്പമിരുന്ന് ഭക്ഷണം കഴിക്കും എന്ന് നൽകിയ ഉറപ്പ് പാലിക്കാൻ കഴിഞ്ഞില്ല എന്നുള്ളതിന്റെ ദുഃഖം തീർത്താൽ തീരുന്നതല്ല.

ഞങ്ങൾ ഉച്ചഭക്ഷണത്തിന് പലതവണ കൂടിയിട്ടുണ്ട്. ശങ്കരേട്ടനെ പോലെ തന്നെ പ്രസിദ്ധനായ, ഏതാനും മാസങ്ങൾക്കു മുമ്പ് അന്തരിച്ച രൈരുവേട്ടൻ. അദ്ദേഹം ഒരുപക്ഷേ ഇത് വായിക്കുന്നവർക്ക് അറിയാവുന്നതു പോലെ വളരെ ശ്രദ്ധേയമായ, കൗതുകകരമായ, സവിശേഷമായ ഒരുപാട് ജീവിതാനുഭവങ്ങൾ ഉള്ള ഒരാ

ളാണ്. രൈരുവേട്ടന്റെ വീട്ടിൽ പലതവണ ഞാൻ ഭക്ഷണം കഴിക്കാൻ പോയിട്ടുണ്ട്. കണ്ണൂർ ഭാഗത്ത് എന്തെങ്കിലും പരിപാടി ഉണ്ടോ എന്ന് അറിഞ്ഞു കഴിഞ്ഞാൽ രൈരുവേട്ടൻ വിളിക്കും. ഫോൺ എടുത്താൽ അദ്ദേഹത്തിന്റെ ശബ്ദം കേൾക്കുമ്പോൾ തന്നെ അറിയാം. അത് രൈരുവേട്ടനാണെന്ന്. ബേബി എപ്പോഴാ വീട്ടിലേക്ക് വരുന്നത് എന്ന് ചോദിക്കും. ഏത് സമയത്ത്, എപ്പോഴാണ് ചെല്ലുന്നത് എന്ന് ഞാൻ പറയണം. ഒഴിഞ്ഞ് മാറാൻ സാധിക്കില്ല. എപ്പോഴെല്ലാം രൈരുവേട്ടന്റെ വീട്ടിൽ ഭക്ഷണത്തിന് പോയിട്ടുണ്ടോ അപ്പോഴെല്ലാം ഉറ്റ സുഹൃത്തായ ശങ്കരേട്ടനും അവിടെ കാണും. അവിടെ ഭക്ഷണം കഴിച്ച് വെടിവട്ടം പറഞ്ഞിരിക്കുമ്പോൾ ശങ്കരേട്ടൻ ആവശ്യപ്പെടുന്ന സ്ഥിരം കാര്യമുണ്ട്. സഖാവ് എന്റെ വീട്ടിൽ വരണം. ഒരു ദിവസം ഭക്ഷണം കഴിക്കാൻ...

ശങ്കരേട്ടൻ പല തവണ ആവ്യപ്പെട്ടിട്ടും അദ്ദേഹത്തോടൊപ്പം കണ്ണൂർ വാരത്തെ വീട്ടിൽ ഒപ്പമിരുന്ന് ഭക്ഷണം കഴിക്കാൻ സാധിച്ചില്ല. അദ്ദേഹത്തോട് വരാമെന്നും ഒപ്പമിരുന്ന് ഭക്ഷണം കഴിക്കാമെന്നും പറഞ്ഞ ഉറപ്പ് യഥാർത്ഥത്തിൽ ഇനി ഒരിക്കലും പാലിക്കാൻ പറ്റില്ല എന്നുള്ള വലിയ ഒരു ദുഃഖം എനിക്കുണ്ട്. ഒരുമിച്ചിരിക്കുമ്പോൾ അദ്ദേഹത്തിന്റെ ജീവിതവുമായി ബന്ധപ്പെട്ടിട്ടുള്ള ഒരുപാട് കഥകൾ പറഞ്ഞിട്ടുണ്ട്. സ്വാതന്ത്ര്യസമരകാലത്ത് ഉത്തരേന്ത്യയിലേക്ക് വന്നതും, മഹാത്മാഗാന്ധിയുടെ ആശ്രമത്തിൽ പോയതും... നെഹ്റുവിനെ കണ്ടതും, ചെറുപ്പക്കാരിയായിട്ടുള്ള കുട്ടിത്തം വിട്ടുമാറാത്ത ഇന്ദിരാഗാന്ധി വന്ന് സംസാരിച്ചതും, മലയാളികളാണെന്ന് അറിഞ്ഞ് അവർ വീട്ടിൽ നിന്ന് ഭക്ഷണം കൊടുത്ത സംഭവകഥയുമെല്ലാം... നെഹ്റുവിനെയും അതുപോലുള്ള ഇന്ത്യൻ രാഷ്ട്രീയത്തിലെ പ്രമുഖരെയും ഒക്കെ കാണുകയും ഇടപെടുകയും ചെയ്ത അനുഭവങ്ങൾ പങ്കുവെച്ച ശങ്കരേട്ടൻ എനിക്കൊരു ഹീറോ തന്നെയാണ്.

ആത്മസുഹൃത്തുക്കളായ രൈരുവേട്ടനോടും ശങ്കരേട്ടനോടും ഒരിക്കൽ ഞാൻ ഒരു ചോദ്യം ചോദിച്ചു. നിങ്ങൾ രണ്ടുപേരും ഇത്ര യുവാക്കളായിട്ട് കഴിയുന്നതെങ്ങനെ...? രണ്ടുപേരും ഇങ്ങനെ യുവത്വം എന്ന ചോദ്യം ചോദിക്കുമ്പോൾ ഇവരുടെ പ്രായം എൺപതുകളുടെ അവസാനം അല്ലെങ്കിൽ തൊണ്ണൂറുകളുടെ ആദ്യത്തിലാണ്. ആരോഗ്യത്തിന്റേയും യുവത്വത്തിന്റെയും രഹസ്യം എന്നു

ള്ളത് പറഞ്ഞുതരണം എന്ന് പറയുമ്പോൾ അത് ജീവിതത്തിൽ ചിട്ടയും ക്രമവും എല്ലാം പാലിക്കണം. അത് ഓരോരുത്തരും ഓരോ രീതിയിലാണ് ഞങ്ങളൊക്കെ നിഷ്ഠ ഉള്ളവരാണ്. എല്ലാം പറഞ്ഞിട്ട് അവർ ബാക്കിയുള്ള രഹസ്യം പറയേണ്ട കാര്യമില്ല എന്നും നിങ്ങൾ തന്നെ കണ്ടുപിടിക്കണം എന്നാണ് പറയുക. കുറച്ചു രഹസ്യം അവർ പറയില്ലെന്ന് പറഞ്ഞ് രണ്ടുപേരും ചിരിക്കും. ജീവിതം ആഘോഷിച്ചവരാണ് ഇവർ രണ്ടുപേരും.

(സി.പി.ഐ.(എം) പോളിറ്റ് ബ്യൂറോ അംഗവും, മുൻ മന്ത്രിയും മുൻ രാജ്യസഭാ അംഗവുമായിരുന്നു ലേഖകൻ)

എ.കെ.ജിക്കും ഇ.എം.എസ്സിനും ഒപ്പം സർക്കസ് അങ്കണത്തിൽ

മുൻ കോൺഗ്രസ് നേതാവ് ഫിറോസ് ഗാന്ധിക്കൊപ്പം

വിസ്മയങ്ങളുടെ കലാകാരൻ

കെ.സി. വേണുഗോപാൽ

പറഞ്ഞതിലും നേരത്തെയാണ് നെഹ്റു കുടുംബസമേതം ഡൽഹിയിൽ സർക്കസ് ഷോ കാണാനെത്തുന്നത്, 1962ൽ. ഡൽഹിയിലെ ഷോ ഉദ്ഘാടനം ചെയ്യാനും കാണാനുമായി നെഹ്റുവിനെ ക്ഷണിക്കുമ്പോൾ ജെമിനി ശങ്കരൻ വിചാരിച്ചുകാണില്ല നെഹ്റു എത്തുമെന്ന്, അതും വിജയലക്ഷ്മി പണ്ഡിറ്റിനും ഇന്ദിരാ ഗാന്ധിക്കുമൊപ്പം. ട്രപ്പീസിലെയും ജീപ്പ് ജംപിങ്ങിലെയും അപകടകരവും അത്ഭുതപ്പെടുത്തുന്നതുമായ പ്രകടനങ്ങളിൽ ശ്വാസം നിലച്ചുപോകുന്നതുപോലെ തോന്നിയെന്നും നമ്മുടെ രാജ്യത്തും ഇത്തരം സർക്കസുകളുണ്ടായതിൽ അഭിമാനമുണ്ടെന്നും നെഹ്റു പറഞ്ഞത് അവസാനകാലം വരെയും അഭിമാനത്തോടെ ശങ്കരേട്ടൻ ഓർത്തെടുത്ത് പറയുന്നത് കേട്ടിട്ടുണ്ട്. നെഹ്റുവിൽ തുടങ്ങിയ സൗഹൃദം ഇന്ദിരാഗാന്ധിയിൽക്കൂടി മൊറാർജി ദേശായിയിലേക്കും രാജീവ് ഗാന്ധിയിലേക്കുമെത്തി. ലോകനേതാക്കളായ മാർട്ടിൻ ലൂതർ കിങ്ങും മൗണ്ട്ബാറ്റണും കെന്നത്ത് കൗണ്ടയും ബഹിരാകാശ യാത്രികയായ വാലന്റീന തെരഷ്കോവയും ജെമിനിയുടെ സുഹൃത്തുക്കളായിരുന്നു എന്നത് ചരിത്രം.

ജംബോ സർക്കസുകളുടെ ഉടമ എന്ന നിലയിൽ മാത്രം ശങ്ക

രേട്ടനെ ഓർത്തെടുത്താൽ അതാ മനുഷ്യനോട് ചെയ്യുന്ന അനീതിയാകും. വിദേശ രാജ്യങ്ങളിലെ കലാകാരന്മാരെയും വന്യമൃഗങ്ങളെയുമൊക്കെ ഉൾപ്പെടുത്തി കാണികളിൽ ആവേശം നിറച്ച ഒരു പുതിയ സർക്കസ് സംസ്കാരത്തിന് രൂപം നൽകിയ പ്രതിഭയാണ് അദ്ദേഹം. പ്രതിസന്ധികളിൽ തളർന്നുപോകാത്ത മനസ്സും ഏത് നിമിഷവും പരാജയത്തിൽ നിന്ന് തിരിച്ചുവരാൻ കഴിയുന്നത്ര കെൽപ്പും ശങ്കരേട്ടനിൽ ആദ്യാവസാനം നിഴലിച്ചുനിന്നിരുന്നു.

ഏറെക്കാലത്തെ ബന്ധമുണ്ട് ശങ്കരേട്ടനുമായും അദ്ദേഹത്തിന്റെ കുടുംബവുമായും. മരണവാർത്ത അറിഞ്ഞപ്പോൾ നേരിട്ട് എത്താൻ കഴിഞ്ഞില്ലെങ്കിലും മകൻ അശോകുമായി ഫോണിൽ സംസാരിച്ചിരുന്നു, വേർപാടിലെ വേദന പങ്കുവെച്ചിരുന്നു. കണ്ണൂർക്കാരനായ എനിക്ക് കുട്ടിക്കാലത്ത് തലശ്ശേരിക്കാരനായ ജെമിനി ശങ്കരൻ എന്ന പേര് ഏറെ പരിചിതമായിരുന്നു. ഒരുപക്ഷേ, അതിനേക്കാൾ മനുഷ്യരും മൃഗങ്ങളും സാഹസങ്ങൾ തീർക്കുന്ന സർക്കസ് കൂടാരങ്ങൾ അന്ന് എന്നിൽ അത്ഭുതങ്ങൾ തീർത്തിരുന്നു. പിൽക്കാലത്ത് ശങ്കരേട്ടനെ അടുത്ത് പരിചയപ്പെടാനും ഇടപഴകാനും അവസരം ലഭിച്ചു. കുട്ടിക്കാലം മുതൽ കേട്ട് പരിചയിച്ച സത്യസന്ധനായ ഒരു കലാകാരനോടുള്ള ബഹുമാനം എക്കാലവും നിലനിർത്തിപ്പോന്നിരുന്നു. അദ്ദേഹത്തിന്റെ കുടുംബവുമായി അടുത്ത ബന്ധവും നിലനിർത്തിയതിനാൽ, ശങ്കരേട്ടനെ കണ്ടില്ലെങ്കിൽക്കൂടി അദ്ദേഹത്തിന്റെ മകനോട് കൃത്യമായി വിശേഷങ്ങൾ അന്വേഷിച്ചറിഞ്ഞിരുന്നു.

നാല് ദശാബ്ദക്കാലം ഇന്ത്യക്കാരുടെ കണ്ണുകളെ വിസ്മയിപ്പിച്ച കഥകളുണ്ട് ജെമിനി ശങ്കരൻ എന്ന പേരിന്റെ പിറകിൽ. തന്റെ 22ാം വയസിൽ പട്ടാളത്തിലെ സ്ഥിരവരുമാനമുള്ള ജോലി മതിയാക്കി ട്രപ്പീസിന്റെ അരക്ഷിതാവസ്ഥയിലേക്ക് നടന്നുകയറാൻ ശങ്കരേട്ടൻ തീരുമാനിച്ചിരുന്നില്ലെങ്കിൽ ഒരുപക്ഷേ കാഴ്ചയുടെ ഒരു മഹാവിരുന്നാകുമായിരുന്നു നമുക്ക് നഷ്ടപ്പെടുക. കൂട്ടുകാരൻ കണ്ണൂർ മയ്യിൽ സ്വദേശി കെ സഹദേവനുമായി ചേർന്ന് വിജയ സർക്കസ് കമ്പനി ആറായിരം രൂപയ്ക്ക് വിലയ്ക്ക് വാങ്ങുമ്പോൾ ശങ്കരേട്ടന് കൈമുതലായുണ്ടായിരുന്നത് എന്തും നേരിടാനുള്ള മാനസിക കരുത്തും ശുഭാപ്തി വിശ്വാസവും മാത്രമാണ്. 1951ൽ ഒരു ടെന്റിൽ തുടങ്ങിയ ഞാണിന്മേൽക്കളി ഇന്ത്യയിലെ ഒന്നാം നമ്പർ സർക്ക

സായി കുതിച്ചുകയറുമെന്ന് ആരും കരുതിയിരിക്കാൻ വഴിയില്ല. ഓർക്കേണ്ടത്, റഷ്യൻ സർക്കസ് ജ്വലിച്ചുനിന്ന കാലമായിരുന്നു അതെന്നാണ്.

യാത്രകളായിരുന്നു ശങ്കരേട്ടന്റെ മുന്നോട്ടുള്ള യാത്രകൾക്ക് കരുത്ത് പകർന്നത്. അദ്ദേഹത്തിന്റെ ആത്മമിത്രങ്ങളായ ക്യാപ്റ്റൻ കൃഷ്ണൻ നായരോടും രൈരു നായരോടുമൊപ്പം യാത്രകൾ നടത്തിയ ശങ്കരേട്ടൻ ആഗോളതലത്തിലുള്ള സർക്കസ് സാധ്യതകളെക്കുറിച്ച് പഠിച്ചു. ഈ പഠനമാണ് ശങ്കരേട്ടൻ പിൽക്കാലത്ത് സ്വജീവിതത്തിലേക്ക് പകർത്തിയത്. യാത്രകളിലും ചർച്ചകളിലും സുഹൃദ്‌വലയത്തിൽ പോലും ഒരുമ പുലർത്തിയിരുന്ന ആ കാലം പിന്നീട് ശങ്കരേട്ടൻ തന്നെ ഓർത്തെടുക്കുന്നത് നേരിൽ കേട്ടിട്ടുണ്ട്.

സർക്കസ് എന്ന കലയുടെ ഉയർച്ചയും താഴ്ചയും നേരിട്ട് അനുഭവിച്ചയാളാണ് ശങ്കരേട്ടൻ. സർക്കസ് ജീവിതമാക്കിയെടുത്ത അദ്ദേഹം കൂടാരത്തിലെത്തുന്ന കാണികളെ എന്നും വിസ്മയിപ്പിച്ചിരുന്നു. എന്നാൽ ഇടയ്ക്ക് കർശനമായ മൃഗസംരക്ഷണ നിയമങ്ങൾ വന്നപ്പോൾ സർക്കസിലെ പ്രധാനികളായിരുന്ന വന്യമൃഗങ്ങളെ ഉപേക്ഷിക്കേണ്ടി വന്നത് വലിയ തിരിച്ചടി ആയിരുന്നു എന്ന് അദ്ദേഹം ഒരിക്കൽ പറഞ്ഞിട്ടുണ്ട്. അപ്പോഴും സർക്കസിനെ അദ്ദേഹം നെഞ്ചോട് ചേർത്ത് വെച്ചിരുന്നു, മരിക്കുവോളം.

എക്കാലവും സാഹസികത നിറഞ്ഞ ചെറുപ്പവും പരിഷ്കാരങ്ങൾക്കായുള്ള ദാഹവും മനസ്സിൽ സൂക്ഷിച്ചിരുന്ന ശങ്കരേട്ടന്റെ ജീവിതം ഇന്ത്യൻ സർക്കസിന്റെ ചരിത്രപുസ്തകം കൂടിയാണ്, ഓരോ ഇന്ത്യക്കാരനും വായിച്ചുപഠിക്കേണ്ട പുസ്തകം. അതിന്റെ ഓരോ അധ്യായങ്ങളിലും തുടിച്ചുനിൽക്കുന്നുണ്ട് തമ്പുകളിലെ ജീവിതം. സ്നേഹത്തിന്റെയും ഐക്യത്തിന്റെയും ഭാഷയിൽ മൃഗങ്ങളും മനുഷ്യരും ഒന്നായി തുടർന്ന വിസ്മയകാലം.

(രാജ്യസഭാ അംഗവും, എഐസിസി ജനറൽ സെക്രട്ടറിയുമാണ് ലേഖകൻ)

ഹിന്ദി സിനിമാതാരം രാജേന്ദ്ര കുമാറിനൊപ്പം

മനുഷ്യസ്നേഹത്തിന്റെ തമ്പ്

എം.വി. ഗോവിന്ദൻ

'മനുഷ്യൻ , ഹാ എത്ര സുന്ദരമായ പദം' എന്നെഴുതിയത് മഹാനായ റഷ്യൻ എഴുത്തുകാരൻ മാക്സിം ഗോർക്കിയാണ്. മനുഷ്യസ്നേഹത്തിലും വിശ്വാസത്തിലും അടിയുറച്ചുനിന്ന് കർമ്മരംഗങ്ങളിൽ വലിയ ഉയരങ്ങൾ കീഴടക്കിയ മനുഷ്യരെ ഓർക്കുമ്പോഴും ഗോർക്കിയുടെ ആ വിഖ്യാത വാക്യം തന്നെയാണ് മനസ്സിൽ വരുന്നത്. അങ്ങനെയൊരു മഹദ്വ്യക്തിത്വമായിരുന്നു ഇന്ത്യൻ സർക്കസിന്റെ കുലപതിയെന്ന് വിശേഷിപ്പിക്കപ്പെടുന്ന ജെമിനി ശങ്കരൻ.

ഇന്ത്യൻ സർക്കസിൽ ജെമിനി ശങ്കരൻ ഉയർത്തിപ്പിടിച്ചത് സർക്കസ് എന്ന കലയുടെയും അഭ്യാസത്തിന്റെയും അത്ഭുതങ്ങൾ മാത്രമല്ല. അതിനെല്ലാമപ്പുറം സഹജീവികളായ മനുഷ്യരോടുള്ള അദമ്യമായ ആഭിമുഖ്യവും കാരുണ്യവും പീഡിതപക്ഷപാതിത്വവും നിറഞ്ഞ രാഷ്ട്രീയവീക്ഷണം കൂടിയാണ്. ഏതു നേരത്തും മനുഷ്യസ്നേഹത്തിന്റെ വറ്റാത്ത ഉറവയായി അടുത്തറിഞ്ഞ മനുഷ്യർക്ക് ഒരിക്കലും മറക്കാനാവാത്ത സാന്നിധ്യമായാണ് തന്റെ 99-ാം വയസ്സിൽ മൂർക്കോത്ത് വെങ്ങക്കാട്ട് ശങ്കരൻ എന്ന മഹാമനുഷ്യൻ ഇവിടംവിട്ട് കടന്നുപോയത്.

സർക്കസിന്റെ കളരിയിൽ മാത്രമല്ല കണ്ണൂരിന്റെ സവിശേഷമായ

കമ്മ്യൂണിസ്റ്റ് രാഷ്ട്രീയക്കളരിയിലും ചുവടുവെച്ചതിന്റെ ഫലമായി ലഭിച്ച ഒരു ജീവിതകാഴ്ചപ്പാട് ജെമിനി ശങ്കരൻ ലോകത്തിന്റെ ഏതറ്റത്തേക്ക് യാത്ര ചെയ്യുമ്പോഴും കൂടെപ്പിടിച്ചിരുന്നുവെന്നാണ് ഞാൻമനസ്സിലാക്കുന്നത്. അസാധാരണമായ ആ ലാളിത്യത്തിനും എളിമയ്ക്കും തൊഴിലാളി വർഗ്ഗവീക്ഷണത്തിനും ഒട്ടും മങ്ങലേറ്റിരുന്നില്ല; അദ്ദേഹം പ്രതിഭയുടെയും പ്രശസ്തിയുടെയും നെറുകയിൽ വിഹരിച്ച് മടങ്ങിവരുമ്പോഴും.

ജെമിനി ശങ്കരന്റെ സഹോദരനായിരുന്നു കണ്ണൂരിലെ പ്രമുഖ കമ്മ്യൂണിസ്റ്റ് നേതാവ് മൂർക്കോത്ത് കുഞ്ഞിരാമൻ. പാർട്ടിയുടെ നേതാവ് എന്നതിനപ്പുറത്ത് കണ്ണൂരിലെ അറിയപ്പെടുന്ന സൈദ്ധാന്തിക അധ്യാപകൻ കൂടിയായ അദ്ദേഹത്തിന്റെ പ്രസംഗം ഞാൻ പലതവണ കേട്ടിട്ടുണ്ട്. കമ്മ്യൂണിസ്റ്റ് കുടുംബമായതിനാൽ തന്നെ ആ കുടുംബം പലതവണ രാഷ്ട്രീയ ശത്രുക്കളുടെ അതിക്രമങ്ങൾക്ക് ഇരയായതും അറിയാം. അവിടെ അക്രമികളോട് ചില സർക്കസ് അഭ്യാസങ്ങളൊക്കെ വശമുള്ളത് കൊണ്ടാണ് പിടിച്ചു നിന്നതെന്ന് ശങ്കരേട്ടൻ തന്നെ പറയുന്നത് കേട്ടിട്ടുണ്ട്. സർക്കസിന്റെ കേരളത്തിലെ വളർത്തച്ഛൻ കീലേരിക്കുഞ്ഞിക്കണ്ണന്റെ കളരിയിലായിരുന്നു അക്കാലത്ത് ശങ്കരൻ.

1942ൽ രണ്ടാംലോകയുദ്ധകാലത്ത് ജെമിനി ശങ്കരൻ പട്ടാളത്തിൽ ചേരുന്നതുപോലും കമ്മ്യൂണിസ്റ്റ് പാർട്ടിയുടെ രഹസ്യ തീരുമാന പ്രകാരമായിരുന്നുവെന്ന് അദ്ദേഹം തന്റെ ജീവിതകഥയിൽപറയുന്നു. നാലുവർഷമാണ് ശങ്കരൻ പട്ടാളത്തിലുണ്ടായിരുന്നത്. തലശ്ശേരിയിലെ സർക്കസ് തമ്പുകൾ തിരിച്ചുവിളിച്ചപ്പോൾ പട്ടാളത്തമ്പുകളോട് സലാം പറഞ്ഞു. അഡോൾഫ് ഹിറ്റ്ലർ മലക്കപ്പിശാച് എന്ന് വിളിച്ച കണ്ണൻ ബൊമ്പായിയാണ് അക്കാലത്തെ ഏറ്റവും പ്രസിദ്ധനായ സർക്കസ് അഭ്യാസി. കീലേരിയാകട്ടെ സർക്കസിലെ കിരീടം വെക്കാത്ത രാജാവും. കീലേരിയുടെ ശിഷ്യൻ എ കെ രാമൻ ഗുരുക്കളുടെ കീഴിലായിരുന്നു ശങ്കരേട്ടന്റെ തുടർപരിശീലനം. കൊൽക്കത്തയിലെ പേരുകേട്ട ഒരു സർക്കസ് കമ്പനിയിൽ ട്രപ്പീസ് കളിക്കാരനായി ചേരുന്നതോടെയാണ് ശങ്കരന്റെ സർക്കസിലെ ദിഗ്വിജയ യാത്രകളുടെ ആരംഭം.

1951ൽ സുഹൃത്ത് സഹദേവനുമായി ചേർന്ന് ശങ്കരൻ മഹാരാഷ്ട്രയിലെ വിജയാ സർക്കസ് വിലയ്ക്ക് വാങ്ങിയതോടെ ശങ്കരന്റെ

ജീവിതത്തിൽ മറ്റൊരു അധ്യായം തുറന്നു. ഒരു സർക്കസ് കലാകാരൻ തന്നെ സർക്കസ് ഉടമയുമായതോടെ വിജയാ സർക്കസ് വലിയ വിജയങ്ങൾക്കുവേണ്ടി വഴിമാറി. അതായിരുന്നു ജെമിനി സർക്കസ്. ഗുജറാത്തിലെ ബില്ലിമോറയിലെ ആദ്യ പ്രദർശനത്തിലൂടെ തന്നെ ജെമിനി സർക്കസ് ചരിത്രത്തിൽ ഇടം നേടി. ജെമിനിക്ക് പിന്നീട് ഒരു സഹോദരസ്ഥാപനവും പിറന്നു - ജെംബോ.

ജെമിനി ഇന്ത്യയിൽ മാത്രമല്ല വിദേശത്തും പ്രസിദ്ധമായി. സർക്കസുമായുള്ള ലോകയാത്രയിൽ നിരവധിയായ ലോകനേതാക്കൾ ശങ്കരേട്ടന്റെയും സുഹൃത്തുക്കളായി. 1959ൽ ദില്ലിയിൽ ജെമിനി സർക്കസ് ഉദ്ഘാടനം ചെയ്തത് പണ്ഡിറ്റ് ജവഹർലാൽ നെഹ്റുവായിരുന്നു. എകെജിയുടെ കൂടി ക്ഷണപ്രകാരമായിരുന്നു അത്. എകെജിയുമായി ശങ്കരനുണ്ടായ ഗാഢമായ സൗഹൃദം ഒരർത്ഥത്തിൽ സർക്കസിനും ഗുണം ചെയ്തു. ഇന്ത്യൻ സർക്കസിന്റെ വളർച്ചക്ക് വേണ്ടി പാർലമെന്റിനകത്തും പുറത്തും എകെജി പലതവണ ശബ്ദമുയർത്തി.

മദ്രാസിൽ ജെമിനിയുടെ പ്രദർശനം ഉദ്ഘാടനം ചെയ്തത് അന്നത്തെ മുഖ്യമന്ത്രി എംജിആറായിരുന്നു. ബംഗാളിൽ പ്രദർശനത്തിന് മൈതാനം കിട്ടാതെ വന്നപ്പോൾ ജ്യോതിബസുവിന് ഇഎംഎസ് നൽകിയ കത്താണ് ശങ്കരേട്ടന് തുണയായത്. ലേഡി മൗണ്ട്ബാറ്റണും മാർട്ടിൻ ലൂഥർ കിങ്ങും ജവഹർലാൽ നെഹ്റുവും ഡോ. എസ്. രാധാകൃഷ്ണനും ദലൈലാമയും മൊറാർജിദേശായിയും ഇന്ദിരാഗാന്ധിയും എകെജിയും ഇഎംഎസുമെല്ലാം നിറഞ്ഞുനിൽക്കുന്ന ആ നീണ്ട സൗഹൃദകാലങ്ങളുടെ ബ്ലാക് ആന്റ് വൈറ്റ് ചിത്രങ്ങളെല്ലാം ശങ്കരേട്ടൻ നിധിപോലെ സൂക്ഷിച്ചിരുന്നു. ഇന്ത്യൻ സർക്കസിനും ഈ മനുഷ്യനും ചരിത്രത്തിലുള്ള സ്ഥാനമെന്താണെന്ന് കണ്ടെത്താൻ ആ ചിത്രങ്ങൾതന്നെ ധാരാളമാണ്.

ഇന്ത്യയിലെ വിനോദ വ്യവസായ രംഗത്തിന്റെ നെടുംതൂൺ തന്നെ ഒരു കാലത്ത് സർക്കസായിരുന്നു. സിനിമ പോലും എത്താതിരുന്ന വിദൂരഗ്രാമങ്ങളിലെല്ലാം സർക്കസ് ആളുകളെ ആനന്ദിപ്പിക്കാനെത്തിയിരുന്നു. സിനിമയ്ക്ക് മുമ്പ് മനുഷ്യർ ജാതിഭേദമെന്യേ ഒരുമിച്ചിരുന്ന് ആസ്വദിച്ച കലയും സർക്കസായിരുന്നുവെന്ന് പറയാം. ഇന്ത്യയുടെ വൈവിധ്യങ്ങൾ സർക്കസ് തമ്പിനകത്തും പുറത്തും മുഴങ്ങിയിരുന്നു. ദേശീയമായി മാത്രമല്ല അന്തർദേശീയ

മായും സർക്കസ് മനുഷ്യരെയും സംസ്കാരങ്ങളെയും കൂട്ടിയിണക്കുന്ന കണ്ണിയായി പ്രവർത്തിച്ചു. ഇന്ത്യൻ സർക്കസിന്റെ കപ്പിത്താൻ ജെമിനി ശങ്കരനെ ആ അർത്ഥത്തിൽ ഇന്ത്യയുടെ സാംസ്കാരിക വൈവിധ്യങ്ങളുടെ അംബാസിഡറെന്നും നമുക്ക് വിശേഷിപ്പിക്കാം.

തലശ്ശേരിക്കാർക്ക് സർക്കസ് അവരുടെ ജീവിതമായിരുന്നു. നാടെങ്ങും ദാരിദ്ര്യം നടമാടിയ കാലത്ത് നൂറുകണക്കിന് കുടുംബങ്ങളുടെ വയർ നിറച്ചിരുന്ന ജീവിതമാർഗ്ഗമായിരുന്നു സർക്കസ്. സർക്കസിലെ ജോലിയെന്നത് പിന്നീട് ഒരു ഉപജീവനം എന്നതിനപ്പുറത്ത് തലശ്ശേരിക്കാരുടെ അഭിമാനവും ആവേശവുമായി. കാലം മുന്നോട്ട് കുതിക്കവേ സർക്കസിന്റെ പ്രതാപങ്ങളെല്ലാം കടങ്കഥയായിട്ടുണ്ടെന്നത് നേര്. പക്ഷേ സർക്കസ് ഒരു ജനതയെ സ്വാധീനിച്ച ചരിത്രവഴികളൊന്നും മാഞ്ഞുപോയിട്ടില്ല. ആ ചരിത്രത്തിന്റെ ഏറ്റവും ഊർജ്ജസ്വലമായ ഒരു ഓർമ്മപോലെയാണ് ജെമിനി ശങ്കരൻ നമുക്കിടയിൽ ജീവിച്ചത്.

സർക്കസിനോട് താല്ക്കാലികമായി വിടപറഞ്ഞ് കണ്ണൂർ വാരത്തെ വീട്ടിൽ വിശ്രമജീവിതത്തിലായിരുന്നപ്പോഴും വിശ്രമം എന്ന വാക്ക് ശങ്കരേട്ടന് അറിയുമായിരുന്നില്ലെന്ന് തോന്നിയിട്ടുണ്ട്. സദാ ജാഗരൂകമായി ലോകസംഭവവികാസങ്ങളെ വീക്ഷിച്ചുകൊണ്ടും വിലയിരുത്തിക്കൊണ്ടും സൗമ്യമായി തന്റെ ഇടതുപക്ഷ നിലപാടുകൾക്ക് മൂർച്ച വരുത്തുന്ന ഒരാളായാണ് അദ്ദേഹത്തെ കാണുമ്പോഴെല്ലാം വ്യക്തിപരമായി എനിക്ക് അനുഭവപ്പെട്ടിരുന്നത്. ഒപ്പംതന്നെ കാലത്തെയും പ്രായത്തെയുമെല്ലാം തലതിരിച്ചിടുന്ന സവിശേഷമായ അദ്ദേഹത്തിന്റെ സ്വഭാവവിശേഷങ്ങളും ബഹുമാനരീതികളും ആരെയുംപോലെ എന്നിലും കൗതുകം ജനിപ്പിച്ചിരുന്നു.

അതിലൊന്നാണ് അദ്ദേഹത്തിന്റെ ഏട്ടാ എന്നുള്ള വിളി. എല്ലാവരെയും പോലെ എന്നെയും ഗോവിന്ദേട്ടാ എന്നാണ് 99ാം വയസ്സിലും ശങ്കരേട്ടൻ വിളിച്ചിരുന്നത്. ആ വിളി കളങ്കമില്ലാത്ത ഒരു സ്നേഹബഹുമാന മാതൃകയായാണ് എനിക്കും അനുഭവപ്പെട്ടിരുന്നത്. വീട്ടിലെത്തുന്ന അതിഥികൾക്കെല്ലാം സ്വന്തം കൈകൊണ്ട് തന്നെ ഭക്ഷണപാനീയങ്ങൾ പകർന്നുനല്കണമെന്നും അദ്ദേഹത്തിന് നിർബന്ധമുണ്ടായിരുന്നു.

ശങ്കരേട്ടൻ നൂറ് വയസ്സ് തികയുന്നതിനുമുമ്പ് മരിക്കുമെന്ന് ഞാൻ കരുതിയിരുന്നില്ല. അദ്ദേഹത്തന്റെ 99ാം പിറന്നാളിന് സുഹൃത്തുക്കളെല്ലാം ചേർന്ന നടത്തിയ ആഘോഷം ഉദ്ഘാടനം ചെയ്യാനുള്ള അവസരം എനിക്കാണ് കൈവന്നത്. പ്രായത്തെ ബഹുദൂരം പിന്നിലാക്കിയുള്ള അദ്ദേഹത്തിന്റെ അന്നത്തെ ഉത്സാഹം കണ്ട് നൂറാം പിറന്നാളും ഗംഭീരമാക്കണമെന്ന് ഞാൻ പറയുകയുണ്ടായി. പക്ഷേ നൂറാകാൻ ശങ്കരേട്ടൻ കാത്തുനിന്നില്ല. അദ്ദേഹത്തിന്റെ പ്രിയസ്നേഹിതൻ ചാത്തോത്ത് രൈരുനായരെപ്പോലെ 99ൽ തന്നെ ജീവിതം പൂർണ്ണമാക്കി.

രൈരുനായർ, ക്യാപ്റ്റൻ കൃഷ്ണൻനായർ, ജെമിനി ശങ്കരൻ - ഇവർ മൂവരും ചേർന്ന സൗഹൃദക്കൂട്ടായ്മ കണ്ണൂർക്കാർക്ക് സുപരിചിതമാണ്. ഏതർത്ഥത്തിലും കണ്ണൂരിന്റെ വെളിച്ചമായിരുന്നു ഈ മനുഷ്യർ. കൃഷ്ണൻനായർ കൂടുതൽക്കാലവും കേരളത്തിന് പുറത്തായിരുന്നതിനാൽ കൂട്ടുചേരലുകൾ കുറഞ്ഞു കാണണം. പക്ഷേ രൈരുനായരും ശങ്കരേട്ടനും ഒരു കുടുംബം പോലെയാണ് കഴിഞ്ഞിരുന്നത്.

പ്രായത്തിൽ വലിയ വ്യത്യാസമുണ്ടെങ്കിലും ഈ മൂവരുമായും ആഴത്തിലുള്ള സൗഹൃദമുണ്ടായിരുന്നു മുഖ്യമന്ത്രി പിണറായി വിജയന്. സൗഹൃദത്തിനപ്പുറത്തെ സഹോദരതുല്യമായ സ്നേഹവാത്സല്യങ്ങൾ പിണറായി കണ്ണൂരിലെത്തുമ്പോഴെല്ലാം മൂവരെയും കൂട്ടിയിണക്കി. പിണറായി മുഖ്യമന്ത്രിയായപ്പോൾ രൈരുനായരെയും ജെമിനി ശങ്കരനെയും അദ്ദേഹം ക്ലിഫ് ഹൗസിലേക്ക് പ്രത്യേകം ക്ഷണിച്ചുവരുത്തിയിരുന്നു. ഇരുവരുടേയും ആരോഗ്യ -ചികിത്സാകാര്യങ്ങളിലും മുഖ്യമന്ത്രി ദത്തശ്രദ്ധനായിരുന്നു.

പ്രമുഖ സ്വാതന്ത്ര്യസമരസേനാനിയും ഗാന്ധിശിഷ്യനുമായ രൈരുനായർ 2020ൽ മരിച്ചതോടെ ശങ്കരേട്ടന് സൗഹൃദത്തിന്റെ ഏറ്റവും വലിയ താങ്ങാണ് നഷ്ടമായത്. പ്രായാവശതകളേക്കാൾ പ്രിയ സുഹൃത്തിന്റെ വിയോഗമാണ് അദ്ദേഹത്തെ തളർത്തിയതെന്ന് തോന്നിയിരുന്നു.

2022 സപ്റ്റംബറിൽ ഞാൻ പാർട്ടി സംസ്ഥാന സെക്രട്ടറിയായി ചുമതലയേറ്റശേഷം നാട്ടിലേക്ക് വരികയായിരുന്നു. പുലർച്ചെ 5 മണിക്ക് മാവേലി എക്സ്പ്രസിൽ കണ്ണൂർ റെയിൽവേ സ്റ്റേഷനിലെത്തിയപ്പോൾ നൂറുകണക്കിന് പാർട്ടി പ്രവർത്തകരാണ് സ്വീക

രിക്കാനെത്തിയത്. ആ ആൾക്കൂട്ടത്തിൽ നൂറു വയസ്സിലേക്ക് കാലെടുത്തുവെച്ചു നിൽക്കുന്ന ശങ്കരേട്ടനെയും കണ്ടപ്പോൾ ഞാൻ അമ്പരന്നുപോയി. ആ സ്നേഹവായ്പിനോട് എങ്ങനെ നന്ദി പറയണമെന്നറിയാതെ ഞാൻ അദ്ദേഹത്തിന്റെ കൈകൾ കൂട്ടിപ്പിടിക്കുക മാത്രം ചെയ്തു. സൗഹൃദത്തിന് നൽകുന്ന വിലയുടെ ആഴവും പരപ്പുംകൊണ്ട് അങ്ങനെ ഓരോ കൂടിക്കാഴ്ചയിലും അത്ഭുതപ്പെടുത്തുന്ന ഒരു ജീവിതം തന്നെയായിരുന്നു ജെമിനി ശങ്കരൻ.

മരിക്കുന്നതിന് ഒരാഴ്ച മുമ്പും ഞാൻ അദ്ദേഹത്തെ കാണാൻ ചെന്നിരുന്നു. വലിയ അവശതകളിലും എഴുന്നേറ്റിരുന്ന് ശാന്തമായി സംസാരിച്ചു. മരിക്കുന്നതിനുമുമ്പ് വീട്ടുകാർ കേട്ട അദ്ദേഹത്തിന്റെ അവസാനത്തെ ശബ്ദമായിരുന്നുവത്രേ അത്. അവിടെയുണ്ടായിരുന്ന രൈരുനായരുടെ മകൻ പിന്നീട് അക്കാര്യം പറഞ്ഞപ്പോൾ സത്യത്തിൽ ഞാൻ വല്ലാതായി. കണ്ണൂരിൽ അദ്ദേഹത്തിന് അന്ത്യാഞ്ജലിയർപ്പിക്കാനെത്തിയ ആയിരക്കണക്കിന് സാധാരണക്കാരായ മനുഷ്യരിലെല്ലാം ആ ദുഃഖത്തിന്റെ ഏറ്റിറക്കങ്ങൾ തന്നെയാണ് ഞാൻ പലയളവിൽ കണ്ട്.

ചുരുക്കിപ്പറഞ്ഞാൽ, തമ്പിലെ വിസ്മയങ്ങളെപ്പോലെ തന്നെ സ്നേഹത്തിന്റെയും സമഭാവനയുടെയും വിസ്മയപ്രകടനങ്ങളിലൂടെയുമാണ് ജെമിനി ശങ്കരൻ എല്ലാവരുടേയും മനസ്സിൽ നിറഞ്ഞു നിൽക്കുന്നത്. കണ്ണൂരിന്റെ എക്കാലത്തെയും വലിയ സ്നേഹമാതൃക.

(സി.പി.ഐ.(എം) സംസ്ഥാന സെക്രട്ടറിയും, പോളിറ്റ് ബ്യൂറോ അംഗവും, മുൻ മന്ത്രിയുമാണ് ലേഖകൻ)

സർക്കസിന്റെ മേളം

മട്ടന്നൂർ ശങ്കരൻകുട്ടി മാരാർ

സർക്കസിലെ ട്രിപ്പീസ് കളിക്കാരൻ എന്ന നിലയിലാണ് ജെമിനി ശങ്കരേട്ടന്റെ തുടക്കം. താളവും സമയവും എല്ലാം കിറുകൃത്യമായി വന്നാൽ മാത്രമേ ഒരു നല്ല ട്രിപ്പീസ് കളിക്കാരന് വിജയിക്കുവാൻ സാധിക്കുകയുള്ളൂ. അത്തരത്തിൽ താളവും സമയവും എല്ലാം കൃത്യമായി വന്നാൽ മാത്രമേ ഒരു മേളക്കാരന് വിജയിക്കുവാനും സാധിക്കുകയുള്ളൂ. പേരുകൊണ്ടും, മുൻപ് പറഞ്ഞ താളങ്ങൾ കൊണ്ടും ഒരേ നാട്ടുകാരാണ് ഞാനും ജെമിനി ശങ്കരേട്ടനും. ശങ്കരേട്ടൻ തന്നെ പലപ്പോഴും പലരോടും പറയുന്നത് കേട്ടിട്ടുണ്ട് ഞങ്ങൾ ഒരേ പേരുകാരും നാട്ടുകാരുമാണ് എന്നത്. അതുകൊണ്ട് ഞാൻ അഭിമാനത്തോടെ പല വേദികളിലും ശങ്കരേട്ടന്റെ നാട്ടുകാരനാണെന്ന് പറയാറുണ്ട്. തലശ്ശേരിയിൽ നിന്നുള്ള സർക്കസ് കളിക്കാരും പരിശീലകരും ഇന്ത്യൻ സർക്കസ് കമ്പനികളിൽ ഇന്നും വളരെ ആദരിക്കപ്പെടുന്നു. ആദ്യകാലങ്ങളിൽ സർക്കസ് കലാകാരന്മാർക്ക് ലഭിച്ചിരുന്ന പ്രാധാന്യം വളരെ പ്രശസ്തമാണ്. ഇന്ന് സിനിമകളിലെ സൂപ്പർസ്റ്റാറിന്റെ പദവിയാണ് ആദ്യകാലങ്ങളിൽ സർക്കസ് കലാകാരന്മാർക്ക് സമൂഹം നൽകിയിരുന്നത്. ഇത് രേഖപ്പെടുത്തുന്നതാണ് ആദ്യകാല പല സിനിമകളും. പല സിനിമ

കളിലും സർക്കസ് കലാകാരന്മാർ കേന്ദ്ര കഥാപാത്രമായി വന്ന ചലച്ചിത്രങ്ങളുണ്ട്. അതിലെല്ലാം വീരപരിവേഷം നൽകുന്ന സർക്കസ് കലാകാരന്മാരെ കാണാം. താളത്തിനൊത്ത് ട്രിപ്പീസ് കളിച്ചിരുന്ന ഞാനും താളത്തിനൊത്ത് ചെണ്ടയിൽ കോല് വെയ്ക്കുന്ന നിങ്ങളും ഒരേ ഗണത്തിൽപ്പെടുന്ന ആളുകളാണെന്ന് അദ്ദേഹം പറയുമായിരുന്നു.

ജെമിനി ശങ്കരൻ എന്ന സർക്കസിന്റെ കുലപതിയെ ഒരു സൂപ്പർസ്റ്റാറിന്റെ പരിവേഷത്തോടു കൂടിയാണ് കുട്ടിക്കാലം മുതൽ കേട്ടറിഞ്ഞത്. അദ്ദേഹത്തെ ഒരു നോക്കു കാണുക എന്നുള്ളത് ഒരു വലിയ അഭിലാഷമായി കൊണ്ടു നടന്നിരുന്ന ഒരു കുട്ടിക്കാലവും എനിക്കുണ്ടായിരുന്നു. ജെമിനി ശങ്കരന്റെ ആതിഥ്യം സ്വീകരിച്ചവർ എത്രയോ പേരാണ്. അവരെല്ലാം ഒരേ സ്വരത്തിൽ പറഞ്ഞു കേട്ടിട്ടുള്ള അനുഭവങ്ങൾ എന്നെ വല്ലാതെ ആകർഷിച്ചിട്ടുണ്ട്. അത് പലകുറി അനുഭവിച്ച വ്യക്തിയാണ് ഞാനും. തൊണ്ണൂറ് കഴിഞ്ഞിട്ടും ചുറുചുറുക്കോടെ ഓടിനടന്ന ശങ്കരേട്ടനെ എങ്ങനെ മറക്കുവാൻ കഴിയും.

തൊണ്ണൂറ്റി ഒൻപതാം വയസ്സിലും മട്ടന്നൂരിൽ നടന്ന, എനിക്കായി ഒരുക്കിയ സ്വീകരണയോഗത്തിൽ ശങ്കരേട്ടൻ എത്തി. ശങ്കരേട്ടൻ ചടങ്ങിൽ എത്തിയത് വലിയൊരു അനുഗ്രഹമായി യോഗത്തിൽ പങ്കെടുത്ത ഞാനും അന്ന് അവിടെ കൂടിയിരുന്ന എല്ലാവരും പറയുകയുണ്ടായി. എന്നാൽ ശങ്കരേട്ടൻ പറഞ്ഞത് മറ്റൊന്നായിരുന്നു. എന്നെ ഈ ചടങ്ങിലേക്ക് ക്ഷണിച്ചത് വലിയ ഒരു അംഗീകാരമായി കാണുന്നു എന്നാണ്. എന്റെ പേരിന് സാമ്യമുള്ള മട്ടന്നൂർ ശങ്കരൻകുട്ടി മാരാരെ ആദരിക്കുന്ന ചടങ്ങ് എന്റെ അയൽ പ്രദേശമായ മട്ടന്നൂരിന്റെ മഹത്വം വിളിച്ചോതിയ മനുഷ്യൻ അദ്ദേഹത്തെ ആദരിക്കുവാൻ കിട്ടുന്ന ചടങ്ങിൽ സംബന്ധിക്കുക എന്നത് ഒരു പുണ്യമായി ഞാൻ കരുതുന്നു എന്ന് പറഞ്ഞത് സത്യത്തിൽ ഞങ്ങളെ ആകെ ഞെട്ടിച്ചു. ശങ്കരേട്ടന്റെ സാന്നിധ്യമായിരുന്നു ഞങ്ങളുടെ അനുഗ്രഹം അത്ര വിനയമുള്ള ഒരു മനുഷ്യനെ ഞാനെന്റെ ജീവിതത്തിൽ ഇന്നേവരെ കണ്ടുമുട്ടിയിട്ടില്ല. വിനയത്തിന്റെ പര്യായമായി തന്നെ പലരും സൂചിപ്പിക്കുന്ന ശങ്കരേട്ടനെ ഞാനും അപ്രകാരം തന്നെ സൂചിപ്പിക്കട്ടെ.

എത്രയോവട്ടമാണ് ശങ്കരേട്ടനുമായി ഒരുമിച്ചിരിക്കുവാൻ സാധിച്ചിട്ടുള്ളത്. ആഘോഷങ്ങളെക്കുറിച്ച് വലിയ അറിവുള്ള മനുഷ്യ

നായിരുന്നു ശങ്കരേട്ടൻ എന്ന് അദ്ദേഹത്തോടൊപ്പം സംസാരിക്കു മ്പോഴാണ് ഞാൻ തിരിച്ചറിഞ്ഞത്. വിശാലമായ ലോകപരിചയം അദ്ദേഹത്തെ വലിയ മനുഷ്യനാക്കി. ഏതു വിഷയത്തെക്കുറിച്ചും ആധികാരികമായി സംസാരിക്കുവാനും അഭിപ്രായം പറയുവാനു മുള്ള ശങ്കരേട്ടന്റെ കഴിവ് അപാരം തന്നെയാണ്. ആ കഴിവിനു മു ന്നിൽ ശിരസ്സ് നമിക്കുവാൻ ഞാൻ എന്നും തയ്യാറുമാണ്. അറിവി ന്റെ ഈ നിറകുടം അനുഭവത്തിൽ നിന്നുതന്നെ സ്വന്തമാക്കിയ അപൂർവ്വം വ്യക്തികളിൽ ഒരാളാണ് ശങ്കരേട്ടൻ. പുസ്തകങ്ങളിൽ നിന്ന് വായിച്ചെടുത്ത അറിവായിരുന്നില്ല ശങ്കരേട്ടനിൽ നമ്മൾ കാ ണുന്നത്. അനുഭവങ്ങളിൽ നിന്ന് ലഭിച്ച അറിവുകൾ തന്നെയാണ് ആ വലിയ മനുഷ്യന്റെ മഹത്വം. ആ മഹത്വം കാലങ്ങൾ എത്ര പോയാലും മായ്ച്ചു കളയുവാൻ സാധിക്കുന്ന ഒന്നല്ല. ജനമനസ്സു കളിൽ ശങ്കരേട്ടൻ എന്നും നിലനിൽക്കും.

ഹിന്ദുമത ആചാര്യനാണ് ആദിശങ്കരൻ. അദ്ദേഹം നമ്മുടെ രാ ജ്യത്തെ നാല് കേന്ദ്രങ്ങളിലായി ശങ്കരാചാര്യ മഠങ്ങൾ സ്ഥാപിച്ചു. അങ്ങിനെ ഹിന്ദുമതം വളരെ ശക്തമാക്കുന്നതിന് ആദിശങ്കരൻ ചെ യ്ത പ്രവർത്തനം വളരെ പ്രശസ്തവും ശ്ലാഘനീയവും ആണ്. ശ ങ്കരാചാര്യ എന്ന വാക്ക് ശങ്കരൻ എന്നും ആചാര്യ എന്നും രണ്ടാ യി വിഭജിക്കാം. ഈ രണ്ട് വാക്കുകൾ ചേർന്നാണ് ശങ്കരാചാര്യർ എന്ന നാമം ഉണ്ടായത് എന്ന് നാം അറിയണം. ആചാര്യൻ എ ന്നാൽ അധ്യാപകൻ എന്നാണ് അർത്ഥം. നമ്മുടെ കേരളത്തിന്റെ പെരുമ തന്നെയാണ് ശങ്കരാചാര്യയുടെ പ്രവർത്തിയിലൂടെ സംഭ വിച്ചത് എന്നതും നാം തിരിച്ചറിയേണ്ടതുണ്ട്. നമ്മുടെ കേരളത്തെ പ്രശസ്തിയിൽ എത്തിച്ച ഒട്ടേറെ ശങ്കരന്മാർ ഉണ്ട് എന്ന് പറയു വാനാണ് ആമുഖമായി ഇങ്ങനെ എഴുതിയത്. ഇന്ത്യയിൽ കമ്മ്യൂ ണിസം വളർത്തിയത് ഇ. എം. ശങ്കരൻ നമ്പൂതിരിപ്പാടാണ്. രാജ്യ ത്ത് കാർട്ടൂൺ കലയുടെ വളർച്ചയ്ക്ക് പ്രധാന പങ്കുവഹിച്ച വ്യ ക്തിയാണ് കായംകുളത്തുകാരൻ കാർട്ടൂണിസ്റ്റ് ശങ്കർ. അദ്ദേഹത്തെ കാർട്ടൂൺ കലയുടെ കുലപതിയായി രാജ്യം അംഗീകരിച്ചു. ഇന്ത്യൻ സർക്കസിന്റെ കുലപതിയാണ് ജെമിനി ശങ്കരൻ. തലശ്ശേരിയിൽ ജനിച്ച് ഇന്ത്യ മുഴുവനും സർക്കസ് പ്രചരിപ്പിച്ച്, ഇന്ത്യൻ സർക്ക സിന് പുതിയ മാനം നൽകിയ വ്യക്തിയാണ് ജെമിനി ശങ്കരൻ. അ ങ്ങനെ ശങ്കരന്മാർ നമ്മുടെ കേരളത്തിന്റെ ചരിത്രകാരൻമാരായ കാ ഴ്ചയാണ് നാം കാണുന്നത്. ആദിശങ്കരനും, കാർട്ടൂണിസ്റ്റ് ശങ്കറി

നും, ഇ. എം. ശങ്കരൻ നമ്പൂതിരിപ്പാടിനും പിന്നാലെ ജെമിനി ശങ്കരനും യാത്രയായി. ഇവരൊക്കെ നമ്മുടെ മനസ്സുകളിൽ പതിപ്പിച്ചു പോയ ഓർമ്മകൾ ശക്തമുള്ളതാണ്. അവരുടെ നാൾവഴികൾ കാലമെത്ര മാറിയാലും നമ്മൾ മറക്കുകയുമില്ല. ചിലർ അങ്ങനെയാണല്ലോ. ജീവിതത്തിൽ ഒട്ടേറെ സംഭാവനകൾ സമൂഹത്തിന് നൽകി അവർ അവരുടെ സ്ഥാനം ജനമനസ്സുകളിൽ ഉറപ്പിക്കുന്നു. ഇവിടെ എല്ലാ ശങ്കരന്മാരും ജനം മനസ്സുകളിൽ മരണശേഷവും നിറഞ്ഞുനിൽക്കുന്നു എന്ന് നാം തിരിച്ചറിയണം.

സർക്കസ് എന്ന വാക്ക് മലയാള ഭാഷയിൽ നിലനിൽക്കുന്നിടത്തോളം കാലം ജെമിനി ശങ്കരൻ എന്ന മനുഷ്യനും സർക്കസ് എന്ന കലാരൂപത്തോടൊപ്പം തന്നെ ചേർന്നുനിൽക്കുന്നു എന്നു ഞാൻ ഉറച്ചു വിശ്വസിക്കുന്നു. സൂപ്പർ താരപദവികൾ ഉള്ള പലരെയും നേരിൽ കാണുകയും അവരോടൊപ്പം ചെലവഴിക്കുകയും ചെയ്യുന്നത് അപ്രാപ്യമായ ഒരു കാര്യമാണല്ലോ... പക്ഷേ ശങ്കരേട്ടൻ അങ്ങനെ ആയിരുന്നില്ല. അദ്ദേഹത്തിന്റെ നൂറാം ജന്മദിനത്തിൽ ക്ഷണിച്ചാലും ഇല്ലെങ്കിലും പങ്കെടുക്കുക എന്നുള്ള ഒരു ആഗ്രഹം മനസ്സിൽ ഉണ്ടായിരുന്നു. ഞാൻ എന്റെ അടുത്ത സുഹൃത്തുക്കളോട് ശങ്കരേട്ടന്റെ നൂറാം ജന്മദിനത്തിൽ പങ്കെടുക്കുവാനുള്ള താൽപര്യം പ്രകടിപ്പിക്കുകയും ചെയ്തതാണ്. പക്ഷേ നൂറിന്റെ പടിവാതുക്കൽ വെച്ച് അദ്ദേഹം ജീവിതത്തിന്റെ അവസാന യാത്രയുമായി പോവുകയാണ് ഉണ്ടായത്. അദ്ദേഹം ശരീരം കൊണ്ട് ഈ ലോകത്തോട് വിട പറഞ്ഞുവെങ്കിലും അദ്ദേഹം ഇവിടെ വിട്ടുപോയ ശേഷിപ്പുകൾ ഉണ്ട്. അത് വർഷങ്ങളോളം നിലനിൽക്കും. ഇന്ത്യൻ സർക്കസിന്റെ കുലപതി, ഇന്ത്യൻ സർക്കസിന് ലോകത്തിന്റെ നെറുകയിൽ എത്തിച്ച മഹാൻ, ഇന്ത്യൻ സർക്കസിനെ ഇത്രയേറെ പ്രചാരം കൊടുത്ത വ്യക്തി... അങ്ങനെ ഒട്ടേറെ സംഭാവനകൾ ശങ്കരേട്ടൻ സമ്മാനിച്ചിട്ടുണ്ട്. ഒരു ജീവിതകാലം ചെയ്തു തീർക്കാൻ കഴിയുന്നതിനേക്കാൾ അപ്പുറം അദ്ദേഹം ചെയ്തിരിക്കുന്നു. അതുകൊണ്ടുതന്നെ അദ്ദേഹത്തിന്റെ ഓർമ്മകൾ അനശ്വരമായി നിലനിൽക്കും എന്നുതന്നെ ഞാൻ വിശ്വസിക്കുന്നു.

(കേരള സംഗീത നാടക അക്കാദമി ചെയർമാനും, പ്രശസ്ത വാദ്യ കലാകാരനുമാണ് ലേഖകൻ)

ആരവം ഒടുങ്ങാത്ത തമ്പ്

കെ. സുധാകരൻ

ഇന്ത്യൻ സർക്കസ് രംഗത്തെ കുലപതിയും ജെമിനി, ജംബോ സർക്കസുകളുടെ ഉടമയുമായ ജെമിനി ശങ്കരന്റെ സ്മരണകൾ ഒരു കാലഘട്ടത്തെ ത്രസിപ്പിച്ച സാഹസികതയും നർമ്മവും കോർത്തിണക്കി വിജയംവരിച്ച അപൂർവഗാഥയാണ്.

ഇന്ത്യൻ സർക്കസിന്റെ പരിണാമത്തിലൂടെ സഞ്ചരിച്ച കലാകാരനായിരുന്നു ജെമിനി ശങ്കരൻ. സർക്കസ് കലാകാരനെന്നതിലുപരി പ്രശസ്തമായ അഞ്ച് സർക്കസ് കമ്പനികളുടെ ഉടമയായിരുന്ന ജെമിനി ശങ്കരൻ ആധുനിക ഇന്ത്യൻ സർക്കസിന്റെ ആൾരൂപമായിരുന്നു. വിദേശരാജ്യങ്ങളിലെ കലാകാരന്മാരും വന്യമൃഗങ്ങളുമൊക്കെ ആവേശംവാരി വിതറിയ ഒരു പുതിയ സർക്കസ് സംസ്കാരത്തിനു തന്നെ രൂപം നല്കി.

സർക്കസ് പോലെ ഏവരെയും അതിശയിപ്പിക്കുന്ന ജീവിതമായിരുന്നു അദ്ദേഹത്തിന്റേത്. ഇന്ത്യൻ സർക്കസിന്റെ ഈറ്റില്ലമെന്ന് അറിയപ്പെടുന്ന തലശ്ശേരിയിൽ നിന്നായിരുന്നു ആ യാത്രയുടെ തുടക്കം.1938ൽ തലശ്ശേരി ചിറക്കരയിൽ കീലേരി കുഞ്ഞിക്കണ്ണൻ ഗുരുക്കളുടെ കളരിയിൽ ചേർന്നു. രണ്ടാം ലോകയുദ്ധകാലത്ത് പട്ടാളത്തിൽ വയർലസ് വിഭാഗത്തിൽ നാലുകൊല്ലം സേവനമനുഷ്ഠി

ച്ച എം.വി. ശങ്കരൻ തന്റെ ലോകം സർക്കസാണെന്ന് തിരിച്ചറിഞ്ഞ് പട്ടാളത്തിൽനിന്ന് സ്വയം വിരമിച്ച് വീണ്ടും തലശ്ശേരി ചിറക്കരയിലെ സർക്കസ് വിദ്യാലയത്തിലെത്തി.

1946ൽ കൊൽക്കത്തയിലെ പ്രശസ്തമായ ബോസ്‌ലിയൻ സർക്കസിൽ ചേർന്നു. തുടർന്ന് ഇന്ത്യയിലെ അക്കാലത്തെ ശ്രദ്ധേയമായ നാഷനൽ സർക്കസിലും ഗ്രേറ്റ് ബോംബെ സർക്കസിലും ചേർന്നു. ഹൊറിസോണ്ടൽ ബാർ, ഫ്ളയിങ് ട്രപ്പീസ് തുടങ്ങിയ ഇനങ്ങളിൽ വിദഗ്ധനായിരുന്നു ശങ്കരൻ. കാണികളെ മുൾമുനയിൽ നിർത്തുന്ന ട്രപ്പീസ് ഇനങ്ങളിലെ പ്രകടനം ശങ്കരനെ സർക്കസ് ലോകത്ത് പ്രിയങ്കരനാക്കി.

സ്വന്തമായൊരു സർക്കസ് കമ്പനി തുടങ്ങണമെന്ന ആഗ്രഹവും വാശിയും അദ്ദേഹത്തിന് ഉണ്ടായിരുന്നു.തളരാത്ത മനസ്സും ഒടുങ്ങാത്ത ശുഭാപ്തി വിശ്വാസവും സ്ഥിരോത്സാഹവും അദ്ദേഹത്തിന്റെ കൂടപ്പിറപ്പുകളായിരുന്നു. വൈകാതെ കൂടുതൽ കലാകാരന്മാരെ സംഘടിപ്പിച്ച് ജെമിനി എന്ന പുതിയ സർക്കസ് സംരംഭത്തിന് അദ്ദേഹം തുടക്കം കുറിച്ചു.മഹാരാഷ്ട്രയിലെ വിജയ സർക്കസ് ശങ്കരനും സഹപ്രവർത്തകനായ സഹദേവനും ചേർന്ന് വാങ്ങി ജെമിനി എന്ന് നാമകരണം ചെയ്തു.

ഗുജറാത്തിലെ ബില്ലിമോറിയിൽ 1951 ആഗസ്റ്റ് 15നായിരുന്നു സർക്കസ് തമ്പിന്റെ ഉദ്ഘാടനം. അതോടെ അദ്ദേഹം ജെമിനി ശങ്കരൻ എന്ന പേരിൽ അറിയപ്പെട്ടു തുടങ്ങി. ലോകത്തിന്റെ വിവിധ ഭാഗങ്ങളിൽ പര്യടനം നടത്തി സർക്കസ് അവതരിപ്പിച്ച അദ്ദേഹത്തിന് ഉന്നത രാഷ്ട്രീയ നേതാക്കൾ ഉൾപ്പെടെയുള്ളവർ സുഹൃത്തുക്കളായി.

1959ൽ ഡൽഹിയിൽ പ്രധാനമന്ത്രി ജവഹർലാൽ നെഹ്റു പ്രദർശനം ഉദ്ഘാടനം ചെയ്ത് മുഴുവൻ സമയവും സർക്കസ് കണ്ടശേഷം മന്ത്രിസഭാംഗങ്ങളോട് സർക്കസ് കാണാൻ ഉപദേശിച്ചതും വർഷങ്ങൾക്കുശേഷം ഇന്ദിരാഗാന്ധി രണ്ടുമക്കളെയും കൂട്ടി സർകസ് കാണാനെത്തിയതും സാംബിയൻ പ്രസിഡന്റ് കെന്നത്ത് കൗണ്ട സർക്കസിലെ പ്രകടനം കണ്ട് മതിമറന്ന് ആർത്തുവിളിച്ചതുമെല്ലാം ചരിത്രം. സക്കീർ ഹുസൈൻ, ലാൽ ബഹദൂർ ശാസ്ത്രി, എസ്. രാധാകൃഷ്ണൻ, മാർട്ടിൻ ലൂഥർ കിങ്, ലേഡി മൗണ്ട് ബാറ്റൺ, ദലൈലാമ, ബഹിരാകാശ സഞ്ചാരികളായ യൂറി ഗഗാറിൻ,

വാലൻറീന തെരഷ്കോവ തുടങ്ങി വിവിധ മേഖലയിലുള്ളവർ സർക്കസ് കാണാനും ശങ്കരനെ അഭിനന്ദിക്കാനുമെത്തി. രാജ്കപൂറിന്റെ മേരാനാം ജോക്കർ ബോംബെയിൽ ജെമിനി സർക്കസിലാണ് ചിത്രീകരിച്ചത്. കമൽഹാസന്റെ അപൂർവ സഹോദരങ്ങൾക്കും ശങ്കരേട്ടൻ തമ്പൊരുക്കി.

ജീവിതത്തിലെ പൊള്ളുന്ന യാഥാർത്ഥ്യങ്ങൾക്കുമുന്നിൽ പതറാതെ സധൈര്യം മുന്നോട്ട് പോയ അദ്ദേഹം ഒരിക്കലും നേർവഴി വെടിഞ്ഞില്ല.

സർക്കസ് കൂടാതെ വ്യവസായം, ഹോട്ടൽ ബിസ്സിനസ് തുടങ്ങിയ പലമേഖലകളിലും അദ്ദേഹം വിജയം വരിച്ചു. ജെമിനി ശങ്കരനുമായും അദ്ദേഹത്തിന്റെ കുടുംബവുമായുള്ള അടുത്തബന്ധം സ്മരിക്കുന്നു. വിനയം, ലാളിത്യം, പെരുമാറ്റം തുടങ്ങിയ അദ്ദേഹത്തിന്റെ സ്വഭാവവൈശിഷ്ട്യം എന്നെ ഏറെ ആകർഷിച്ചിട്ടുണ്ട്. അദ്ദേഹത്തിന്റെ വിയോഗം വലിയൊരു നഷ്ടമാണ്.

(കെ.പി.സി.സി. പ്രസിഡണ്ടും, ലോക്സഭാ അംഗവും, മുൻ മന്ത്രിയുമാണ് ലേഖകൻ)

ഇന്ത്യൻ സർക്കസ് ഫെഡറേഷൻ അംഗങ്ങൾ ഇന്ദിരാ ഗാന്ധിക്കൊപ്പം

വിനയാന്വിതൻ, ഇന്ത്യൻ സർക്കസിന്റെ പതാക വാഹകൻ

മുല്ലപ്പള്ളി രാമചന്ദ്രൻ

കൃത്യമായി പത്തു വർഷം മുൻപ് കണ്ണൂരിലെ സാധു കല്യാണ മണ്ഡപത്തിൽ നടന്ന പ്രൗഢഗംഭീരമായ ജെമിനി ശങ്കരേട്ടന്റെ നവതി ആഘോഷം ഇപ്പോഴും ഹരിതാഭമായി മനസ്സിലുണ്ട്. നവതി ആഘോഷം ശങ്കരേട്ടനോടൊപ്പം നിലവിളക്ക് കൊളുത്തി ഉദ്ഘാടനം ചെയ്യാനുള്ള സൗഭാഗ്യവും എനിക്കുണ്ടായി .

പ്രഗത്ഭ വ്യക്തിത്വങ്ങൾ നിറഞ്ഞ സമഞ്ജസ വേദി. മലയാള ചെറുകഥയുടെ രാജശില്പി പപ്പേട്ടൻ (ടി.പത്മനാഭൻ), ലീലാ ഗ്രൂപ്പ് ചെയർമാൻ ക്യാപ്റ്റൻ കൃഷ്ണൻ നായർ, ഫിഫ കമ്മറ്റി അംഗം പി പി. ലക്ഷ്മണേട്ടൻ, കണ്ണൂരിലെ പ്രമുഖ രാഷ്ട്രീയ നേതാക്കൻമാർ തുടങ്ങി ഒട്ടേറെപേർ. സദസ്സ് ആകട്ടെ കണ്ണൂരിന്റെ പരിച്ഛേദവും.

ഇന്ത്യൻ സർക്കസ്സിന്റെ യശസ്സ് അതിരുകൾക്കപ്പുറം അന്താരാഷ്ട്ര രംഗത്ത് ഉയർത്തിപ്പിടിക്കാൻ പതാക വാഹകനായി മുന്നോട്ട് പോയ ശങ്കരേട്ടൻ, പരിചയപ്പെട്ട കാലം മുതൽ എന്റെ കുടുംബ സുഹൃത്തായിരുന്നു. സർക്കസ്സ് കുലപതി കീലേരി കുഞ്ഞിക്കണ്ണൻ ഗുരുക്കളുടെ അരുമ ശിഷ്യനായ ശങ്കരേട്ടന്റെ സ്നേഹ വാത്സല്യങ്ങൾ ആവോളം ഏറ്റുവാങ്ങാനുള്ള ഭാഗ്യം എനിക്ക് ലഭിച്ചിരുന്നു.

എന്റെ സന്തോഷ സന്താപങ്ങളിലെല്ലാം ആത്മാർത്ഥമായി പങ്കു ചേർന്നിട്ടുള്ള ഒരു ജ്യേഷ്ഠസഹോദരൻ. 1984 ൽ കണ്ണൂരിൽ നിന്ന് ലോകസഭയിലേക്ക് മത്സരിച്ചപ്പോൾ അദ്ദേഹത്തിന്റെ മനസ്സ് എനിക്ക് ഒപ്പമായിരുന്നു എന്നാണ് വിശ്വാസം. കഠിനാദ്ധ്വാനത്തിലൂടെയും അതിലേറെ നിശ്ചയദാർഢ്യത്തിലൂടെയുമാണ് ഇന്ത്യൻ സർക്കസ്സ് കണ്ട എക്കാലത്തെയും പ്രശസ്ത ട്രപീസ് കളിക്കാരന്റെ സർക്കസ്സിന്റെ വിസ്മയ ലോകത്തേക്കുള്ള കൈവിട്ട കളി. കൽക്കട്ടയിലെ ബോസ് ലയൺസ് സർക്കസ്സ് തമ്പിൽ നിന്ന് ജെമിനി സർക്കസ്സ് ഉടമയിലേക്കുള്ള സാഹസികമായ യാത്ര.

ജെമിനി സർക്കസ്സ് കാണാൻ പ്രധാനമന്ത്രി ജവഹർലാൽ നെഹ്റുവിനെ ക്ഷണിച്ചത് അദ്ദേഹത്തിന്റെ ജീവിതത്തിലെ അനർഘ മുഹൂർത്തമായിരുന്നു. സർക്കസ് ആവോളം ആസ്വദിച്ച ജവഹർലാൽ നെഹ്റു ഇന്ദിരാ ഗാന്ധിയോട് മക്കളെയും കൂട്ടി സർക്കസ്സ് കാണണമെന്ന് നിർദ്ദേശിച്ചു. പ്രധാനമന്ത്രി ലാൽ ബഹാദൂർ ശാസ്ത്രി, രാഷ്ട്രപതി ഡോ: സർവേപ്പള്ളി രാധാകൃഷ്ണൻ, വി.കെ കൃഷ്ണമേനോൻ തുടങ്ങിയ പ്രഗൽഭരും അന്താരാഷ്ട്ര പ്രശസ്തരായ ലോക നേതാക്കൻമാരും ജെമിനി സർക്കസ്സ് കാണാനെത്തിയവരിൽ പെടും. ജവഹർലാൽ നെഹ്റു എന്ന പ്രധാനമന്ത്രിയെ, ബഹുമുഖ പ്രതിഭയെ ആഴത്തിൽ മനസ്സിലാക്കുകയും പഠിക്കുകയും ചെയ്ത, നെഹ്റുവിന്റെ ആരാധകൻ കൂടിയായിരുന്നു ശങ്കരേട്ടൻ എന്ന് പലപ്പോഴും എനിക്ക് ബോധ്യപ്പെട്ടിട്ടുണ്ട്.

ഡൽഹിയിൽ ഉണ്ടായിരുന്ന കേരള നേതാക്കൻമാരിൽ എ.കെ.ജിയോടായിരുന്നു ശങ്കരേട്ടന് ഏറെ അടുപ്പം. ഡൽഹിയിൽ വരുമ്പോഴൊക്കെ മകൻ അശോകിനോടൊപ്പം എന്റെ വീട്ടിലും വരുമായിരുന്നു. ലളിതവും വിനയാന്വിതവുമായ പെരുമാറ്റ രീതിയാണ് പലരിൽനിന്നും അദ്ദേഹത്തെ വ്യത്യസ്തനാക്കിയത്. ഒരിക്കലും അത് പ്രകടനപരതയുടെ ഭാഗമായിരുന്നില്ല.

ഒരു കളിക്കാരനായി തമ്പിലൂടെ വളർന്ന സർക്കസ്സ് ഉടമയ്ക്ക് സർക്കസ്സ് കലാകാരൻമാരുടെ മനസ്സ് എളുപ്പത്തിൽ വായിച്ചെടുക്കുവാൻ കഴിയും. സർക്കസ് കൂടാരത്തിലെ പക്ഷി മൃഗാദികളെ അദ്ദേഹം സഹജീവികളായിട്ടാണ് കണ്ടത് മൃഗങ്ങൾക്കും പക്ഷികൾക്കും സർക്കസ്സിൽ പ്രദർശനത്തിന് നിയന്ത്രണം വന്നപ്പോൾ അവയെ ഉപേക്ഷിക്കുന്നതിന്ന് പകരം സുരക്ഷിതമായി താമസിപ്പി

ച്ച്, പരിപാലിച്ച് മാതൃക കാട്ടിയ സഹജീവി സ്നേഹത്തിന്റെ പര്യായം കൂടിയായിരുന്നു ജെമിനി ശങ്കരേട്ടൻ.

ജന്മശതാബ്ദിക്ക് താൻ ഉണ്ടാകുമെന്ന ശുഭ പ്രതീക്ഷയിലായിരുന്നു ശങ്കരേട്ടൻ. അതിനിടയിലാണ് ആരോരുമറിയാതെ ഇക്കഴിഞ്ഞ ഏപ്രിൽ 23ന് രാത്രി ശങ്കരേട്ടനെ മരണം തേടിയെത്തിയത്. സ്നേഹ നിധിയായ ശങ്കരേട്ടന്റെ ഓർമ്മകൾക്ക് മുൻപിൽ പ്രണാമം...

(മുൻ കേന്ദ്രമന്ത്രിയും മുൻ കെ.പി.സി.സി. പ്രസിഡന്റുമാണ് ലേഖകൻ)

ഇന്ദിരാ ഗാന്ധി സർക്കസ് സന്ദർശിച്ചപ്പോൾ

നമ്മുടെ ശങ്കരേട്ടനും ലോകം മുഴുവൻ അറിയപ്പെടുന്ന ജെമിനിയും

രാമചന്ദ്രൻ കടന്നപ്പള്ളി

ശങ്കരേട്ടനെക്കുറിച്ച് ഓർമ്മിക്കാനും ഓമനിക്കാനും ആദരിക്കാനുമുള്ള ഒട്ടനവധി അനുഭവങ്ങളും അനുഭൂതികളുമുണ്ട് പറയാൻ. അതെല്ലാം എഴുതുക സാഹസികമാണ്.

ഡൽഹിയിൽ ചെങ്കോട്ടക്കു സമീപം ആരംഭിച്ച അപ്പോളോ സർക്കസ് ഭാരവാഹികൾ കാണാൻ വരും, ആവശ്യമായ സഹായം ചെയ്യുമല്ലോ... ശങ്കരേട്ടന്റെ നിർദ്ദേശം വന്നു. അതനുസരിച്ചു നമ്മുടെ പ്രധാനമന്ത്രി ഇന്ദിരാഗാന്ധിയെ കാണാൻ അവസരം ഉണ്ടാക്കാൻ അവർ വന്നുകണ്ടു, കാര്യം പറഞ്ഞു. പ്രധാനമന്ത്രിയെ സർക്കസ് കാണിക്കാൻ. താല്ക്കാലികമായി ഒരുക്കിയ തുണിയുടെ കൂടാരത്തിൽ പ്രധാനമന്ത്രി വന്നിരിക്കയോ; സുരക്ഷിതത്വത്തിന്റെ പ്രശ്നമില്ലെ? കേരളത്തിലെ അന്നത്തെ കോൺഗ്രസിലെ പ്രഗത്ഭന്മാരെ കാണാൻ ഞാൻ പറഞ്ഞു. അവരെ ചെന്നു കണ്ടപ്പോൾ പറഞ്ഞു അതിന് കടന്നപ്പള്ളിയാണ് വേണ്ടത്. അദ്ദേഹം കോൺഗ്രസ് എം.പി.മാരുടെ കൺവീനറാണെന്ന്. കേരളത്തിലെ ഞങ്ങൾക്ക്, കാണാനും സംസാരിക്കാനും പറ്റില്ലെന്ന് പറഞ്ഞ് മടക്കി. അവർ വീണ്ടും വന്ന് കണ്ടു. ഞാൻ പ്രധാനമന്ത്രിയുടെ പിഎസ്സ് ശ്രീ. ശേഷനെ കണ്ടു. അദ്ദേഹം പറഞ്ഞു, കടന്നപ്പള്ളി നമ്മുടെ രണ്ട് പേരു

ടെയും തല പോകുന്ന പ്രശ്നമാണ്. പ്രധാനമന്ത്രി തുണി ടെന്റിൽ പോകാനോ? പിൻമാറുന്നതാണ് നല്ലത്. ഞാൻ രണ്ടും കല്പിച്ച് ഇന്ദിരാ ഗാന്ധിയെ കണ്ടു സംസാരിക്കുകയും അപേക്ഷിക്കുകയും ചെയ്തു. സർക്കസ് ഞങ്ങളുടെ നാട്ടുകാരുടെതാണ്, ഉപേക്ഷയരുത്. അതുകൊണ്ട് പറയട്ടെ, പ്രധാനമന്ത്രി സഭയിൽ വെച്ചു പറയാമെന്ന് പറഞ്ഞു.

ലോകസഭ ചേർന്നുകൊണ്ടിരിക്കുമ്പോൾ പ്രധാനമന്ത്രിയെ കാണാൻ ഓഫീസുമുറിയിൽ ഉടൻ എത്തണമെന്ന് കുറിപ്പ്. ഞാൻ ഭയഭക്തിബഹുമാനത്തോടെ പ്രധാനമന്ത്രിയുടെ മുറിയിൽ പ്രവേശിച്ചു. സംസാരം തുടങ്ങി. ചില നിബന്ധനകൾ. നമുക്ക് നാളെ തന്നെ പോകാം. ഹാരാർപ്പണം പാടില്ല. മൈക്കിൽ പ്രധാനമന്ത്രി വന്നിരിക്കുന്നു, സ്വാഗതം എന്ന് പറയരുത്. സമ്മതിച്ചു. പ്രധാനമന്ത്രിയുടെ വസതിയിൽ ഞാൻ എത്തി. അവരോടൊപ്പം കാറിൽ പ്രധാനമന്ത്രിയുടെ അടുത്ത ബന്ധുകൂടിയായ നേതാവ് ബഹുമാന്യയായ അമ്മായി. അര മണിക്കൂർ ഇരിക്കാമെന്നു പറഞ്ഞു. ഏതാണ്ട് ഒരു മണിക്കൂർ കഴിഞ്ഞു, ഇന്ദിരാ ഗാന്ധി ആസ്വദിച്ച് ഇരുന്നു. വിലക്ക് ലംഘിച്ച്, പടുകൂറ്റൻ പനിനീർ കൊണ്ടു നിർമ്മിച്ച മാല മദിരാശിയിൽ നിന്നും പ്രത്യക വിമാനത്തിൽ കൊണ്ടു വന്നത് പ്രധാനമന്ത്രി കയ്യിൽ ഏറ്റുവാങ്ങി. ഫോട്ടോ എടുക്കുവാനും സമ്മതിച്ചു. തിരിച്ചു ഞങ്ങൾ പ്രധാനമന്ത്രിയുടെ വീട്ടിലേക്ക്.

ഇതെല്ലാം ശങ്കരേട്ടന്റെ ആജ്ഞ സ്വീകരിച്ച് ഞാൻ പ്രവർത്തിച്ചതു കൊണ്ടാണ്. ഇടയ്ക്കിടെ ശങ്കരേട്ടൻ വീട്ടിലേക്ക് വിളിക്കുമായിരുന്നു. എന്തായിയെന്ന് അന്വേഷിക്കുവാൻ. സർക്കസ് കണ്ടിറങ്ങി വീട്ടിൽ എത്തിയപ്പോൾ ശങ്കരേട്ടന്റെ വിളിവന്നു. എടാ മോനെ നിന്നെ കെട്ടിപിടിച്ച് ഉമ്മ വെച്ചാലെ എന്റെ ആശ തീരൂ എന്നു പറഞ്ഞത് ഞാൻ ഓർക്കുന്നു.

പിന്നീട് സർക്കസിന്റെ ദേശീയ വിഷയം അവതരിപ്പിക്കാൻ പ്രധാനമന്ത്രി സമയം തന്നത് ശങ്കരേട്ടന്റെ നേതൃത്വത്തിൽ ഞാൻ അവരോടൊപ്പം കണ്ടതുകൊണ്ട് മാത്രമാണ്.

എല്ലാം അത്ഭുതകരം. ശങ്കരേട്ടൻ തൊട്ടതെല്ലാം ഭംഗിയാവും. എന്തും...

(കണ്ണൂർ എം.എൽ.എയും, മുൻ മന്ത്രിയുമാണ് ലേഖകൻ)

ഹിന്ദി സിനിമാതാരം രാജ് കപൂറിനൊപ്പം

മുൻ കേന്ദ്ര വിദ്യാഭ്യാസ മന്ത്രി ഹുമയൂൺ കബീറിനൊപ്പം

എളിമയുടെ തമ്പ്

എ.കെ. ശശീന്ദ്രൻ

ആധുനിക ഇന്ത്യൻ സർക്കസിന്റെ കുലപതിയായ ജെമിനി ശങ്കരൻ എന്ന ഞങ്ങളുടെ ശങ്കരേട്ടൻ ഒരു കലാകാരൻ എന്നതിലുപരി തികഞ്ഞൊരു മനുഷ്യസ്നേഹിയായിരുന്നു. ഇന്ത്യൻ സർക്കസിനെ ജനകീയമാക്കുന്നതിലും സാധാരണക്കാരിലേക്ക് എത്തിക്കുന്നതിലും അദ്ദേഹത്തിന്റെ പങ്ക് നിസ്തുലമാണ്. കുട്ടിക്കാലത്തെ ഓർമ്മകളിൽ മറക്കാനാവാത്ത ഒരു ഏടാണ് ജെമിനി സർക്കസ്. ജെമിനി സർക്കസ് കണ്ണൂരിൽ എത്തിയാൽ അന്നത്തെ കാലത്ത് ഞങ്ങൾക്ക് ഒരു ഉത്സവമാണ്. ജെമിനി സർക്കസ് കാണാൻ പോകുമ്പോഴുള്ള സന്തോഷം പറഞ്ഞറിയിക്കാനാവില്ല. സർക്കസിലൂടെ ജനങ്ങൾക്ക് പക്ഷിമൃഗാധികളെ കാണാനുള്ള ഒരവസരമായിരുന്നു അന്നത്തെ ജെമിനി സർക്കസ്. അതിനാൽ തന്നെ എത്രകണ്ടാലും മതിവരാത്ത ഒരു അനുഭവമായിരുന്നു അത്. വിദ്യാർത്ഥികൾക്ക് സർക്കസ് കാണാൻ ടിക്കറ്റിൽ ഇളവുമുണ്ടായിരുന്നു. അതിനാൽ തന്നെ സർക്കസ് കാണാൻ കുട്ടികൾ ഏറെ എത്തുമായിരുന്നു. ശങ്കരേട്ടന്റെ കുടുംബവുമായി നല്ലൊരു ആത്മബന്ധമാണ് ഞങ്ങൾക്ക് ഉണ്ടായിരുന്നത്. പിൽക്കാലത്ത് പൊതുപ്രവർത്തന രംഗത്ത് സജീവമായിരുന്നപ്പോൾ അദ്ദേഹത്തിൽ നിന്നും നല്ല പിന്തു

ണയാണ് ലഭിച്ചിരുന്നത്. തിരഞ്ഞെടുപ്പുകളിൽ മത്സരിക്കുന്ന സമയങ്ങളിലെല്ലാം എനിക്ക് അദ്ദേഹത്തിൽ നിന്നും പ്രോൽസാഹനവും പ്രചോദനവും ലഭിച്ചിട്ടുണ്ട്.

സർക്കസിൽ കലാകാരന്മാർക്ക് ന്യായമായ വേതനവും ആനുകൂല്യങ്ങളും ലഭിച്ചിരുന്നത് ജെമിനിയിൽ ആയിരുന്നു എന്നത് ഒരു യാഥാർത്ഥ്യമാണ്. സർക്കസ് ഉടമയായപ്പോഴും സർക്കസ് കലാകാരന്മാർക്കൊപ്പമായിരുന്നു അദ്ദേഹത്തിന്റെ മനസ്സ്. സർക്കസ് കാലകാരന്മാർക്ക് പെൻഷൻ അനുവദിക്കണമെന്ന ആവശ്യമായി അന്നത്തെ കായികമന്ത്രിയായിരുന്ന എ.സി ഷൺമുഖദാസിനെ അദ്ദേഹം സമീപിച്ചതും അതേതുടർന്ന് കലാകാരന്മാർക്ക് പെൻഷൻ അനുവദിക്കുന്നതുമായി ബന്ധപ്പെട്ട ഒരു ബിൽ നിയമസഭയിൽ അവതരിപ്പിക്കാനുള്ള ശ്രമം നടത്തിയതും ഈ അവസരത്തിൽ ഓർക്കുകയാണ്.

സാഹസികത ഏറെ ഇഷ്ടപ്പെട്ട, ജീവിതത്തിലെ പ്രതിസന്ധികളെ സധൈര്യം നേരിട്ട് വിജയം കൈവരിച്ച ജെമിനി ശങ്കരൻ ജീവിതത്തിൽ എക്കാലവും എളിമ കാത്തു സൂക്ഷിച്ച വ്യക്തിത്വമായിരുന്നു. സാധാരണ സർക്കസ് കലാകാരനായി നിരവധി വർഷങ്ങൾ ആ വഴികളിലൂടെ സഞ്ചരിച്ച ശേഷമാണ് ജെമിനി ശങ്കരൻ സർക്കസ് ഉടമയായി തമ്പിൽ വിസ്മയം തീർത്തത്. ആ ജീവിത പാഠം തന്നെയായിരുന്നു അദ്ദേഹത്തെ മനുഷ്യസ്നേഹിയായ കലാകാരനാക്കിയത്. സഹജീവികളോടെല്ലാം അതിരില്ലാത്ത സ്നേഹമായിരുന്നു. പക്ഷികളെയും മൃഗങ്ങളെയും ഏറെ സ്നേഹിച്ച മനസ്സ്. ദിവസേന രാവിലെ പക്ഷികൾക്ക് ഭക്ഷണം നൽകുന്നൊരു പതിവ് അദ്ദേഹത്തിന് ഉണ്ടായിരുന്നു. നിർമ്മലമായ ആ മനസ്സിന്റെ സ്നേഹം അടുത്തറിഞ്ഞവരാരും അദ്ദേഹത്തെ മറക്കില്ല. കാലമെത്ര കഴിഞ്ഞാലും ഇന്ത്യൻ സർക്കസിന്റെ ചരിത്രത്തിൽ നക്ഷത്രത്തിളക്കത്തോടെയുണ്ടാകും ജെമിനി ശങ്കരേട്ടന്റെ ഓർമ്മകൾ.

(കേരള സർക്കാരിൽ വനം വകുപ്പ് മന്ത്രിയും എൻ.സി.പി നേതാവുമാണ് ലേഖകൻ)

ജെമിനി ശങ്കരൻ എന്ന സ്നേഹമാന്ത്രികൻ

ഗോപിനാഥ് മുതുകാട്

ഇന്ത്യൻ സർക്കസ് എന്നാൽ അത് തലശ്ശേരിയായിരുന്ന ഒരു കാലം നമുക്കുണ്ടായിരുന്നു. ആ സുവർണകാലത്തിന് വഴിയൊരുക്കിയവരിൽ പ്രമുഖ സ്ഥാനത്ത് എം.വി ശങ്കരൻ എന്ന ജെമിനി ശങ്കരനുണ്ട് എന്നത് ചരിത്ര സത്യമാണ്. ആധുനിക ഇന്ത്യൻ സർക്കസിന്റെ കുലപതിയാണ് അദ്ദേഹം.. പക്ഷെ, അദ്ദേഹത്തെ സ്നേഹത്തിന്റെ, കാരുണ്യത്തിന്റെ കുലപതി എന്ന് വിശേഷിപ്പിക്കാനാണ് ഞാനേറെ ഇഷ്ടപ്പെടുന്നത്.

സർക്കസ് കലാകാരന്മാരെ സംരക്ഷിക്കുന്നതിനും അവരെ പുനരധിവസിപ്പിക്കുന്നതിനുമായി തിരുവനന്തപുരത്തെ മാജിക് പ്ലാനറ്റിൽ 2016ൽ ആരംഭിച്ച സർക്കസ് കാസിലിന്റെ ഉദ്ഘാടന വേദിയിൽ വെച്ച് ശങ്കരേട്ടനെ ആദരിക്കണമെന്ന് വലിയൊരാഗ്രഹമുണ്ടായിരുന്നു. തമ്പിലെ വിസ്മയമായിരുന്ന അദ്ദേഹത്തെ ക്ഷണിക്കുമ്പോൾ വലിയൊരു ആശങ്കയുണ്ടായിരുന്നു. പക്ഷെ, ആ ആകുലതകളെയൊക്കെ അസ്ഥാനത്താക്കിക്കൊണ്ട് നിറഞ്ഞ സംതൃപ്തിയോടെ അദ്ദേഹം ചടങ്ങിന് എത്താമെന്ന് സമ്മതിച്ചു. ചടങ്ങിന് കൃത്യമായി എത്തിയെന്നു മാത്രമല്ല, സംരംഭത്തിന് എല്ലാവിധ പിന്തുണയും അറിയിച്ചാണ് അന്ന് മടങ്ങിയത്. മടങ്ങുമ്പോൾ അദ്ദേ

ഹം എന്നെ ചേർത്തുപിടിച്ച് അത്യധികം വാത്സല്യത്തോടെ പറഞ്ഞു, ഗോപീ.. ഈ ചെയ്തത് സർക്കസ് കലയോടുള്ള ഏറ്റവും വലിയ ആദരവാണ്.. ഒരു കലാകാരനുമാത്രമേ ഇങ്ങനെ ചെയ്യുവാനാകൂ.. കലാകാരന്റെ നൊമ്പരങ്ങളും പ്രയാസങ്ങളും തിരിച്ചറിഞ്ഞ് അവരെക്കൂടി ഒപ്പം കൂട്ടാനുള്ള അദ്ദേഹത്തിന്റെ വലിയ മനസ്സിന് ഞാനാണ് നന്ദി പറയേണ്ടത്. ആ വാക്കുകളിൽ ഒരച്ഛൻ മകനു നൽകുന്ന സ്നേഹത്തിന്റെ, വാത്സല്യത്തിന്റെ തരള സ്പർശമാണ് ഞാൻ അനുഭവിച്ചറിഞ്ഞത്.

അതെ, സ്നേഹം നിറച്ചുവച്ച തികഞ്ഞ ഒരു മനുഷ്യനാണ് അദ്ദേഹം. കാണികളുടെ ഹൃദയമിടിപ്പുകൾക്ക് വേഗം കൂട്ടിയ പ്രകടനങ്ങൾ തമ്പുകളെ അത്ഭുതപ്പെടുത്തുമ്പോഴും സ്നേഹത്തിന്റെയും കരുതലിന്റെയും ഒരാൾരൂപമായി മാറാനും അദ്ദേഹത്തിന് കഴിഞ്ഞിരുന്നു. ഫ്ളയിംഗ് ട്രപ്പീസുപോലെ തികഞ്ഞ അഭ്യാസിയിൽ നിന്നും മനുഷ്യസ്നേഹത്തിലേയ്ക്കുള്ള പറക്കൽ..

പിന്നീടൊരിക്കൽ അദ്ദേഹത്തിന്റെ വീട്ടിലേയ്ക്ക്... സർക്കസിന്റെ മാത്രമല്ല, തലശ്ശേരി ആതിഥ്യമര്യാദയിലും അത്രയേറെ മുന്നിലാണെന്ന് ആ വീട്ടിലെ അനുഭവങ്ങളിൽ നിന്നും അറിയുകയായിരുന്നു. അഞ്ചോളം സർക്കസ് കമ്പനിയുടെ ഉടമയായിരുന്നുവെന്ന ഒരു പകിട്ടുമില്ലാതെ സർക്കസിന്റെ കുലപതി ഞങ്ങൾക്കൊപ്പമിരുന്നു... സ്നേഹം കൊണ്ട് വിരുന്നൂട്ടി.. വിഭവസമൃദ്ധമായ സദ്യകൊണ്ട് വയറുനിറച്ചു.. ഒരു പിശുക്കും കാണിക്കാതെ വിശേഷങ്ങൾ പങ്കുവച്ചു. സ്നേഹ സമ്പന്നനായ ഒരു അഭ്യാസിയിലേയ്ക്കുള്ള ദൂരം കുറഞ്ഞുവരുന്നതുപോലെ തോന്നി..

ഇന്ത്യൻ പ്രധാനമന്ത്രിമാരായ ജവാഹർലാൽ നെഹ്റു, ഇന്ദിരാ ഗാന്ധി, മൊറാർജി ദേശായി, രാജീവ് ഗാന്ധി എന്നിവർക്ക് പുറമേ ലോകനേതാക്കളായ മാർട്ടിൻ ലൂതർകിംഗ്, മൗണ്ട്ബാറ്റൺ, കെന്നത്ത് കൗണ്ട, ബഹിരാകാശയാത്രികയായ വാലന്റീന തെരഷ്കോവ തുടങ്ങിയ പ്രമുഖരുമായി സൗഹൃദമുണ്ടായിരുന്ന, ഇന്ത്യൻ സർക്കസ് ഫെഡറേഷന്റെ പ്രസിഡന്റായിരുന്ന ഒരു മനുഷ്യനാണ് ഒപ്പമിരുന്ന് കുശലാന്വേഷണം നടത്തുന്നത്! ആ ജീവിതത്തിന്റെ എളിമയും ലാളിത്യവുമാണ് നാമൊക്കെ പഠിക്കേണ്ടത്. പട്ടാളത്തിന്റെ പശ്ചാത്തലമുണ്ടായിരുന്നതിനാലാവാം എല്ലാ കാര്യത്തിലും ഒരു ചിട്ടയുണ്ടായിരുന്നു അദ്ദേഹത്തിന്. ഇന്ത്യൻ സർക്കസിന് ഒരു മാ

നമുണ്ടാക്കാൻ, ഒട്ടേറെ കലാകാരന്മാർക്ക് ജീവിതമുണ്ടാക്കാൻ പണിപ്പെട്ട, 99 വയസ്സുവരെ ജീവിച്ച സർക്കസിന്റെ ആചാര്യന് ഹൃദയം നിറഞ്ഞ പ്രണാമം അർപ്പിക്കുന്നു..

അവസാനമായി അദ്ദേഹത്തെ കണ്ടത് മട്ടന്നൂരിൽ ശൈലജ ടീച്ചറുടെ വീട്ടിൽ വെച്ചായിരുന്നു. ഒപ്പമിരുന്ന് ഉച്ചയൂണ് കഴിച്ചു. യാത്ര പറയുമ്പോൾ അദ്ദേഹത്തിന്റെ ആത്മകഥ കൈയിൽ തന്നു. ഓർമ്മകളെല്ലാം അക്ഷരങ്ങളിൽ ചേർത്തുവെച്ച് അദ്ദേഹം ലോകം വിട്ടുപോയി. കാലം വായിക്കട്ടെ. പക്ഷെ, ആ സ്നേഹസ്പർശം ഇനി അനുഭവിച്ചറിയാൻ നമുക്ക് ആവില്ലല്ലോ...

(പ്രശസ്ത മാന്ത്രികനും സാമൂഹ്യ സാംസ്കാരിക പ്രവർത്തകനുമാണ് ലേഖകൻ)

യു.എസ്.എസ്.ആറിലേക്ക് പോയ സർക്കസ് പ്രതിനിധികളെ
മുൻ ഇന്ത്യൻ പ്രധാനമന്ത്രി ജവാഹർലാൽ നെഹ്റു സൽക്കരിച്ചപ്പോൾ

ഓർമ്മകളിൽ ശങ്കരേട്ടൻ

അഡ്വ. ടി.ഒ. മോഹനൻ

ജെമിനി ശങ്കരേട്ടൻ എന്നത് ഇന്ത്യൻ സർക്കസിന്റെ പര്യായമായിരുന്നു. ആധുനിക ഇന്ത്യൻ സർക്കസിന്റെ കുലപതി ആയിരുന്നു അദ്ദേഹം. സർക്കസ് എന്ന കലാരൂപത്തെ ജനകീയമാക്കി നിർത്തുന്നതിൽ ശങ്കരേട്ടന്റെ സംഭാവന സീമാതീതമായിരുന്നു. ശങ്കരേട്ടൻ എന്നത് കഠിനാധ്വാനത്തിന്റേയും സമർപ്പണത്തിന്റേയും പ്രതീകമാണ്. എന്റെ ചെറുപ്പം തൊട്ടേ അദ്ദേഹവുമായി എനിക്ക് വളരെ അടുത്ത ബന്ധമുണ്ടായിരുന്നു. സാധാരണ സർക്കസ് കലാകാരനായി തുടങ്ങി സർക്കസിന്റെ കുലപതിയായി വളർന്ന അദ്ദേഹത്തിന്റെ ഒരു നൂറ്റാണ്ടിനോടടുത്ത ജീവിതം വരും തലമുറക്ക് വലിയ പാഠപുസ്തകമാണ്.

പലരും അത്ഭുതത്തോടുകൂടി മാത്രം നോക്കിനിന്ന ഒന്നായിരുന്നു സർക്കസ്. ഇന്ത്യയിൽ മാത്രമല്ല, ലോകത്തെമ്പാടും ജെമിനി ശങ്കരേട്ടൻ സർക്കസുമായി എത്തിയിട്ടുണ്ട്. സർക്കസുമായി ബന്ധപ്പെട്ട് ഇന്ത്യക്കകത്തും പുറത്തും നടത്തിയ യാത്രകൾ ജീവിതാനുഭവങ്ങൾക്കൊപ്പം പ്രശസ്തമായ പല സൗഹൃദങ്ങളും അദ്ദേഹത്തിന് നേടിക്കൊടുത്തിട്ടുണ്ട്. സർക്കസുമായി ലോകം ചുറ്റുമ്പോഴും നാട്ടിലെ പൊതുകാര്യങ്ങളിലുള്ള സജീവ താൽപര്യം അദ്ദേഹം

നിലനിർത്തിയിരുന്നു. സർക്കസ് എന്ന കലയുടെ ഉയർച്ചയും താഴ്ച്ചയും നേരിട്ട് അനുഭവിച്ച ആളാണ് അദ്ദേഹം. പ്രശ്നങ്ങൾ ഏറെ ഉണ്ടായിരുന്നെങ്കിലും അതൊക്കെ പരിഹരിച്ച് സർക്കസ് എന്ന കലയെ മുന്നോട്ട് കൊണ്ടുപോകാൻ ശങ്കരേട്ടന് പ്രത്യേക വൈഭവം ഉണ്ടായിരുന്നു. ജെമിനിയുടെ വിജയത്തിന് പിന്നിൽ ശങ്കരേട്ടന്റെ മനസ്സും ശരീരവും സഹിച്ച കഠിനമായ ത്യാഗത്തിന്റെയും അധ്വാനത്തിന്റെയും വീറും വിയർപ്പുമുണ്ടായിരുന്നു.

ഒരേസമയം മനുഷ്യസ്നേഹിയും മൃഗസ്നേഹിയുമായിരുന്ന അദ്ദേഹം തന്റെ സർക്കസ് ജീവിതത്തിലുടനീളം തമ്പിലെ സഹജീവികളോടെല്ലാവരോടും വലുപ്പച്ചെറുപ്പമില്ലാതെ പെരുമാറി. പ്രായമേറിയ ഒട്ടകങ്ങളും മയിലുകളും ആനയും പരിക്കേറ്റ മനുഷ്യരുമൊക്കെ തമ്പിൽ നിന്ന് അദ്ദേഹത്തിന്റെ വീട്ടിലെ വിശാലമായ വൃക്ഷങ്ങൾ നിറഞ്ഞ പറമ്പുകളിലെ ടെന്റുകളിലെത്തി. ശാരീരിക അവശതകൾക്കിടയിലും പൊന്നുപോലെ അദ്ദേഹം സംരക്ഷിച്ചു. അദ്ദേഹത്തിന്റെ ഉപജീവനമേഖല സാഹസിക കലയുടെ ഭാഗമായിരുന്നെങ്കിലും അവസാനകാലം വരെയും അദ്ദേഹത്തിന്റെ ജീവിതം സത്യസന്ധത നിറഞ്ഞതും മാതൃകാപരവുമായിരുന്നു.

ജവഹർലാൽ നെഹ്രു, ഇന്ദിരാഗാന്ധി, രാജീവ് ഗാന്ധി തുടങ്ങി വിവിധ കാലയളവിലെ പ്രധാനമന്ത്രിമാർ, രാഷ്ട്രപതിമാർ, ലോകനേതാക്കൾ, മറ്റ് പ്രമുഖ വ്യക്തികൾ എന്നിവരുമായി അദ്ദേഹം അടുത്ത സൗഹൃദം കാത്തുസൂക്ഷിച്ചിരുന്നു. സർക്കസ് കുലപതി കീലേരി കുഞ്ഞിക്കണ്ണന്റെ കളരിയിലൂടെ പരിശീലനം ആരംഭിച്ച അദ്ദേഹം സർക്കസിൽ കാലികമായ മാറ്റങ്ങൾ വരുത്തുന്നതിൽ പ്രധാന പങ്ക് വഹിച്ചു. വിദേശകലാകരൻമാരെയും അവരുടെ സർക്കസ് കലകളെയും ഇന്ത്യൻ സർക്കസിൽ ഉൾപ്പെടുത്തി സർക്കസ് വികസിപ്പിക്കുന്നതിൽ അദ്ദേഹം ശ്രദ്ധ പതിപ്പിച്ചിട്ടുണ്ട്.

ദേശീയ പ്രസ്ഥാനത്തോടും അതിന്റെ ഉന്നതരായ നേതാക്കളോടും അതിന്റെ ഭാഗമായി വന്ന നെഹ്രു മുതലുള്ള ഭരണാധികാരികളോടും അദ്ദേഹത്തിനുണ്ടായിരുന്ന ആത്മബന്ധവും കടപ്പാടും എല്ലാ കാലത്തും അദ്ദേഹം പ്രകടിപ്പിച്ചിട്ടുണ്ട്. അത് ഒരു ചരിത്ര സത്യമായി അവശേഷിക്കുന്നുമുണ്ട്. എന്നാൽ സമീപ കാലത്ത് ചില കമ്മ്യൂണിസ്റ്റ് നേതാക്കളുമായുള്ള സൗഹൃദം കൊണ്ട് മരണാനന്തരം ശങ്കരേട്ടനെ കമ്മ്യൂണിസ്റ്റ് സഹയാത്രികനായി ചിത്രീകരി

ക്കുന്നതിനുള്ള രാഷ്ട്രീയ ലക്ഷ്യം വെച്ചുള്ള ബോധപൂർവ്വമായ ശ്രമങ്ങൾ ചില ഭാഗത്തു നിന്നും ഉണ്ടായിട്ടുള്ളത് ഖേദകരമാണ്.

സർക്കസ് എന്ന കലാരൂപത്തെ ക്ഷയിക്കാതെ കാത്ത്, ഒരുപാട് പേരുടെ ജീവിതം കരുപ്പിടിപ്പിക്കുന്നതിൽ നിർണ്ണായകമായ പങ്ക് വഹിക്കാൻ ജെമിനി ശങ്കരേട്ടന് കഴിഞ്ഞിട്ടുണ്ട്. അദ്ദേഹത്തിന്റെ കഠിനാധ്വാനവും സമർപ്പണവും വരും തലമുറക്ക് ഒരു പാഠമാണ്. അദ്ദേഹത്തിന്റെ ദേഹവിയോഗം വലിയൊരു നഷ്ടമാകുമ്പോൾ തന്നെ സർക്കസ് എന്ന മഹാ പ്രസ്ഥാനത്തിലൂടെ അദ്ദേഹത്തിന്റെ ഓർമ്മകൾ എന്നെന്നും നിലനിൽക്കും.

(കണ്ണൂർ മുനിസിപ്പൽ കോർപ്പറേഷൻ മേയറാണ് ലേഖകൻ)

ബോളിവുഡ് ഗായകൻ കിഷോർ കുമാർ ജെമിനി സർക്കസ് സന്ദർശിച്ചപ്പോൾ

കാരുണ്യത്തിന്റെയും മാനവികതയുടെയും ആൾരൂപം

ഇ.പി. ജയരാജൻ

സ്നേഹവാൽസല്യങ്ങളോടെ മാത്രം ഏവരെയും കാണുന്ന അപൂർവ്വമായ വ്യക്തിത്വം. വ്യക്തിപരമായും കുടുംബപരമായും എനിക്കുള്ള അനുഭവങ്ങൾ ഏറെയാണ്. ശങ്കരേട്ടന്റെ വീട്ടിൽ പലതവണ ഞാനും ഭാര്യയും സന്ദർശിച്ചിരുന്നു. ഓരോ സന്ദർശനവും ഞങ്ങൾക്ക് ഓരോ അനുഭവമായിരുന്നു. അദ്ദേഹവും കുടുംബവും ഞങ്ങളുമായി പുലർത്തിയ ആ സൗഹൃദ ബന്ധം അത്രയും ഊഷ്മളമാണ്. ഈ ജൂൺ 13ന് അദ്ദേഹത്തിന്റെ നൂറാം ജൻമദിനം ആഘോഷിക്കാനിരുന്നതായിരുന്നു. അപ്പോഴാണ് ഏവരേയും ദു:ഖിപ്പിച്ച് നമ്മെ വിട്ടുപോയത്. എങ്കിലും നൂറാം ജൻമദിനം അദ്ദേഹത്തിന് ആദരമർപ്പിക്കാനുള്ള അവസരമാക്കുകയാണ്.

ഒരു പുരുഷായുസ് മുഴുവൻ സാമൂഹ്യ സാംസ്കാരികരാഷ്ട്രീയ മേഖലകളിൽ നിറഞ്ഞുനിന്ന വിശാലമായ മനുഷ്യസ്നേഹത്തിന്റെ ഉടമയായിരുന്നു. കണ്ണൂരിൽ ജനിച്ച് വളർന്ന് ഉന്നത വിദ്യാഭ്യാസം നേടിയപ്പോഴും കായിക മേഖലയെ നെഞ്ചേറ്റി. കായിക പരിശീലനത്തിനായി എപ്പോഴും സമയം കണ്ടെത്തി.

സർക്കസിനെ സ്വന്തം നിലയിൽ പരിഷ്കരിച്ച് വളർത്തിയെടുത്ത കായിക പ്രതിഭയാണ്. സ്വതസിദ്ധമായ കായികാഭ്യാസിയാ

യിരുന്നു. ആ ചാതുരിയിലൂടെ സർക്കസിനെ ലോകോത്തരമായി വികസിപ്പിച്ചു. സർക്കസിന് വേണ്ടത്ര പ്രശസ്തി ലഭിക്കാതിരുന്ന കാലത്ത് തമ്പുമായി ലോകം മുഴുവൻ സഞ്ചരിച്ച് ജനപ്രിയമാക്കാൻ യത്നിച്ചു. സർക്കസിനെ ലോക നെറുകയിലെത്തിച്ചു. ലോകത്തിന്റെ വിവിധ ഭാഗങ്ങളിലുള്ള ഭരണാധികാരികൾ, വ്യവസായികൾ, വ്യാപാരികൾ, നയതന്ത്രജ്ഞർ തൊട്ട് സാധാരണക്കാർ വരെ പരിചയപ്പെടുന്ന എല്ലാവരുമായും വ്യക്തിബന്ധം സ്ഥാപിച്ചു. രാഷ്ട്രപതിക്കും പ്രധാനമന്ത്രിക്കും മുന്നിൽവരെ സർക്കസ് അവതരിപ്പിച്ച് കൈയടി നേടി. മുൻ പ്രധാനമന്ത്രി ഇന്ദിരാഗാന്ധി, എകെജി, ഇഎംഎസ്, ജ്യോതിബസു എന്നിവരുമായെല്ലാം ഹൃദയബന്ധം സൂക്ഷിച്ചു. ഇടതുപക്ഷ രാഷ്ട്രീയം നെഞ്ചേറ്റിയ അദ്ദേഹം നേതാക്കളുമായി അവസാനനാളുകൾവരെ വ്യക്തിബന്ധം പുലർത്തി.

ട്രപ്പീസ് കളിക്കാരനായി തുടങ്ങി മൂന്ന് സർക്കസ് കമ്പനികളുടെ ഉടമയായപ്പോഴും തൊഴിലാളികളും കലാകാരന്മാരും കുടുംബാംഗങ്ങളെപ്പോലെ പ്രിയപ്പെട്ടവരായിരുന്നു. അവരെയെല്ലാം സ്വന്തം കുടുംബാംഗത്തെ പോലെ കണ്ടു. വീട്ടിൽ വരുന്ന ഏവരോടും തികഞ്ഞ ലാളിത്യത്തോടെയും സ്നേഹ ബഹുമാനങ്ങളോടെയും പെരുമാറി.

ജനിച്ച് വളർന്ന തലശ്ശേരിയിലെ പൊതുസ്ഥിതിക്കനുസരിച്ച് ഇടതുപക്ഷ രാഷ്ട്രീയത്തോട് കൂറുപുലർത്തി. തുടർന്ന് ഇടതു സഹായത്രികനും പിന്നീട് കമ്യൂണിസ്റ്റ് പാർടി അനുഭാവിയുമായി. സ്വാതന്ത്ര്യ സമര കാലഘട്ടത്തിൽ ദേശീയ രാഷ്ട്രീയം നിരീക്ഷിച്ച് വളർന്ന അദ്ദേഹം സ്വാഭാവികമായും ഇടതുപക്ഷത്തോടും പിന്നീട് കമ്യൂണിസ്റ്റ് പാർടിയോടും ചേർന്ന് നിന്നു. മരിക്കുന്നത് വരെ കമ്യൂണിസ്റ്റ് സഹയാത്രികനായി തുടർന്നു. കൊളശ്ശേരിയിലെ കമ്യൂണിസ്റ്റ് പാരമ്പര്യമുള്ള കുടുംബത്തിൽ ജനിച്ച് സിനിമാ സാംസ്കാരിക മേഖലകളിൽ സജീവമായപ്പോഴും ആ കമ്യൂണിസ്റ്റ് ബോധം ഉയർത്തിപ്പിടിച്ചു. അനേകം സർക്കസ് കലാകാരന്മാർക്ക് തൊഴിൽ നൽകുന്ന തൊഴിലുടമയായപ്പോൾ എല്ലാ ഘട്ടങ്ങളിലും തൊഴിലാളികൾക്കൊപ്പം നിന്നു. സാധാരണക്കാർക്കുവേണ്ടി ഉയർത്തിപ്പിടിച്ച രാഷ്ട്രീയ ബോധം. കഴിഞ്ഞ വർഷം ഏപ്രിലിൽ കണ്ണൂർ നായനാർ അക്കാദമിയിൽ നടന്ന സിപിഐ എം ഇരുപത്തി മൂന്നാം പാർടി കോൺഗ്രസിന്റെ സംഘാടനമികവിലും അദ്ദേഹത്തി

ന്റെ കൈയൊപ്പുണ്ടായിരുന്നു. പയ്യാമ്പലത്ത് തന്റെ ഉടമസ്ഥതയിലുള്ള പാംഗ്രോവ് ഹോട്ടൽ പൂർണമായും പാർടി കോൺഗ്രസിന് വിട്ടുനൽകി. പ്രായം തളർത്താത്ത ആവേശത്തോടെയാണ് പാർടി കോൺഗ്രസിന്റെ ഉദ്ഘാടന ചടങ്ങിൽ സംഘാടക സമിതി വൈസ്ചെയർമാൻ കൂടിയായ ശങ്കരേട്ടൻ പങ്കെടുത്തത്. നാടിനുവേണ്ടി നിലകൊള്ളുന്നവർക്കൊപ്പം നിൽക്കലാണ് ഒരു കലാകാരന്റെ രാഷ്ട്രീയമെന്ന ഉറച്ച വിശ്വാസമാണ് അവസാനംവരെ നയിച്ചത്.

കമ്യൂണിസ്റ്റ് രാഷ്ട്രീയത്തോട് ആഭിമുഖ്യം പുലർത്തുമ്പോഴും ഇതര രാഷ്ട്രീയ പാർടി പ്രവർത്തകരോടും നേതാക്കളോടുമെല്ലാം തികഞ്ഞ സൗഹൃദം പുലർത്തി. സ്നേഹ ബന്ധം കാത്ത് സൂക്ഷിച്ചു. തികഞ്ഞ സൽക്കാര പ്രിയനായിരുന്ന അദ്ദേഹം വീട്ടിൽ വരുന്നവരെ വിനയാന്വിതനായി സ്വീകരിച്ചു. തന്നെക്കാൾ ഏറെ പ്രായം കുറഞ്ഞവരെ പോലും ഏട്ടൻ, ഏച്ചി എന്നിങ്ങനെ വിളിച്ചേ സംബോധന ചെയ്യൂ.

വിദ്യാഭ്യാസ രംഗത്തും തനതുസംഭാവനകൾ നൽകി. വിദ്യാഭ്യാസ പ്രവർത്തനങ്ങൾക്ക് നിർലോഭമായ സഹായങ്ങളാണ് നൽകിയത്.

കണ്ണൂരിനെ സ്നേഹിക്കുന്ന, മലയാളികളെ സ്നേഹിക്കുന്ന, കേരളത്തെ സ്നേഹിക്കുന്ന പ്രത്യേക വികാരവായ്പ് മനസ്സിലും ഹൃദയത്തിലും സൂക്ഷിച്ചിരുന്നുവെന്ന് സൂക്ഷ്മമായി വിലയിരുത്തുമ്പോൾ വ്യക്തമാകും. ജാതിക്കും മതത്തിനും പ്രാദേശിക ചിന്തകൾക്കും അതീതമായി മാനവികതയിലൂന്നിയ ആ ജീവിതം സമകാലിക ഇന്ത്യൻ സാഹചര്യത്തിൽ മാതൃകയാണ്. മതവിദ്വേഷവും ഭാഷാ ഭ്രാന്തും പ്രാദേശിക വികാരവും ഇളക്കിവിട്ട് രാഷ്ട്രത്തെ ശിഥിലമാക്കാൻ വിധ്വംസക ശക്തികൾ ശ്രമിക്കുമ്പോൾ ഈ ജീവിതം നമുക്ക് വഴികാട്ടുന്നു.

ലാളിത്യവും നിഷ്കളങ്കമായ ഇടപെടലും മനുഷ്യപക്ഷ നിലപാടും മുഖമുദ്രയാക്കിയ ജെമിനി ശങ്കരൻ ജനഹൃദയങ്ങളിൽ ഇനിയും ജീവിക്കും.

സഹജീവികളോടെല്ലാം അതിരില്ലാത്ത സ്നേഹമായിരുന്നു ജെമിനി ശങ്കരന്. സർക്കസിന്റെ ഭാഗമായി ജീവിതത്തിലേക്ക് കയറിവന്ന പക്ഷിമൃഗാദികളെയെല്ലാം സർക്കസ് ഉപേക്ഷിച്ചപ്പോഴും അ

ദ്ദേഹം കൂടെ കൂട്ടി. വയനാട്ടിലെ എസ്റ്റേറ്റിൽ പ്രകൃതിദത്തമായ ആവാസവ്യവസ്ഥയിലേക്കാണ് അവയെ മാറ്റിയത്. എട്ട് ആഫ്രിക്കൻ തത്തകളെയാണ് വീട്ടിൽ വളർത്തിയത്. വളർത്തുപക്ഷികളെ മാത്രമല്ല, കാക്കകളെയും പരിചരിച്ചിരുന്നു. കാക്കകൾക്ക് എല്ലാദിവസവും ബ്രഡും ഓംലെറ്റും നൽകി. പ്രായാധിക്യത്താൽ കിടപ്പിലാവും വരെയും ഇത് തുടർന്നു. എണ്ണിയാലൊടുങ്ങാത്ത ചെടികളുടെ ശേഖരം വാരത്തെ വീട്ടിലും പയ്യാമ്പലത്തെ പാംഗ്രോവ് ഹോട്ടലിലുമുണ്ട്. എവിടെ പോയാലും തിരിച്ചെത്തുമ്പോൾ തോട്ടത്തിൽ വയ്ക്കാൻ രണ്ട് പുതിയ ചെടികളും കൈയിലുണ്ടാകും.

ഇങ്ങനെ ഭൂമുഖത്തെ സകല ജീവജാലങ്ങളേയും സ്നേഹിച്ച് ജീവിച്ച ആ മഹത്‌വ്യക്തിത്വത്തിന്റെ ഓർമ്മകൾക്ക് മുമ്പിൽ നമുക്ക് തലകുനിക്കാം.

(എൽ.ഡി.എഫ് കൺവീനറും മുൻ സംസ്ഥാനമന്ത്രിയുമാണ് ലേഖകൻ)

ജെമിനി ശങ്കരൻ ഒരിക്കലും മായാത്ത ഓർമ്മ

എം.വി. ജയരാജൻ

സർക്കസിന്റെ കുലപതി ജെമിനി ശങ്കരേട്ടന്റെ വേർപാട് എല്ലാവർക്കും മറക്കാനാവാത്ത വേദനയാണ് തന്നത്. സ്നേഹിക്കാൻ മാത്രമറിയാവുന്ന ഒരു മനുഷ്യസ്നേഹി. മറ്റുള്ളവരോട് ഒരിക്കൽ പോലും കയർത്ത് സംസാരിക്കുന്നത് കാണാൻ കഴിഞ്ഞിട്ടില്ല. തന്നെക്കാൾ കുറഞ്ഞപ്രായക്കാർ പോലും അദ്ദേഹത്തിന് ചേട്ടനോ ചേച്ചിയോ ആയിരുന്നു. അങ്ങനെ അഭിസംബോധന ചെയ്യുന്നതിലൂടെ സ്വയം ബഹുമാനിതനായ വ്യക്തികൂടിയായിരുന്നു ശങ്കരേട്ടൻ. നൂറാം ജന്മദിനം ആഘോഷിക്കാൻ ശങ്കരേട്ടന്റെ കുടുംബാംഗങ്ങളും ബന്ധുമിത്രാദികളും സുഹൃത്തുക്കളുമെല്ലാം വിവിധ പരിപാടികളെക്കുറിച്ച് ആലോചിച്ചുകൊണ്ടിരിക്കുമ്പോഴാണ് ഇക്കഴിഞ്ഞ ഏപ്രിൽ 23ന് അദ്ദേഹം നമ്മെ വിട്ടുപിരിഞ്ഞത്. സർക്കസ് എന്നത് ശങ്കരേട്ടന് പണമുണ്ടാക്കാനുള്ള മാർഗമായിരുന്നില്ല. സർക്കസ് കലാകാരന്മാർക്ക് പ്രോത്സാഹനവും സംരക്ഷണവും നൽകുന്നതോടൊപ്പം സർക്കസിന് കാണികളെ ആകർഷിക്കുന്ന മൃഗങ്ങളെക്കൂടി അദ്ദേഹം സംരക്ഷിച്ചു. വീട്ടിൽ പക്ഷിമൃഗാദികളെ വളർത്താനും സമയത്തിന് ഭക്ഷണം നൽകി പോറ്റാനും തയ്യാറായ അദ്ദേഹം മറ്റുള്ളവർക്ക് കാണിച്ചുകൊടുത്ത മാതൃക വളരെ വലു

തായിരുന്നു. ചെടികളും വൃക്ഷങ്ങളും നിറഞ്ഞുനിൽക്കുന്ന വീടും പരിസരവുമായിരുന്നു ശങ്കരേട്ടന്റെ മറ്റൊരു ലോകം. അവയെല്ലാം പരിപാലിച്ച് പ്രകൃതിയുമായി ഇഴുകിച്ചേർന്നതായിരുന്നു ആ ജീവിതം.

കമ്മ്യൂണിസ്റ്റ് പാർട്ടിയും ഇടതുപക്ഷവുമായി അദ്ദേഹത്തിന് ആത്മബന്ധമുണ്ടായിരുന്നു. എകെജിയെ ജീവനുതുല്യം സ്നേഹിച്ച ഒരാളായിരുന്നു ശങ്കരേട്ടൻ. അദ്ദേഹത്തിന്റെ വിവാഹത്തിന്റെ കാർമ്മികത്വവും എകെജിയുടെ മുൻകയ്യിലായിരുന്നു നടത്തിയത്. സർക്കസ് പ്രദർശനം കാണാനായി രാഷ്ട്രപതിയെയും മന്ത്രിമാരെയും വിവിധ പാർട്ടി നേതാക്കളെയും ക്ഷണിച്ചുകൂട്ടിക്കൊണ്ടുപോകുക എന്നത് അദ്ദേഹത്തിന്റെ ശീലമായിരുന്നു. അതുകൊണ്ടുതന്നെ വിവിധ രാഷ്ട്രീയ പാർട്ടികളുടെ നേതാക്കളുമായി സൗഹൃദത്തിലേർപ്പെടാനും അദ്ദേഹത്തിന് കഴിഞ്ഞു.

ശങ്കരേട്ടന്റെ ജീവിതത്തെക്കുറിച്ച് പുസ്തകമെഴുതിയ താഹ മാടായി അദ്ദേഹത്തിന്റെ ജീവിതത്തെ സത്യസന്ധമായി അവതരിപ്പിക്കാൻ പരിശ്രമിച്ചിട്ടുണ്ട്. എന്നാൽ ആർക്കും വിവരിക്കാൻ കഴിയാത്ത വിധത്തിലുള്ള മനുഷ്യത്വവും മനുഷ്യസ്നേഹവും അദ്ദേഹത്തിന്റെ മാത്രം കൈമുതലാണ്. ആതിഥ്യമര്യാദയാണ് അതിലേറെ ശ്രദ്ധേയമായത്. മനസ്സിൽ തട്ടിയ ഒരു അനുഭവം ഓർമ്മിക്കട്ടെ. അവസാനകാലത്ത് ആശുപത്രിയിലും വീട്ടിലും വെച്ച് ഭക്ഷണം കഴിക്കാത്ത കാര്യം മകൻ അജയ് ശങ്കറും ഭാര്യയും ശ്രദ്ധയിൽപ്പെടുത്തിയിരുന്നു. ഒരുദിവസം ആശുപത്രിയിൽ നിന്ന് ഡിസ്ചാർജ് ചെയ്ത് വീട്ടിലേക്ക് പോകുമ്പോൾ വീട്ടിലെത്തിയാൽ ഭക്ഷണം കൃത്യമായികഴിക്കണമെന്ന് ഞാൻ പറയുകയുണ്ടായി. അതിനദ്ദേഹം മറുപടി പറഞ്ഞത്, "നിങ്ങള് കൂടി വാ" എന്നായിരുന്നു! അതായിരുന്നു ശങ്കരേട്ടൻ. സ്വന്തമായി ഭക്ഷണം കഴിച്ചില്ലെങ്കിലും മറ്റുള്ളവരെ ഭക്ഷണം കഴിപ്പിക്കുന്ന ആതിഥ്യമര്യാദ. വീട്ടിൽ വെച്ച് മുഖ്യമന്ത്രി പിണറായി വിജയൻ കണ്ടപ്പോൾ, ഭക്ഷണം കഴിക്കാത്ത കാര്യം അദ്ദേഹത്തിന്റെയും ശ്രദ്ധയിൽപ്പെട്ടു. അന്ന് ഒരു ഗ്ലാസ് ഇളനീർ വെള്ളം മുഖ്യമന്ത്രി നൽകി. അത് കുടിക്കുകയും ചെയ്തു. മറ്റുള്ളവർ ഭക്ഷണം നൽകിയാൽ ഒന്നും കഴിക്കാത്ത ശങ്കരേട്ടൻ, മുഖ്യമന്ത്രി കുടിക്കാൻ നൽകിയപ്പോൾ കുടിച്ചു എന്നത് എകെജി മുതൽ ഇങ്ങോട്ടുള്ള കമ്മ്യൂണിസ്റ്റ് നേതാ

ക്കളുമായുള്ള ഹൃദയബന്ധം ഒന്നുകൊണ്ടുകൂടിയായിരുന്നു.

തുഞ്ചത്താചാര്യ എഡ്യുക്കേഷണൽ ട്രസ്റ്റുമായി അദ്ദേഹത്തിന് അടുത്ത ബന്ധമുണ്ടായിരുന്നു. ട്രസ്റ്റിന്റെ കീഴിൽ പ്രവർത്തിക്കുന്ന വിദ്യാഭ്യാസ സ്ഥാപനങ്ങൾ ചില പ്രശ്നങ്ങൾ അഭിമുഖീകരിച്ചപ്പോൾ അത് പരിഹരിക്കാൻ മറ്റുള്ളവരോടൊപ്പം അദ്ദേഹം വന്നത് ഓർത്തുപോകുകയാണ്. തുടർന്ന് ആ കാര്യം പരിഹരിച്ചതിന് ശേഷം മാത്രമേ അദ്ദേഹം വിശ്രമിച്ചുള്ളൂ! കണ്ണൂരിൽ പയ്യാമ്പലത്ത് ശങ്കരേട്ടൻ സ്ഥാപിച്ചതാണ് പാംഗ്രോവ് ഹോട്ടൽ. അവിടെ എത്തിച്ചേരുന്നവർ ശങ്കരേട്ടനെ സംബന്ധിച്ചിടത്തോളം വാടകയ്ക്ക് വരുന്ന കേവലം വ്യക്തികളല്ല. അതിഥികളാണ്. ആ രീതിയിലാണ് അവരോടെല്ലാമുള്ള സമീപനം. നാല് പതിറ്റാണ്ടിലേറെ കാലമായി അടുത്ത ബന്ധം സ്ഥാപിച്ചുവന്നിരുന്ന എനിക്ക് ഗുരുനാഥനോ രക്ഷിതാവോ നഷ്ടപ്പെട്ട ശൂന്യതയാണിപ്പോൾ. അദ്ദേഹത്തിന്റെ ഓർമ്മകൾ എന്നും മനസ്സിൽ ജ്വലിച്ചുതന്നെ നിൽക്കും.

(സിപിഎം കണ്ണൂർ ജില്ലാ സെക്രട്ടറിയും മുൻ എംഎൽഎയുമാണ് ലേഖകൻ)

മുൻ ഇന്ത്യൻ പ്രധാനമന്ത്രി മൊറാർജി ദേശായിക്കൊപ്പം

ജെമിനി ശങ്കരേട്ടനും 'ഏട്ടാ'എന്ന വിളിയും

പി. ജയരാജൻ

തലമുറകളുടെ മനസ്സിൽ ദൃശ്യവിസ്മയമായി നില നിൽക്കുന്നവയാണ് ജെമിനി ,ജംബോ സർക്കസ്. അതുല്യമായ അഭ്യാസപ്രകടനങ്ങൾ കണ്ട് പ്രായഭേദമന്യേ എല്ലാവരും ആ തമ്പുകളിലിരുന്ന് കൈയടിച്ചു.അതിന്റെ അമരക്കാരൻ ജെമിനി ശങ്കരനാണ് എന്നറിയാമെങ്കിലും ഞങ്ങൾ ആദ്യമായി കാണുന്നത് സി.രൈരുവേട്ടന്റെ മേലൂരെ വീട്ടിൽ വെച്ചാണ്. അദ്ദേഹം എന്റെ പേർ ചേർത്ത് 'ജയരാജേട്ടാ' എന്നു വിളിച്ചപ്പോൾ എനിക്കാദ്യം ചിരിയാണ് വന്നത്. പ്രായമുള്ള ഒരാൾ അവരേക്കാൾ എത്രയോ പ്രായം കുറഞ്ഞവരെ പേരിനോടൊപ്പം 'ഏട്ടാ ' എന്നു ചേർത്തു വിളിക്കുന്നതിൽ അൽപം ഔചിത്യക്കുറവില്ലേ എന്ന തോന്നലിൽ, ' എന്നെ ഏട്ടാ ' എന്നു വിളിക്കരുത് എന്ന് ഞാൻ സൗമ്യമായി ശങ്കരേട്ടനോട് പറഞ്ഞു. അപ്പോൾ അദ്ദേഹം പറഞ്ഞു: ' പൊതുപ്രവർത്തകർ പ്രായം കൊണ്ടു ചെറുതാണെങ്കിലും ജനങ്ങൾക്കു വേണ്ടി പ്രവർത്തിക്കുന്നവരാണ്.അവരോടുള്ള ആദരസൂചകമായിട്ടാണ് ഞാൻ പേരിനോടൊപ്പം 'ഏട്ടാ ' എന്നു ചേർത്തു വിളിക്കുന്നത്. '

ശങ്കരേട്ടന്റെ ആ മറുപടി കേട്ടപ്പോൾ ആ വലിയ വ്യക്തിക്ക് മുമ്പിൽ ഞാൻ ചെറുതായിപ്പോയി. പിന്നീടൊരു ദിവസം കുടുംബ

സമേതം അദ്ദേഹം ഞങ്ങളെ വാരത്തെ വീട്ടിലേക്ക് വിളിച്ചു. മറ്റു ള്ളവരെ ഭക്ഷണം കഴിപ്പിക്കുന്നതിൽ അദ്ദേഹം ഏറെ ആഹ്ലാദം കണ്ടെത്തിയിരുന്നു. അദ്ദേഹത്തിന്റെ ആതിഥേയ മര്യാദ കണ്ട് ഞ ങ്ങൾ അത്ഭുതപ്പെടുക തന്നെ ചെയ്തു. ചെറിയ കാര്യങ്ങളിൽ പോ ലും അദ്ദേഹം ശ്രദ്ധാലുവായിരുന്നു.

ഒടുവിൽ ഞാൻ അദ്ദേഹത്തെ കാണുന്നത് വാർധക്യ സഹജ മായ അവശതകൾ അദ്ദേഹത്തെ അലട്ടിക്കൊണ്ടിരുന്ന ഇക്കഴിഞ്ഞ മാർച്ചിലാണ്. ഭക്ഷണവും വെള്ളവും കുടിക്കാതെ ,ഒരുതരം ഉപ വാസം പോലെ അദ്ദേഹം വാരത്തെ വീട്ടിൽ കിടക്കുമ്പോൾ ആയി രുന്നു ആ കൂടിക്കാഴ്ച. തീരെ വെള്ളം കുടിക്കാതിരുന്ന കാര്യം മ ക്കളിൽ നിന്നറിഞ്ഞ് മുഖ്യമന്ത്രി പിണറായി വിജയൻ അദ്ദേഹത്തെ സന്ദർശിക്കുകയും പിണറായിയുടെ സ്നേഹപൂർവ്വമായ നിർബ ന്ധത്തിനു വഴങ്ങി ഇളനീർ കുടിക്കുകയും ചെയ്തു. രണ്ടു ദിവ സം കഴിഞ്ഞ് ഞാൻ ചെന്നു കാണുമ്പോഴും കുടിനീർ ഇറക്കാതെ ക്ഷീണിതമായ അവസ്ഥയിലാരുന്നു. തീരെ അവശനായിരുന്നെങ്കി ലും അദ്ദേഹം എന്നെ തിരിച്ചറിഞ്ഞു. ' വെള്ളം കുടിക്കാതിരുന്നാൽ തളർന്നു കിടപ്പിലാവില്ലേ, നമുക്ക് നൂറാം പിറന്നാൾ ആഘോഷ ത്തോടെ കൊണ്ടാടേണ്ടതല്ലേ' എന്ന് ഞാൻ പറഞ്ഞപ്പോൾ അദ്ദേ ഹത്തിന്റെ മുഖത്ത് ഒരു ഉണർവ്വും പ്രസന്നതയും കണ്ടു. ജന്മശ താബ്ദി പ്രിയപ്പെട്ടവർക്ക് നല്ല സദ്യയൊക്കെ ഒരുക്കി ,വലിയ സ ന്തോഷത്തോടെ നടത്തണമെന്ന് ശങ്കരേട്ടൻ ആഗ്രഹിച്ചിരുന്നു. നൂറിന്റെ പടിവാതിൽക്കൽ എത്തി അദ്ദേഹം തിരിച്ചു പോയി. ഇ നി അദ്ദേഹത്തിന്റെ ആഗ്രഹം നിറവേറ്റുക എന്നത് ശങ്കരേട്ടന്റെ ഒ പ്പം നിന്നവരുടെയും മക്കളുടെയും സ്നേഹ ബാധ്യതയാണ്. ആ. കൂട്ടായ്മയോടൊപ്പം ഞാനും നിൽക്കുന്നു. ഒരുപാട് യശസ്സുള്ള വർക്ക് ജന്മം നൽകിയ നാടാണ് കണ്ണൂർ ജില്ല. അവരിലെ ഏറ്റവും ജ്വലിക്കുന്ന കണ്ണിയാണ് ശങ്കരേട്ടൻ. വിയോഗ ദു:ഖത്തിലും, ആ ശതാബ്ദി ഓർമ്മകൾക്ക് മുന്നിൽ ആദരമർപ്പിക്കുന്നു.

(കേരള ഖാദിബോർഡ് വൈസ് ചെയർമാനാണ് ലേഖകൻ)

ജെമിനി ശങ്കരേട്ടൻ മനുഷ്യസ്നേഹത്തിന്റെ ആൾരൂപം

പി.കെ. ശ്രീമതി ടീച്ചർ

ജെമിനി ശങ്കരേട്ടൻ അസുഖമായി കിടപ്പിലാണ് എന്ന് അറിഞ്ഞപ്പോൾ തന്നെ വല്ലാത്ത ഒരു ദുഃഖം എനിക്കനുഭവപ്പെട്ടു. 100-ാം വയസ്സുതികയുന്നതിന് ദിവസങ്ങൾ മാത്രം ബാക്കിനിൽക്കെയാണ് ശങ്കരേട്ടൻ അസുഖം വന്ന് കിടപ്പിലായത്. കോവിഡിനെപ്പോലും അതിജീവിച്ച് ആരോഗ്യപ്രശ്നങ്ങളില്ലാതെ എല്ലാ രംഗത്തും ഊർജ്ജ്വസ്വലതയോടെ പങ്കെടുത്തുകൊണ്ടിരുന്ന ശങ്കരേട്ടൻ പെട്ടെന്ന് അസുഖബാധിതനായി കിടപ്പിലായത് എല്ലാവരേയും വല്ലാതെ വിഷമിപ്പിച്ചു.

സാധാരണഗതിയിൽ ഇത്രയും പ്രായമുള്ളവരുടെ വേർപാട് മറ്റുള്ളവരെ വളരെ കൂടുതലായി വേദനിപ്പിക്കാറില്ല. എന്നാൽ ശങ്കരേട്ടന്റെ വേർപാട് മക്കളേയും ബന്ധുക്കളേയും അദ്ദേഹത്തെ സ്നേഹിക്കുന്ന ജനാവലിയേയും ഒരുപോലെ ദുഃഖിപ്പിച്ചു.

ജെമിനി ശങ്കരേട്ടന്റെ 100 തികയുന്ന ജന്മദിനം വലിയ ആഘോഷമായി നടത്തണം എന്ന ആലോചന മക്കൾ നടത്തിക്കൊണ്ടിരിക്കുകയായിരുന്നു. വളരെ നേരത്തെ തന്നെ ബന്ധുക്കളോടും സുഹൃത്തുക്കളോടും അത് സൂചിപ്പിക്കുകയും ചെയ്തു. എന്നാൽ കണ്ണൂരിന്റെ സ്വന്തം ജെമിനി ശങ്കരേട്ടൻ നമ്മുടെ സ്നേഹാദരങ്ങൾ

ഏറ്റുവാങ്ങാൻ നിൽക്കാതെ ഈ ലോകത്തോട് വിടപറഞ്ഞു.

വളരെയേറെ സ്വഭാവവൈശിഷ്ട്യങ്ങൾ കാത്തുസൂക്ഷിച്ചിരുന്ന പ്രത്യേക വ്യക്തിത്വമായിരുന്നു ശങ്കരേട്ടന്റേത്. മറ്റുള്ളവർക്ക് അനുകരിക്കാൻ പറ്റുന്ന ഉൽകൃഷ്ടമാതൃകകൾ. സ്നേഹവും വിനയവും അദ്ദേഹത്തിന്റെ കൂടപ്പിറപ്പായിരുന്നു എന്ന് പലപ്പോഴും എനിക്ക് തോന്നിയിട്ടുണ്ട്. 'ജെമിനി സർക്കസ്' ജനമനസ്സിൽ പതിഞ്ഞ പേരാണ്. ഈ വലിയ സംവിധാനത്തിന് രൂപം കൊടുത്ത് വളർത്തിയെടുത്ത വലിയ മനുഷ്യനാണല്ലോ സാധാരണക്കാരിൽ സാധാരണക്കാരനെപ്പോലെയിരിക്കുന്നത് എന്നത് കാണുമ്പോഴെല്ലാം ഞാൻ ആലോചിക്കും. ഈ ലോകത്തെയും ജനലക്ഷങ്ങളുടെ സാന്നിദ്ധ്യത്തിലൂടെ മനുഷ്യമനസ്സിനെ പഠിക്കുകയും ചെയ്ത അപൂർവ്വ വ്യക്തിത്വമായിരുന്നു വിനായാന്വിതനായ ശങ്കരേട്ടന്റേത്. തികഞ്ഞ ഒരു ഗാന്ധിയൻ രീതിയായിരുന്നു ജീവിതത്തിലുടനീളം അദ്ദേഹം പാലിച്ചത്. ഒരു ദിവസം ശങ്കരേട്ടന്റെ ജീവിതരീതിയും ഭക്ഷണക്രമവുമെല്ലാം സംസാരിക്കുന്നതിനിടയിൽ മകൻ അജയ് പറഞ്ഞു. ഇപ്പോഴും അച്ഛൻ ധരിക്കുന്ന വസ്ത്രങ്ങൾ അദ്ദേഹം തന്നെയാണ് കഴുകിയിടുന്നത് എന്ന്. കിടപ്പിലാവുന്നത് വരെ അത് തുടർന്നു. ലളിതജീവിതത്തിന്റെ ഒരു ഉദാഹരണം മാത്രം. സർക്കസ് എന്നും നമുക്ക് ഒരു വിസ്മയമാണ്. അതുപോലെ സർക്കസിന്റെ കുലപതി ജെമിനി ശങ്കരേട്ടന്റെ ജീവിതവും ഒരു വിസ്മയമാണ്.

ജെമിനി ശങ്കരേട്ടൻ ജന്മദിനം ആഘോഷിക്കാൻ നിൽക്കാതെ ഈ ലോകത്തോടും നമ്മോടും വിടപറഞ്ഞു. സ്നേഹാദരങ്ങൾ മരണാനന്തരമാണ് അദ്ദേഹം ഏറ്റുവാങ്ങിയത്. വലിയ പ്രതീക്ഷയോടെയായിരുന്നു മക്കൾ ഓരോ ദിവസവും തള്ളിനീക്കിയത്. ഒരു കുഞ്ഞിനെ പരിചരിക്കുന്നതുപോലെ അദ്ദേഹത്തെ പരിചരിച്ചു. പ്രതീക്ഷ അസ്ഥാനത്തായി. മരണം ശങ്കരേട്ടനെ പുൽകി; അല്ല ശങ്കരേട്ടൻ മരണത്തെ പുല്കി. നൂറുവർഷത്തെ ഇതിഹാസം വിടപറഞ്ഞു. കണ്ണൂരിന്റെ ഇതിഹാസനായകൻ. ഇന്നും ആരും കൈവെക്കാൻ ധൈര്യം കാണിക്കാത്ത സർക്കസിന്റെ ഇതിഹാസപുരുഷൻ. കണ്ണൂരിലെ ജനസഞ്ചയത്തിന്റെ സ്നേഹാദരങ്ങൾ ഏറ്റുവാങ്ങിക്കൊണ്ട് എന്നെന്നേക്കുമായി മൺമറഞ്ഞു.

(മുൻ ലോക്സഭാ അംഗവും, മുൻ സംസ്ഥാന മന്ത്രിയുമാണ് ലേഖിക)

ശങ്കരേട്ടന് പകരം ശങ്കരേട്ടൻ മാത്രം

കെ.കെ. ശൈലജ ടീച്ചർ

ജെമിനി ശങ്കരൻ എന്നത് ചരിത്രത്തിൽ സ്വർണ ലിപികളാൽ ആലേഖനം ചെയ്യപ്പെട്ടിട്ടുള്ള ഒരു പേരാണ്. ഒട്ടേറെ പ്രഗൽഭരുടെ കൂട്ടത്തിൽ കേരളത്തിന്റെയും ഇന്ത്യയുടെയും യശസ്സ് പുറം രാജ്യങ്ങളിലടക്കം എത്തിച്ച മഹാന്മാരുടെ ഇടയിലാണ് ജെമിനി ശങ്കരേട്ടന്റെ സ്ഥാനം. സർക്കസിന്റെ കുലപതി എന്നറിയപ്പെട്ട ശങ്കരേട്ടൻ ജനിച്ചുവളർന്നത് തലശ്ശേരിയിലാണ് എന്നത് നമ്മുടെയെല്ലാം ഒരു ഭാഗ്യമായി കരുതാം. തലശ്ശേരിക്ക് മാത്രമായി ചില പ്രത്യേകതകൾ എടുത്തു പറയാറുണ്ട്. അതിൽ ഏറ്റവും പ്രധാനപ്പെട്ടത് ക്രിക്കറ്റിന്റെയും, സർക്കസിന്റെയും, കേക്കിന്റെയും ജന്മദേശം ആണ് തലശ്ശേരി എന്നതാണ്. ഇംഗ്ലീഷ് അക്ഷരമാലയിൽ മൂന്ന് 'സി'കൾ ക്രിക്കറ്റ്,സർക്കസ്, കേക്ക് മൂന്ന് സി കൾ കൊണ്ട് വിശേഷിപ്പിക്കാവുന്ന ഇടമാണ് തലശ്ശേരി എന്ന് പലരും പറയാറുണ്ട്. സർക്കസിന്റെ ആവിർഭാവം തലശ്ശേരി കേന്ദ്രീകരിച്ചാണ് ഉണ്ടായത് എന്നുള്ളതിൽ നമുക്ക് അഭിമാനിക്കാൻ വകയുണ്ട്.

പ്രശസ്തനായിട്ടുള്ള കീലേരി കുഞ്ഞിക്കണ്ണൻ ഇന്ത്യൻ സർക്കസിലെ പ്രഗൽഭനായ വ്യക്തിത്വമാണ്. ഇന്ത്യയിൽ സർക്കസ് കലയ്ക്ക് തുടക്കം കുറിച്ചത് കീലേരി ആണെന്ന് പറയാം. ശങ്കരേട്ട

ന്റെ കുട്ടിക്കാലത്ത് സർക്കസിനോടുള്ള ആഭിമുഖ്യം മനസ്സിലാക്കി കീലേരി കുഞ്ഞിക്കണ്ണൻ അദ്ദേഹത്തെ ശിഷ്യനായി സ്വീകരിക്കുകയായിരുന്നു. പിന്നീട് സർക്കസ് മേഖലയിൽ സ്വന്തമായി വ്യക്തിമുദ്ര പതിപ്പിച്ചുകൊണ്ട് ഇന്ത്യയിലും വിദേശരാജ്യങ്ങളിലും സർക്കസ് അവതരിപ്പിച്ച് പ്രശസ്തി നേടാൻ ശങ്കരേട്ടന് കഴിഞ്ഞു. ജെമിനി സർക്കസിന്റെ ഉടമയായി മാറിക്കഴിഞ്ഞപ്പോൾ അദ്ദേഹത്തിന് ജെമിനി ശങ്കരൻ എന്ന് പേരുവന്നു. ഇന്ത്യൻ സർക്കസിന്റെ കുലപതിയായി അദ്ദേഹം മാറി.

തലശ്ശേരിയിൽ നിന്ന് നിരവധി ചെറുപ്പക്കാരെ സർക്കസ് പരിശീലിപ്പിച്ച്, സർക്കസിൽ ചേർത്ത് അവർക്കൊരു ജീവിതം ഉണ്ടാക്കി കൊടുക്കുന്നതിൽ ശങ്കരേട്ടൻ മുൻകൈയെടുത്ത് പ്രവർത്തിച്ചു. പലരും അറിയപ്പെടുന്ന സർക്കസ് കലാകാരന്മാരായി മാറി ഇതോടെ നാടിന്റെ യശസ്സ് ഉയർന്നു. ഇന്ത്യയിലെ പ്രശസ്തരായ ഒരുപാട് വ്യക്തികൾ ശങ്കരേട്ടനെ അവരുടെ അതിഥിയായി സ്വീകരിച്ചു ആദരിച്ചു. ജവഹർലാൽ നെഹ്റു, ഇന്ദിരാഗാന്ധി, മൗണ്ട് ബാറ്റൺ, മാർട്ടിൻ ലൂഥർ കിംഗ്, ബഹിരാകാശ യാത്രിക വാലന്റീന തെരഷ്കോവ തുടങ്ങി ഇന്ത്യക്കകത്തും പുറത്തും ഉള്ള പ്രമുഖരെ അദ്ദേഹവും അതിഥിയായി സ്വീകരിച്ച് ആദരിച്ചു.

സർക്കസ് എന്ന കല ജനഹൃദയങ്ങളിലേക്ക് എത്തിക്കുന്നതിൽ ശങ്കരേട്ടൻ വഹിച്ച പങ്ക് വലുതാണ് ജെമിനി ശങ്കരേട്ടന്റെ സ്നേഹവാൽസല്യങ്ങൾക്ക് പാത്രമാകാൻ കഴിഞ്ഞു എന്നത് എന്നെ സംബന്ധിച്ചിടത്തോളം ജീവിതത്തിൽ അഭിമാനവും സന്തോഷവും പകർന്നു നൽകുന്ന അനുഭവമാണ്. ശങ്കരനുമായുള്ള സൗഹൃദത്തിന് 10 വർഷത്തെ അനുഭവം മാത്രമേ ഉണ്ടായിരുന്നുള്ളൂ എങ്കിലും ജീവിതകാലം മുഴുവൻ അദ്ദേഹം ഒരു കാരണവരായി കൂടെയുണ്ടായിരുന്നു എന്ന ബോധമാണ് ഉള്ളിൽ കടന്നു വരുന്നത്.

ജെമിനി ശങ്കരേട്ടനും രൈരുവേട്ടനും പകർന്നു നൽകിയ സ്നേഹം വിലമതിക്കാനാവാത്തതാണ്. രണ്ടുപേരും ലോകത്തിന്റെ വിവിധ കോണുകളിൽ സഞ്ചരിച്ച് ഒരുപാട് ജീവിതാനുഭവങ്ങൾ നേടിയ മഹാന്മാരും ഉറച്ച ഇടതുപക്ഷ സഹയാത്രികരും ആണ്. ഞാൻ തിരഞ്ഞെടുപ്പിൽ മത്സരിക്കുമ്പോഴും പിന്നീട് ആരോഗ്യ വകുപ്പിന്റെ ചുമതലയേറ്റ് മന്ത്രിയായി പ്രവർത്തിക്കുമ്പോഴും നിരവധി തവണ ഈ രണ്ടു പേരുടെയും അഭിനന്ദനങ്ങൾക്കും സ്നേഹ

വാത്സല്യങ്ങൾക്കും പാത്രമായിട്ടുണ്ട്. ഇടയ്ക്കിടെ ഈ രണ്ടു കാരണവന്മാരെയും സന്ദർശിക്കുക എന്നതും പതിവായിരുന്നു.

ശങ്കരേട്ടന്റെയും രൈരുവേട്ടന്റെയും വീടുകളിൽ ഏത് വിശേഷത്തിനും ക്ഷണിക്കപ്പെടുന്നവരായി ഞാനും ഭാസ്കരേട്ടനും മാറി. രൈരുവേട്ടൻ ഈ ലോകത്തോട് വിട പറഞ്ഞപ്പോൾ ഇരട്ടകളെപ്പോലെ ഒന്നിച്ചു നടന്ന സുഹൃത്ത് വിട പറഞ്ഞതിന്റെ വിഷമം ശങ്കരേട്ടന്റെ മനസ്സിൽ ആഴത്തിൽ പതിഞ്ഞിരുന്നു. എന്നാൽ നൂറാമത്തെ പിറന്നാൾ ആഘോഷിക്കാൻ ഒരുങ്ങി നിൽക്കുന്ന ശങ്കരേട്ടന് മൗനിയായി ഒതുങ്ങി മാറിയിരിക്കുന്ന ശീലമായിരുന്നില്ല. അതി രാവിലെ എഴുന്നേറ്റ് വീട്ടുമുറ്റത്തെ പക്ഷിമൃഗാദികളോടെല്ലാം കുശലം പറഞ്ഞും അവക്കെല്ലാം ഭക്ഷണം കൊടുത്തും കുറെ നേരം തൊടിയിൽ നടന്നതിനു ശേഷമാണ് അദ്ദേഹം പത്തു മണിയോടെ കുളിച്ച് പ്രഭാത ഭക്ഷണം കഴിച്ചിരുന്നത്.

മരണപ്പെടുന്നതിന് രണ്ടുമൂന്നു വർഷങ്ങൾക്കു മുമ്പ് അദ്ദേഹത്തിന് ഇഷ്ടമുള്ളിടത്തെല്ലാം സഞ്ചരിക്കുക എന്നത് നിർബന്ധമുള്ള കാര്യമായിരുന്നു. അദ്ദേഹത്തിന്റെ കുടുംബ സുഹൃത്ത് കൂടിയായ ഉദയൻ ഇത്തരത്തിലുള്ള ചില യാത്രകളിൽ അദ്ദേഹത്തെ അനുഗമിക്കാറുണ്ട്. ആ കൂട്ടത്തിൽ ഞങ്ങളുടെ വീട്ടിലും നിരവധി തവണ അദ്ദേഹം വന്നുചേർന്നു. നൂറാം പിറന്നാൾ ആഘോഷമായി കൊണ്ടാടണമെന്ന ആഗ്രഹം ശങ്കരേട്ടന് ഉണ്ടായിരുന്നു. 99 വയസ്സായപ്പോഴും ശങ്കരേട്ടൻ കാർഷിക മേഖലയിൽ പ്രത്യേക താല്പര്യം കാണിച്ചു എന്നുള്ളത് ഇന്ന് ഈ മേഖലയിൽ പ്രവർത്തിക്കാൻ മടി കാണിക്കുന്ന ചെറുപ്പക്കാർ അടങ്ങിയിട്ടുള്ള സമൂഹത്തിന് ഒരു അനുഭവ പാഠമാണ്. ഒരു കൃഷിത്തോട്ടം ഉണ്ടാക്കുന്നതിനായി അദ്ദേഹം ഇരിട്ടിയിലുള്ള നഴ്സറി സന്ദർശിക്കുകയും ഒരു നല്ല ഫാം തുടങ്ങുന്നതിനായിട്ടുള്ള പ്രവർത്തനങ്ങൾക്ക് തുടക്കം കുറിക്കുകയും ചെയ്തു. ഫാമിന്റെ നിർമ്മാണ പ്രവർത്തനം ആരംഭിക്കുന്നതിനിടയിലാണ് അദ്ദേഹത്തിന് ശാരീരിക ക്ഷീണം തോന്നി ആശുപത്രിയിൽ അഡ്മിറ്റ് ആവുന്നത്. കേവലം ഒന്നോ രണ്ടോ മാസം മാത്രമാണ് അദ്ദേഹം രോഗബാധിതനായി ശയ്യയെ അവലംബിച്ചത്. ശങ്കരേട്ടൻ ആരോഗ്യവാനായി തിരിച്ചു വന്ന് 2023 ജൂൺ 13 ാം തീയതി അദ്ദേഹത്തിന്റെ നൂറാം ജന്മ വാർഷികം വളരെ ഗംഭീരമായി ആഘോഷിക്കണമെന്നാണ് ശങ്കരേട്ടന്റെ സുഹൃത്തുക്കളും, മക്കളും, കുടുംബാംഗ

ങ്ങളും, എല്ലാം ആഗ്രഹിച്ചത്. അതിനുള്ള ഒരുക്കങ്ങളെല്ലാം നടത്തുകയായിരുന്നു. ശങ്കരേട്ടന്റെ എല്ലാ ജന്മവാർഷികങ്ങളിലും മനോഹരങ്ങളായിട്ടുള്ള ഗാനമേളകൾ നടത്താറുണ്ട്. ഹിന്ദുസ്ഥാനി സംഗീതവും, ഗസലുകളും, ഹിന്ദിയിലും മലയാളത്തിലും ഉള്ള പ്രശസ്തമായിട്ടുള്ള ഗാനങ്ങൾ ചേർന്നുകൊണ്ടുള്ള സംഗീത കച്ചേരി ശങ്കരേട്ടന് വളരെ പ്രിയപ്പെട്ട ഒന്നായിരുന്നു.

അദ്ദേഹത്തിന്റെ അനുഭവ കഥകൾ, അദ്ദേഹത്തിന്റെ ഇഷ്ടങ്ങൾ, സമൂഹത്തിൽ അദ്ദേഹം നടത്തിയിട്ടുള്ള പ്രവർത്തനങ്ങൾ എന്നിവ പൂർണ്ണമായും എഴുതപ്പെട്ടിട്ടില്ല. അദ്ദേഹം രചിച്ച പുസ്തകത്തിൽ നിന്ന് പ്രധാനപ്പെട്ട അനുഭവങ്ങളെല്ലാം ജനങ്ങൾക്ക് വായിച്ചെടുക്കാൻ സാധിക്കും. ഏതായാലും കേരളത്തിലെ അഭിമാനഭാജനമായിട്ടുള്ള സർക്കസ് കലാകാരൻ ജെമിനി ശങ്കരേട്ടൻ അദ്ദേഹത്തിന്റെ നൂറാം ജന്മ വാർഷികത്തിന് കാത്തുനിൽക്കാതെ നമ്മെ വിട്ടുപിരിഞ്ഞു. എന്നും ജ്വലിക്കുന്ന ഓർമ്മയായി, സ്നേഹത്തിന്റെ പ്രതീകമായി ശങ്കരേട്ടൻ നമ്മുടെയെല്ലാം മനസ്സിൽ തുടരും.

(മട്ടന്നൂർ എം.എൽ.എയും മുൻ സംസ്ഥാന മന്ത്രിയുമാണ് ലേഖിക)

ജെമിനി ശങ്കരൻ തലമുറകൾക്ക് വഴികാട്ടി

സി.കെ. പത്മനാഭൻ

ശങ്കരനാമസ്മരണ ധന്യമായ ഒരു കർമ്മസുകൃതമാണ്. സഹസ്രാബ്ദങ്ങൾക്ക് മുമ്പ് കേരളത്തിൽ പിറന്ന് പലവട്ടം പദയാത്രയിലൂടെ ഭാരതപര്യടനം നടത്തി സാംസ്കാരിക ദേശീയതയ്ക്ക് സുശക്തമായ അടിത്തറ നിർമ്മിച്ച ആദിശങ്കരൻ സമസ്ത ഭാരതീയരുടെയും അഭിമാനസ്തംഭമാണ്. കേരളപിറവിക്ക് ശേഷം ആദ്യത്തെ സംസ്ഥാന സർക്കാരിന് നേതൃത്വം കൊടുത്ത വിശിഷ്ട വ്യക്തിത്വം ഇ.എം.എസ്. മറ്റൊരു മഹാനായ ശങ്കരൻ തന്നെ. നാം വീണ്ടും ശങ്കരസ്മൃതിയിലേക്ക് നീങ്ങുകയാണ് - ജെമിനി ശങ്കരൻ എന്ന പ്രസിദ്ധിയിൽ അറിയപ്പെടുന്ന നമ്മുടെ എല്ലാവരുടെയും പ്രിയപ്പെട്ട ശങ്കരേട്ടനെക്കുറിച്ച്.

ഒരു യുഗം കൺമുന്നിൽ നിന്ന് കാണാമറയത്തേക്ക് മാഞ്ഞുപോയ വികാരമാണ് ജെമിനി ശങ്കരേട്ടന്റെ ദേഹവിയോഗമുണ്ടായപ്പോൾ നമുക്കെല്ലാം അനുഭവപ്പെട്ടത്. നൂറ് വയസ്സെന്ന മോഹമുഹൂർത്തത്തിലെത്താൻ ഏതാനും ചുവടുകൾ മാത്രം ബാക്കിനിൽക്കുമ്പോഴാണ് കാലം അദ്ദേഹത്തെ കവർന്നെടുത്ത് കൊണ്ടുപോയത്. നൂറിന്റെ നിറവിലും യുവത്വത്തിന്റെ ഊർജ്ജം അദ്ദേഹം നിലനിർത്തി. ചിട്ടയായ ജീവിതവും നന്മ നിറഞ്ഞ മനസ്സും ശങ്കരേട്ടനെ നിത്യഹരിത നായകനാക്കി. അനശ്വരമായ ഒരുപാട് ഓർമ്മകൾ അദ്ദേ

ഹത്തെക്കുറിച്ച് പങ്കുവെക്കാനുണ്ട്.

സാമൂഹ്യസമ്മേളനങ്ങളിലും കുടുംബസദസ്സുകളിലും സാംസ്കാരിക പരിപാടികളിലും ശങ്കരേട്ടന്റെ സ്നേഹമസൃണമായ സാന്നിദ്ധ്യം അനുഗ്രഹം തന്നെയായിരുന്നു. എല്ലാവരോടും അദ്ദേഹം സമഭാവനയോടെ പെരുമാറി. അദ്ദേഹത്തിന്റെ സൗമ്യവും ഊർജ്ജസ്വലവുമായ പെരുമാറ്റം ബന്ധപ്പെടുന്നവർക്കെല്ലാം വലിയ ശക്തിസ്രോതസ്സായി അനുഭവപ്പെട്ടു.

സർക്കസ് കലയെ ജീവനോളം സ്നേഹിച്ച ജെമിനി ശങ്കരേട്ടന് രാജ്യത്തിനകത്തും പുറത്തുമായി നിരവധി ശിഷ്യഗണങ്ങളുണ്ട്. തന്റെ ഉടമസ്ഥതയിലുള്ള തമ്പുകളിൽ പ്രവർത്തിക്കുന്ന സർക്കസ് കലാകാരന്മാരെയും പ്രവർത്തകരെയും അദ്ദേഹം സഹോദരതുല്യം സ്നേഹിച്ചു. സർക്കസ് കലയ്ക്ക് വേണ്ടി ജീവിതം ഉഴിഞ്ഞുവെച്ച ശങ്കരേട്ടനെ തേടി നിരവധി പുരസ്കാരങ്ങൾ എത്തിയിട്ടുണ്ട്. കൊല്ലത്തെ തങ്ങൾ കുഞ്ഞി മുസ്ലിയാർ സ്മാരക ട്രസ്റ്റ് നൽകിയ അവാർഡായിരുന്നു ഒടുവിലത്തേത് എന്ന് തോന്നുന്നു. യാത്രാബുദ്ധിമുട്ട് ഉള്ളതിനാൽ ശ്രീ ഹാരൂണിന്റെ നേതൃത്വത്തിൽ ട്രസ്റ്റ് ഭാരവാഹികൾ കണ്ണൂരിൽ ശങ്കരേട്ടന്റെ വീട്ടിലെത്തിയാണ് അവാർഡ് നൽകിയത്. എത്രമാത്രം ആഴമേറിയ ബന്ധമായിരുന്നു ഇവരെല്ലാവരുമായി ഉണ്ടായിരുന്നതെന്ന് എനിക്ക് നേരിട്ട് അറിയാവുന്ന കാര്യമാണ്. എന്നെ അത്ഭുതപ്പെടുത്തിയ മറ്റൊരു കാര്യം ശങ്കരേട്ടന്റെ ഭൗതീക ശരീരം പയ്യാമ്പലം ശ്മശാനത്തിലേക്ക് കൊണ്ടുവന്നപ്പോൾ പല്ലക്ക് ചുമലിലേറ്റിയ ഗോകുലം ഗോപാലേട്ടനെ കണ്ടപ്പോഴാണ്. ഭരണ-സാമൂഹ്യ മണ്ഡലങ്ങളിലെ സമുന്നത വ്യക്തിത്വങ്ങളുമായി ശങ്കരേട്ടന് ഇത്രയധികം ഇഴയടുപ്പമുള്ള ബന്ധമാണ് ഉണ്ടായിരുന്നതെന്നതിന്റെ നിദർശനമാണ് അവിടെ കണ്ടത്.

നിശ്ചയദാർഢ്യം, സമർപ്പണ മനോഭാവം, അടുക്കുംചിട്ടയുമുള്ള ജീവിതചര്യ, സഹജീവികളോടുള്ള സഹോദരനിർവ്വിശേഷമായ സ്നേഹം തുടങ്ങിയ ഗുണഗണങ്ങളിലൂടെ സാർത്ഥകമാക്കിത്തന്ന് സ്വജീവിതത്തെ സർക്കസ് എന്ന മഹത്തായ സാഹസിക കലയ്ക്ക് വേണ്ടി സമ്പൂർണ്ണമായി സമർപ്പിച്ച ജെമിനി ശങ്കരേട്ടന്റെ സ്മരണകൾ തലമുറകൾക്ക് വെളിച്ചംപകരുന്ന പ്രകാശഗോപുരമായിരിക്കും.

(ബി.ജെ.പി. സംസ്ഥാന അദ്ധ്യക്ഷനായിരുന്നു ലേഖകൻ)

നൻമയുടെ പൂമരം

പി.കെ. കൃഷ്ണദാസ്

1996 കേന്ദ്ര അഭ്യന്തര മന്ത്രിയായിരുന്ന എൽ. കെ. അദ്വാനി കണ്ണൂരിൽ എത്തുന്നു. കേരളത്തിലെ ബി.ജെ.പി. വലിയ സ്വീകരണമാണ് അദ്ദേഹത്തിന്റെ വരവ് പ്രമാണിച്ച് ഒരുക്കിയത്. ഈ സ്വീകരണ പരിപാടിക്ക് മുന്നോടിയായി ഒരു സ്വാഗതസംഘം രൂപീകരിക്കണം. ബി.ജെ.പി. ഇന്നത്തെ പോലെ അത്ര ശക്തമായിരുന്നില്ല അന്ന്. സ്വാഗതസംഘം രൂപീകരിക്കുന്നതിന് വേണ്ടി ശങ്കരേട്ടനെ നേരിൽ കാണുന്നു. അദ്ദേഹത്തിന്റെ ഉടമസ്ഥതയിലുള്ള പാംഗ്രോവ് ഹെറിറ്റേജ് റിസോർട്ടിന്റെ ഹാൾ ലഭ്യമാക്കുക എന്നതാണ് ലക്ഷ്യം. ഇതിനായി വാരത്തെ വീട്ടിലെത്തിയ ഞാൻ അര മണിക്കൂറിൽ കൂടുതൽ അദ്ദേഹവുമായി സംസാരിച്ചിരിക്കും എന്ന് കരുതിയില്ല. പക്ഷേ ഹാൾ ചോദിക്കാൻ ചെന്ന ഞാൻ രണ്ടു മണിക്കൂറോളം അവിടെ ചെലവഴിച്ചു.

ശങ്കരേട്ടനെ ആദ്യമായി കാണുമ്പോൾ എനിക്ക് വയസ്സ് 32 മാത്രം. വലിയ മനുഷ്യനാണെന്നും സഹജീവികളോട് വലിയ സ്നേഹം കാണിക്കുന്ന വ്യക്തിയാണെന്നും കക്ഷി രാഷ്ട്രീയത്തിനും ജാതിമതത്തിനും അതീതമായി സ്നേഹിക്കുവാൻ മാത്രം അറിയുന്ന ഒരു മഹാനാണെന്നും പലരിൽ നിന്നും കേട്ടറിഞ്ഞ ഒരു വ്യക്തി

യായിരുന്നു ഞാൻ. അത് നേരിട്ട് അനുഭവിച്ചപ്പോൾ കേട്ടതെല്ലാം ശരിയാണ് എന്ന് സാക്ഷ്യപ്പെടുത്തുവാൻ എനിക്ക് സാധിച്ചു. അതുകൊണ്ടുതന്നെ ശങ്കരേട്ടൻ വിളിക്കുന്ന ഓരോ ചടങ്ങിനും മറ്റ് ഏത് പരിപാടിമാറ്റിവെച്ചും പങ്കെടുക്കുവാൻ ഞാൻ ശ്രമിച്ചിട്ടുണ്ട്. ഇത് എന്റെ മാത്രം കാര്യമല്ല. എത്രയോ പേർ ഇങ്ങനെ പറയുന്നത് ഞാൻ കേട്ടിരിക്കുന്നു. വലിയ മനുഷ്യനായിട്ടും വളരെ ചെറുപ്പമായുള്ള എന്നോട് അദ്ദേഹം ബഹുമാനത്തോടുകൂടി സംസാരിക്കുന്നത് എന്നെ അത്ഭുതപ്പെടുത്തി. അദ്ദേഹം എന്നോട് എത്ര ബഹുമാനത്തോടെയാണ് സംസാരിച്ചത് എന്ന് എപ്പോഴും ഓർക്കാറുണ്ട്. എനിക്കും ശങ്കരേട്ടനെ പോലെ പെരുമാറാൻ കഴിഞ്ഞിരുന്നെങ്കിൽ എന്ന് ഞാൻ ആശിക്കാറുണ്ട്.

ആദ്യമായി ശങ്കരേട്ടനുമായി കണ്ടതും സംസാരിച്ചതും നല്ല തെളിമയോടെ ഇന്നും ഓർക്കുന്നു. അത്രമാത്രം തെളിമയുള്ള അനുഭവമായിരുന്നല്ലോ ആദ്യത്തേത്. ഇതിനിടയിൽ എത്രയോ തവണ ചായ വന്നു പലഹാരങ്ങൾ വന്നു സംസാരം നീണ്ടു നീണ്ടു പോയി. സർക്കസിലെ തന്റെ അനുഭവങ്ങൾ, നാട്ടിലെ സാംസ്കാരിക പ്രവർത്തനങ്ങൾ, രാജ്യത്തിന്റെ വികസനം അങ്ങനെ പല പല വിഷയങ്ങളും സംസാരിച്ചിരുന്നു. അന്ന് തുടങ്ങിയ സൗഹൃദം അദ്ദേഹത്തിന്റെ മരണം വരെ തുടർന്നു. ശങ്കരേട്ടനുമായി ഒരിക്കൽ അടുത്ത് ബന്ധപ്പെട്ടാൽ അദ്ദേഹത്തിന്റെ വിനയം, അദ്ദേഹത്തിന്റെ ആതിഥ്യ മര്യാദ എല്ലാം അടുത്തറിയുവാൻ സാധിക്കും. അങ്ങനെ അറിഞ്ഞവർ ആരും അദ്ദേഹത്തിൽ നിന്ന് അകലില്ല. ശങ്കരേട്ടന്റെ കുടുംബത്തിൽ നടക്കുന്ന എല്ലാ ചടങ്ങുകൾക്കും പിന്നീട് ഞാൻ സ്ഥിരം ക്ഷണിതാവായിരുന്നു. മിനിറ്റുകൾ മാത്രം ചിലവഴിച്ച് മടങ്ങുന്ന ഒരു വിരുന്നുകാരനായി ഒരിക്കലും ഞാൻ അദ്ദേഹത്തിന്റെ മുന്നിൽ എത്തിയിട്ടില്ല. അദ്ദേഹവുമായി മണിക്കൂറുകളോളം ചിലവഴിക്കുക എന്ന ഉദ്ദേശത്തോടുകൂടി മാത്രമാണ് എപ്പോഴും എത്തിയിട്ടുള്ളത്. അദ്ദേഹം ആഗ്രഹിക്കുന്നതും അതുതന്നെയാണ്.

ശങ്കരേട്ടനോടൊപ്പം ഭക്ഷണം കഴിക്കുമ്പോൾ ഒരു കാര്യം ഞാൻ പ്രത്യേകം ശ്രദ്ധിച്ചിട്ടുണ്ട്. അവിടെ തയ്യാറാക്കിയ എല്ലാ വിഭവങ്ങളും നമ്മളെക്കൊണ്ട് അദ്ദേഹം രുചിച്ചു നോക്കിക്കും. മാതാവിന്റെ വാത്സല്യം പോലെ നമ്മളെ വയറു നിറച്ചു കഴിപ്പിക്കുവാൻ അദ്ദേഹം പ്രത്യേക ശ്രദ്ധിക്കാറുണ്ട്. വലിയ ഒരു സൽക്കാര പ്രിയനായി

രുന്നു അദ്ദേഹം എന്ന കാര്യത്തിൽ ആർക്കും എതിരഭിപ്രായം ഉണ്ടാകുമെന്ന് തോന്നുന്നില്ല. വിനയത്തിന്റെ പര്യായമായിരുന്നു ശങ്കരേട്ടൻ എന്ന കാര്യത്തിലും ഒരു തർക്കം ഇല്ല. ഒരിക്കൽ രൈരു നായർ ഭക്ഷണത്തിനായി അദ്ദേഹത്തിന്റെ വീട്ടിലേക്ക് എന്നെ ക്ഷണിച്ചു. വളരെ വൈകിയാണ് രാത്രി അത്താഴത്തിന് രൈരു ഏട്ടന്റെ വീട്ടിലേക്ക് ചെന്നത്. അന്ന് രൈരുവേട്ടന്റെ വീട്ടിൽ എന്നെ സ്വീകരിച്ചത് ശങ്കരേട്ടൻ ആയിരുന്നു എന്ന് ഞാൻ ഓർക്കുന്നു. രൈരു നായരുമായി ശങ്കരേട്ടന് ഉണ്ടായിരുന്ന അടുത്ത സൗഹൃദം അസൂയ ഉളവാക്കുന്ന ഒന്നായിരുന്നു.

2013ൽ ശങ്കരേട്ടനെയും ക്യാപ്റ്റൻ കൃഷ്ണൻ നായരെയും മറ്റും ആദരിക്കുന്ന ഒരു ചടങ്ങ് കണ്ണൂരിൽ ഉണ്ടായിരുന്നു. ചടങ്ങിൽ ഞാനും പങ്കെടുത്തിട്ടുണ്ട്. അന്ന് തിങ്ങിനിറഞ്ഞ സദസ്സായിരുന്നു. ജാതി, മത, രാഷ്ട്രീയ വ്യത്യാസമില്ലാതെ ജനങ്ങളെത്തി. ശങ്കരേട്ടന് എല്ലാവരുമായി നല്ല ബന്ധമാണ്. അപൂർവ്വതകളിൽ അപൂർവ്വമായ സവിശേഷതയാണ് അത്. എല്ലാ വിഭാഗം ആളുകളേയും ഒറ്റ ചരടിൽ കോർക്കാൻ ശങ്കരേട്ടന് സാധിക്കുമായിരുന്നു. ശങ്കരേട്ടൻ പൊതുഗുണികമാണെന്ന് ഞാൻ പറയും. അന്ന് പ്രസംഗത്തിൽ ശങ്കരേട്ടനെ കുറിച്ച് ഞാൻ ഒരുപാട് കാര്യങ്ങൾ പറഞ്ഞു. അതിശയോക്തി കലർത്തിയല്ല, യാഥാർത്ഥ്യമായിരുന്നു പറഞ്ഞത്. ശങ്കരേട്ടന്റെ വലിയ മനസ്സിനെ കുറിച്ചായിരുന്നു പറഞ്ഞത്. ശങ്കരേട്ടന്റെ വിനയത്തെ കുറിച്ചായിരുന്നു പറഞ്ഞത്. ശങ്കരേട്ടന്റെ പ്രശസ്തമായ ആതിഥ്യ മര്യാദകളെ കുറിച്ചാണ് ഞാൻ പറഞ്ഞത്. ആർക്കും മാതൃകയാക്കാവുന്ന ഒരു വ്യക്തിത്വമാണ് ശങ്കരേട്ടൻ എന്ന് ഞാൻ പറഞ്ഞു. യോഗം കഴിഞ്ഞപ്പോൾ ശങ്കരേട്ടൻ എന്നോട് വന്നു പറഞ്ഞത് ഞാൻ അത്ര വലിയ ആളൊന്നുമല്ല എന്നാണ്. അപ്പോഴും വിനയം ആ മനുഷ്യനിൽ നിറഞ്ഞുനിൽക്കുന്നത് കാണുവാൻ എനിക്ക് സാധിച്ചു.

ബി.ജെ.പിയുടെ സംസ്ഥാന പ്രസിഡണ്ടായിരുന്ന അവസരത്തിൽ സംസ്ഥാന തലത്തിലുള്ള യോഗം കണ്ണൂരിൽ നടത്തുകയുണ്ടായി. ശങ്കരേട്ടന്റെ ഉടമസ്ഥതയിലുള്ള പാംഗ്രോവ് ഹെറിട്ടേജ് റിസോർട്ടിൽ ആയിരുന്നു സംസ്ഥാനത്തിന്റെ എല്ലാ ഭാഗങ്ങളിൽ നിന്നുള്ള ബിജെപി പ്രവർത്തകരുടെ യോഗം. ബി.ജെ.പിയുടെ ജില്ലാ നേതാക്കൾക്കൊക്കെ ശങ്കരേട്ടനെ കാണുക എന്നുള്ളത് ത

ന്നെ വലിയ കാര്യമായിരുന്നു. യോഗം തുടങ്ങുന്നതിന് മുൻപേ എത്തി എല്ലാവരേയും സ്വീകരിക്കുന്നതിനും, ഒടുവിൽ യാത്രയാക്കുന്നത് വരെ ശങ്കരേട്ടൻ അവിടെ ഉണ്ടായിരുന്നു. എല്ലാവരുടെയും സുഖ വിവരങ്ങൾ അന്വേഷിക്കുകയും, ഭക്ഷണം എല്ലാവർക്കും കിട്ടി എന്ന് ഉറപ്പുവരുത്തുകയും ഒക്കെ ചെയ്തത് സ്വാഗത സംഘ സംഘാടക സമിതി കൺവീനറെ പോലെ തന്നെ അവിടെ മുഴുവൻ സമയവും നിന്നത് ഞാൻ ഓർക്കുന്നു. എല്ലാ ജില്ലകളിൽ നിന്നുള്ള പ്രതിനിധികൾക്കും ശങ്കരേട്ടന്റെ ഇടപെടലിനെ കുറിച്ച് മാത്രമേ സംസാരിക്കാനുണ്ടായിരുന്നുള്ളൂ. ശങ്കരേട്ടനുമായി അടുപ്പമുണ്ടായിരുന്നത് കൊണ്ട് അദ്ദേഹത്തിന് അധികാര കേന്ദ്രങ്ങളിൽ പല ആവശ്യങ്ങളും എന്നോട് പറയാൻ സ്വാതന്ത്ര്യമുണ്ടായിരുന്നു. പക്ഷെ അന്ന് വരെ ഒരു ശുപാർശ പോലും അദ്ദേഹം എന്നോട് ചോദിച്ചിട്ടില്ല.

കണ്ണൂർ ജില്ലയിലുള്ള ഒട്ടുമിക്ക ചടങ്ങുകളിലും ശങ്കരേട്ടന്റെ സാന്നിധ്യമുണ്ടാകും. അതിന് ഒരു സംഘാടകൻ പറഞ്ഞ ഒരു കാര്യം ഞാൻ ഓർക്കുകയാണ്. ശങ്കരേട്ടൻ ചടങ്ങിൽ പങ്കെടുക്കുന്നുണ്ട് എന്നറിഞ്ഞാൽ നമുക്ക് ഒരു മിനിമം ഗ്യാരണ്ടിയാണ്. സദസിൽ കുറെ ആളുകൾ എങ്കിലും എത്തും. അത്രമാത്രം സ്നേഹം കണ്ണൂരിലെ പല ജനങ്ങൾക്കും അദ്ദേഹം നൽകിയിട്ടുണ്ട്. കോവിഡ് ബാധിതനായി ഞാനും ഭാര്യയും ആശുപത്രിയിൽ കിടക്കുന്ന അവസരത്തിൽ ശങ്കരേട്ടൻ ആരോഗ്യസ്ഥിതി അറിഞ്ഞ് ആശ്വാസ വാക്കുകൾ പറഞ്ഞ് ഫോണിൽ വിളിച്ചിരുന്നു. പത്രവാർത്തകളിൽ നിന്ന് വിവരമറിഞ്ഞ അദ്ദേഹം വിളിച്ചത് എന്ത് ആശ്വാസമായി. വാക്സിൻ ഒക്കെ ഇറങ്ങിയ കാലത്ത് ശങ്കരേട്ടൻ എന്നോട് വിളിച്ചു പറഞ്ഞു. കണിശമായും നിങ്ങൾ വാക്സിൻ എടുക്കണം. ഒരുപാട് യാത്ര ചെയ്യുന്നവരാണ് നിങ്ങൾ എന്ന് നിങ്ങൾ തന്നെ തിരിച്ചറിയണം. ശാസ്ത്രത്തെ വിശ്വസിക്കണം. അങ്ങനെ പിതൃ സ്നേഹം നൽകി എന്റെ ആരോഗ്യത്തെ പോലും അദ്ദേഹം ശ്രദ്ധിച്ചിരുന്നു എന്നുള്ളത് എടുത്തു പറയേണ്ട ഒരു കാര്യമാണ്.

ശങ്കരേട്ടന് ഒരു പ്രത്യേക രാഷ്ട്രീയപാർട്ടിയോട് മാത്രം മമതയുണ്ടായിരുന്നു എന്ന് വിശ്വസിക്കാൻ ഞാൻ തയ്യാറല്ല. കാരണം ബി.ജെ.പിയുടെ എല്ലാ പരിപാടികൾക്കും ആദ്യത്തെ സംഭാവന ശങ്കരേട്ടരിൽ നിന്നും വാങ്ങുക എന്നുള്ള ഒരു പതിവ് മുടങ്ങാതെ

നടന്നിരുന്നു. ശങ്കരേട്ടനിൽ നിന്ന് ഒരു കാര്യം തുടക്കം കുറിച്ചാൽ അത് ശുഭമായി അവസാനിക്കുമെന്ന് ഒരു വിശ്വാസം ബി.ജെ.പി. പ്രവർത്തകർക്കിടയിൽ ഉണ്ടായിരുന്നു എന്നുള്ളത് ഒരു പരസ്യമായി രഹസ്യം തന്നെയാണ്. ആരേയും വെറുപ്പിക്കുന്ന സ്വഭാവമില്ലാത്ത അദ്ദേഹത്തിന് രാജ്യത്തിന്റെ പരമോന്നത ബഹുമതി ലഭിക്കാൻ അർഹനായിരുന്നു. സർക്കസിന് ശങ്കരേട്ടൻ നൽകിയ സംഭാവന അത്ര വലുതാണ്. അത് ലഭിക്കാത്തതിലുള്ള ദുഃഖം മനസ്സിൽ നീറലായി നിൽക്കുന്നു. ശങ്കരേട്ടൻ സമൂഹത്തിന് സമ്മാനിച്ച സ്നേഹം, ജനങ്ങളിൽ അത് കാലങ്ങളോളം നിലനിൽക്കും. ശങ്കരേട്ടനെക്കുറിച്ച് ഒറ്റ വാചകത്തിൽ പറയാൻ പറഞ്ഞാൽ നൻമയുടെ പൂമരം എന്ന് ഞാൻ പറയും.

(ബി.ജെ.പി. സംസ്ഥാന അദ്ധ്യക്ഷനായിരുന്നു ലേഖകൻ)

മുൻ കേരള മുഖ്യമന്ത്രി ആർ. ശങ്കറിനൊപ്പം

മാതൃകയാക്കേണ്ട ശങ്കരേട്ടൻ

പന്ന്യൻ രവീന്ദ്രൻ

സർക്കസ് എന്ന മഹാപ്രസ്ഥാനത്തെ ജീവനുതുല്യം സ്നേഹിച്ചും കലാകാരന്മാരെ സംരക്ഷിച്ചും ജീവിതം മുന്നോട്ടു നീക്കിയ ജെമിനി ശങ്കരേട്ടൻ ഇനി നമ്മുടെ കുടെയില്ല. ആരോടും പരിഭവമില്ലാതെ സമൂഹത്തിന്റെ ചലനങ്ങളിൽ ലയിച്ച ശങ്കരേട്ടൻ എനിക്ക് ഗുരുതുല്യനായിരുന്നു. സത്യസന്ധനും, സാമൂഹ്യ സേവകനും, സ്നേഹസമ്പന്നനും വിനയാന്വിതനുമാണ് അദ്ദേഹം. മനസ്സിനും ശരീരത്തിനും ഏറെ ക്ളേശകരമായ സർക്കസിനെ ലോകത്തോളം വളർത്തിയതും കലാകാരന്മാരെ കണ്ണിലെ കൃഷ്ണമണിപോലെ സംരക്ഷിച്ചതും അദ്ദേഹമാണ്. മൃഗങ്ങൾ സർക്കസിൽ നിന്ന് ഒഴിവായപ്പോൾ ഇനി എങ്ങിനെ സർക്കസ് മുന്നോട്ടു പോകുമെന്ന ആശങ്ക ഒരു കരിനിഴൽ പോലെ വേട്ടയാടിയപ്പോഴും തന്റെ പ്രസ്ഥാനത്തെ നിലനിർത്തിയത് മനഃസാന്നിദ്ധ്യം കൊണ്ടു മാത്രമാണ്.

കീലേരിയുടെ കണ്ടെത്തലായ സർക്കസ് എന്ന കല തലശ്ശേരി നാടിന്റെ 'സീ'യിൽ ഒന്നായപ്പോൾ കേക്കും, ക്രിക്കറ്റും, കമ്മ്യൂണിസവും ചേർന്ന് നാലു 'സീ'യായി. ഇന്നത്തെ തലമുറയ്ക്ക് സർക്കസിന്റെ പുരാതന ഓർമ്മകൾ പറഞ്ഞു കൊടുക്കുമ്പോൾ മൃഗങ്ങളുടെ സാന്നിധ്യമില്ലാത്ത സർക്കസ് നേർകാഴ്ചയാക്കാൻ അദ്ദേഹം

മറന്നില്ല. രാജ്യത്തെ ഭരണാധികാരികളും വിദേശഭരണാധികാരികളുമെല്ലാം ഈ കുറിയ മനുഷ്യന്റെ സൗഹൃദം ആഗ്രഹിച്ചത് കലയോടുള്ള ബഹുമാനത്തോടൊപ്പം കാര്യ ശേഷി കൊണ്ടുകൂടിയാണ്.

കണ്ണൂർക്കാരനായ ശങ്കരേട്ടനെ പരിചയപ്പെട്ടത് ഡൽഹിയിൽ വെച്ചാണ്. 1978ൽ സോവിയറ്റ് യൂണിയനിലെ താഷ്കന്റിൽ നടന്ന ഇന്റോ സോവിയറ്റ് കൾച്ചറൽ വീക്കിൽ പങ്കെടുക്കുന്നതിന് ഡൽഹിയിൽ എത്തിയതായിരുന്നു. തികച്ചും യാദൃച്ഛികമായാണ് ശങ്കരേട്ടനെ പരിചയപ്പെടുന്നത്. ഒരാഴ്ചക്കാലം ഡൽഹിയിലുള്ള വാസത്തിൽ ഒരു ദിവസം സർക്കസ് കാണാനെത്തിയപ്പോഴാണ് ഒരുപാട് കേട്ടു പരിചയപ്പെട്ട സ്നേഹസമ്പന്നനായ കുറിയ വലിയമനുഷ്യനെ പരിചയപ്പെടുന്നത്. ആ പരിചയം എന്റെ ജീവിതത്തിൽ ഒരു വലിയ അനുഗ്രഹമായി മാറി. മാത്രമല്ല അദ്ദേഹം ഞാനുൾപ്പെട്ട സംഘത്തെ യാത്രയയക്കാൻ ഡൽഹി വിമാനത്താവളത്തിൽ വന്നത് ഞാൻ ഓർക്കുന്നു. എനിക്ക് ഒരു വൂളന്റെ സ്വെറ്ററുമായിട്ടായിരുന്നു വന്നത്. അന്ന് തുടങ്ങി നാലരപ്പതിറ്റാണ്ടു കാലത്തെ സ്നേഹബന്ധം ഒരിക്കലും മായാതെ ഹൃദയത്തിൽ രേഖപ്പെടുത്തിയിട്ടുണ്ട്.

ശങ്കരേട്ടനുമായുള്ള ഓരോ കണ്ടു മുട്ടലുകളും പ്രത്യേകതകൾ നിറഞ്ഞതാണ്. ഒരു സംഭവം ഇവിടെ കുറിക്കാം. 2008ൽ മദിരാശിയിലുള്ള കണ്ണൂർക്കാരൻ മോഹനന്റെ ടെലിഫോൺ സന്ദേശം കിട്ടി. ശങ്കരേട്ടനെ അനുമോദിക്കാനുള്ള മദിരാശി മലയാളികളുടെ സമ്മേളനത്തിൽ പങ്കെടുക്കണം. പാർലിമെന്റ് സമ്മേളനമായിരുന്നെങ്കിലും ഞാൻ അവിടെ എത്തിച്ചേർന്നു. സ്നേഹത്തിന്റെ ബലത്തിലും സൽപ്രവർത്തനത്തിന്റെ ആദരവിലും സഹനത്തിന്റെ സൗമ്യതയിലും നിറഞ്ഞു നിൽക്കുന്ന മഹാപ്രതിഭയെ മദിരാശി സമൂഹം ആദരിക്കുന്നത് കാണാനുള്ള ഭാഗ്യം എനിക്കുണ്ടായി.

ഇന്ത്യയുടെ ആദ്യത്തെ പ്രധാനമന്ത്രി നെഹ്റുവും ആദ്യത്തെ പ്രതിപക്ഷ നേതാവ് എ.കെ.ജിയും അദ്ദേഹത്തിന്റെ അടുത്ത സുഹൃത്തുക്കളാണ്. എല്ലാ രാഷ്ട്രീയ പാർട്ടികളെയും സമന്മാരായി കാണുന്ന ശങ്കരേട്ടൻ മാർക്സിയൻ ഐഡിയോളജിയിൽ വിശ്വസിക്കുന്നതായി സംഭാഷണത്തിൽ എനിക്ക് തോന്നിയിരുന്നു. കാരണം സാമൂഹ്യ അസമത്വങ്ങൾ അദ്ദേഹത്തെ അസ്വസ്ഥനാക്കിയി

രുന്നു. ചൂഷകവർഗ്ഗം മനുഷ്യാവകാശങ്ങൾ കവർന്നെടുത്ത് പാവങ്ങളെ പാപ്പരാക്കുന്നതിന് അദ്ദേഹം എതിരാണ്. മാർക്സിനെയും ഗാന്ധിയേയും പുരാണങ്ങളെയും ഹൃദിസ്ഥമാക്കി നന്മയുടെ വഴി ഏതെന്ന് സ്വയം തീരുമാനിച്ചതാണ്. എല്ലാം അറിഞ്ഞും, നന്മതിന്മകളെ തിരിച്ചറിഞ്ഞും നീതിയുടെ വഴിയിൽ ഒരു നൂറ്റാണ്ടു കാലം സഞ്ചരിച്ച് ഒരു പുരുഷായുസ്സിൽ ചെയ്യാവുന്ന നന്മകളെല്ലാം കളങ്ക രഹിതമായി ചെയ്തു തീർത്ത ഒരു വലിയ മനുഷ്യന്റെ ഓർമ്മകൾ വരും തലമുറയ്ക്ക് ചരിത്രഭാഗമായിരിക്കും.

(മുൻ സി.പി.ഐ. സംസ്ഥാന സെക്രട്ടറിയും, മുൻ ലോക്സഭാ അംഗവുമാണ് ലേഖകൻ)

പ്രശസ്ത സിനിമാതാരം ലക്ഷ്മിയോടൊപ്പം

ബാപ്പയുടെ ചങ്ങാതി, എന്റേയും...

എം.കെ. മുനീർ

ഞാൻ യൂത്ത് ലീഗ് പ്രസിഡന്റായ കാലം. കാസർഗോഡ് മുതൽ തിരുവനന്തപുരം വരെ നീണ്ട 600 കിലോ മീറ്റർ ദൂരമുള്ള യുവജനയാത്ര. പൂർണ്ണമായും നടന്നു തന്നെയാണ് എന്റെ നേതൃത്ത്വത്തിൽ ജാഥ നീങ്ങിയത്. അന്നത്തെ മുഖ്യമന്ത്രി ഇ.കെ. നായനാറിനെതിരെയുള്ള കുറ്റപത്രവുമായിട്ടാണ് യാത്ര. എന്റെ ബാപ്പ സി.എച്ച്. മുഹമ്മദ് കോയയുടെ അടുത്ത സുഹൃത്തായിരുന്നു ജെമിനി ശങ്കരേട്ടൻ. അതുകൊണ്ടുതന്നെ ഒരു സുഹൃത്തിന്റെ മകനെന്നുള്ള കൂടുതൽ വാത്സല്യം അദ്ദേഹത്തിന് എന്നോട് ഉണ്ടായിരുന്നു. ജാഥ കണ്ണൂരെത്തിയപ്പോൾ ഞാൻ ശങ്കരേട്ടനെ കണ്ടു. ശങ്കരേട്ടന്റെ അനുഗ്രഹവും പിന്തുണയും വാങ്ങുക എന്നതായിരുന്നു ലക്ഷ്യം. തലശ്ശേരിയിൽ നിന്ന് കൊയിലാണ്ടിയിലേക്ക് ജെമിനി സർക്കസിന്റെ ക്യാമ്പ് മാറുന്ന സമയമായിരുന്നു അത്. കൊയിലാണ്ടിയിൽ സർക്കസ് ടെന്റ് സ്ഥാപിച്ചു കഴിഞ്ഞിരുന്നു. ഇന്നത്തെപ്പോലെ മൃഗങ്ങളുടെ വിലക്ക് ഏർപ്പെടുത്തിയ കാലമല്ലായിരുന്നു അന്ന്. ഞങ്ങളുടെ യുവജന റാലി ആകർഷകമാക്കുന്നതിന് വേണ്ടി ജാഥയ്ക്ക് മുന്നിൽ അലങ്കരിച്ച കുതിരയും ഒട്ടകവും ആനയും തലശ്ശേരി മുതൽ കൊയിലാണ്ടി വരെ ഉണ്ടായിരുന്നു. ശങ്കരേട്ടനായിരുന്നു ഇത് സൗജന്യ

മായി ചെയ്തു തന്നത്. ജാഥ ശ്രദ്ധേയമാകാൻ അത് കാരണമായി.

യുജനയാത്രയ്ക്ക് മൃഗങ്ങളെ വിട്ടു തരിക മാത്രമല്ല കൊയിലാണ്ടിയിലെ സർക്കസ് കൂടാരം സൗജന്യമായി ഞങ്ങളുടെ യുവജന യാത്രയുടെ സ്വീകരണ കേന്ദ്രമാക്കുവാൻ കൂടി ശങ്കരേട്ടൻ തയ്യാറായത് ഞാനിപ്പോൾ നന്ദിയോടെ ഓർക്കുകയാണ്. ഗ്യാലറികളിൽ യൂത്ത് ലീഗിന്റെ പ്രവർത്തകരായിരുന്നു ഇരുന്നത്. സർക്കസ് കൂടാരത്തിൽ ഒരു രാഷ്ട്രീയ പാർട്ടിയുടെ സ്വീകരണയോഗം അപൂർവ്വങ്ങളിൽ അപൂർവ്വമായിരിക്കും. സർക്കസ് ടെന്റിലെ സ്വീകരണ ചടങ്ങ് ഒരു സംഭവമായി മാറി. വാർത്തകളിൽ നിറഞ്ഞു. അന്നത്തെ സർക്കസിന്റെ ഒരു ഷോ ഉപേക്ഷിച്ചായിരുന്നു ശങ്കരേട്ടൻ സർക്കസ് ടെന്റ് യൂത്ത് ലീഗിന്റെ സ്വീകരണ യോഗത്തിനായി തന്നത്.

ശങ്കരേട്ടൻ കമ്മ്യൂണിസ്റ്റുകാർക്ക് അവരുടെ സഖാവാണെന്നും കോൺഗ്രസുകാർക്ക് അവരുടെ സ്വന്തമാണെന്നും ബി.ജെ.പി പ്രവർത്തകർ അവരുടെ ആളാണെന്നും അവകാശപ്പെടാറുള്ളത് കേട്ടിട്ടുണ്ട്. അതുപോലെ തന്നെ മുസ്ലിം ലീഗിന് വേണ്ടി ഞാനും അവകാശം പറയുകയാണ് ശങ്കരേട്ടൻ മുസ്ലീം ലീഗിന്റെ ആത്മ സുഹൃത്തായിരുന്നു. ശങ്കരേട്ടൻ അങ്ങനെയാണ്. എല്ലാവരുടേയുമായി കഴിയാൻ, എല്ലാവരുമായി ഒത്തുചേർന്ന് പോകുവാൻ അദ്ദേഹത്തിന് കഴിയുമായിരുന്നു. ശങ്കരരേട്ടൻ വിളിച്ചാൽ എല്ലാവരും ഓടിവരുന്നത് ഞാൻ കണ്ടിട്ടുണ്ട്. അവിടെ കക്ഷിരാഷ്ട്രീയവും മതവും ജാതിയും ഒന്നും ഇല്ലാത്ത ഒരു കൂട്ടായ്മയായി അത് മാറാറുണ്ട്. ശങ്കരേട്ടന് മാത്രമേ അങ്ങനെയൊന്ന് ഒരുക്കുവാൻ സാധിക്കുകയുള്ളൂ എന്ന് ഞാൻ ഉറച്ചു വിശ്വസിക്കുന്നു.

ശങ്കരേട്ടന് പ്രായം അക്കങ്ങൾ മാത്രമാണ്. അദ്ദേഹം എന്റെ ബാപ്പയോട് കാണിച്ച അതേ സ്നേഹം തന്നെയാണ് എന്നോടും കാണിച്ചിട്ടുള്ളത്. ഞങ്ങൾ സംസാരിക്കുമ്പോഴൊക്കെ സർക്കസിലെ കലാകാരന്മാരുടെ ക്ഷേമത്തിനു വേണ്ടി അദ്ദേഹം പറയുന്നത് എനിക്കറിയാം. അദ്ദേഹത്തിന്റെ ജീവിതം മുഴുവൻ സർക്കസിനെ കുറിച്ചുള്ള ചിന്തകൾ ആയിരുന്നു. സ്വന്തം സർക്കസ് കൂടാരം വലുതാക്കുക എന്നതിനേക്കാൾ സർക്കസ് രംഗത്തുള്ള കലാകാരൻമാർക്ക് മികച്ച ജീവിത നിലവാരം ഉണ്ടാക്കണമെന്ന ആഗ്രഹം ആ വലിയ മനുഷ്യനിൽ ഉണ്ടായിരുന്നു. അദ്ദേഹത്തിന്റെ ഏറ്റവും വലിയ ഇഷ്ടം സർക്കസ് തന്നെയായിരുന്നു. അദ്ദേഹത്തിന്റെ മതം ജാതി രാഷ്ട്രീയം എ

ല്ലാം സർക്കസ് തന്നെയായിരുന്നു.

ശങ്കരേട്ടൻ ഒരു നല്ല ആതിഥേയനാണ്. ഒരു നല്ല ആതിഥേയൻ ശങ്കരേട്ടനെ പോലെ ആയിരിക്കണം എന്ന് ഞാൻ പലപ്പോഴും പല രോടും പറഞ്ഞിട്ടുണ്ട്. അറയ്ക്കൽ ബീവിയുടെ വീട് വാങ്ങി പാം ഗ്രോവ് ഹെറിറ്റേജ് റിസോർട്ടായി വികസിപ്പിച്ച ഇടത്ത് തന്നെ കണ്ണൂരിൽ വന്നാൽ താമസിക്കണം എന്ന് ശങ്കരേട്ടന്റെ നിർബന്ധമായിരുന്നു. അദ്ദേഹം തന്നെ ഭക്ഷണവുമായി വന്ന് സൽക്കാരം നടത്തുന്നത് എങ്ങനെയാണ് മറക്കുവാൻ സാധിക്കുക. വലിയ സൽക്കാര പ്രിയനായിരുന്നു ശങ്കരേട്ടൻ. ജെമിനി, ജംബോ സർക്കസ്സുകൾ എന്നെല്ലാം കോഴിക്കോടോ തിരുവനന്തപുരത്തോ വന്നിരുന്ന അവസരത്തിൽ ഒരു ദിവസം ഞങ്ങൾ സർക്കസ് കാണുവാൻ പോകണം എന്നുള്ള ശങ്കരേട്ടന്റെ ആവശ്യം എന്നും സാധിച്ചു കൊടുത്തിട്ടുണ്ട്. ബാപ്പയുടെ കൈപിടിച്ച് തിരുവനന്തപുരത്ത് സർക്കസ് ടെന്റുകളിൽ പോയതും, അവിടെ ശങ്കരേട്ടനോടൊപ്പവും ബാപ്പയോടൊപ്പവും ഭക്ഷണം കഴിച്ചതും ഞാൻ ഇന്നലെ നടന്നത് പോലെ ഓർക്കുന്നു.

പിതാവ് സി.എച്ച്. മുഹമ്മദ് കോയയുടെ സ്മരണയ്ക്കായി തുടങ്ങിയ സി.എച്ച്. ഡയാലിസിസ് സെന്ററിലെ രോഗികൾക്കും കൂട്ടിരിപ്പുകാർക്കും ശങ്കരേട്ടൻ വർഷത്തിലൊരിക്കൽ സൗജന്യമായി ഭക്ഷണം കൊടുക്കുന്നത് പതിവായിരുന്നു. അത് അദ്ദേഹം പരസ്യപ്പെടുത്തിയല്ല ചെയ്തിരുന്നത് എന്നതും ഞാൻ ഇവിടെ ഓർക്കുവാൻ ആഗ്രഹിക്കുന്നു. മറ്റുള്ളവരുടെ മുഖത്തെ ആശ്വാസവും സന്തോഷവും കാണുവാൻ ആഗ്രഹിക്കുന്ന അപൂർവ്വ മനുഷ്യരിലൊരാളാണ് ബാപ്പയുടേയും എന്റെയും സുഹൃത്തായ ശങ്കരേട്ടൻ.

(കൊടുവള്ളി എം.എൽ.എ, മുസ്‌ലീം ലീഗ് നേതാവും മുൻ സംസ്ഥാന മന്ത്രിയുമാണ് ലേഖകൻ)

അടൂർ ഭാസിയും ശങ്കരേട്ടനും

ശങ്കരേട്ടൻ, എക്കാലത്തെയും വലിയ ഷോമാൻ

പ്രേമ & മാമ്മൻ മാത്യു

2023 മെയ് 19 നു സ്വിറ്റ്സർലൻഡിലെ ചാർലി ചാപ്ലിൻ മ്യൂസിയം കണ്ടിറങ്ങുമ്പോൾ ഞങ്ങൾ ഇരുവരുടെയും മനസ്സിൽ ഒരേ സമയമാണ് പ്രിയപ്പെട്ട ജെമിനി ശങ്കരേട്ടന്റെ ഓർമ്മകൾ തെളിഞ്ഞത്. ഞങ്ങൾ ആശ്ചര്യപ്പെട്ടുപോയി, ചാപ്ലിൻ കാൽനൂറ്റാണ്ട് ജീവിച്ച വീട്ടിലും മ്യൂസിയത്തിലുമായി കണ്ടതിനു സമാനമല്ലേ ശങ്കരേട്ടന്റെ ജീവിതവും! ഹൃദ്യമായി ചാപ്ലിന്റെ ജീവിതം പറയുന്നുണ്ട് മ്യൂസിയത്തിൽ. ആ ജീവിതത്തിന്റെ ആവേശ മുഹൂർത്തങ്ങൾ ഓരോന്നായി മുന്നിൽ തെളിയുമ്പോഴെല്ലാം ഞങ്ങൾ ശങ്കരേട്ടനെ ഓർത്തുകൊണ്ടേയിരുന്നു. ലണ്ടനിലെ ഒന്നുമില്ലായ്മയിൽ നിന്നാണ് ചാപ്ലിൻ ജീവിതം ആരംഭിക്കുന്നത്. നടനായി, കൊമേഡിയനായി, സിനിമാതാരമായി. സ്വന്തം വിതരണ കമ്പനി തുടങ്ങിയതോടെ സിനിമാലോകത്തെ മുടിചൂടാ മന്നനായി. സമാനമായിരുന്നല്ലോ ശങ്കരേട്ടന്റെ ജീവിതവും. ചെറുപ്പത്തിൽത്തന്നെ പട്ടാളത്തിൽ ചേർന്നു. പിന്നീട് സർക്കസ് ലോകത്തെത്തി. ട്രപ്പീസ് താരമായി തുടങ്ങി, ഇന്ത്യയിലെ തന്നെ പ്രധാനപ്പെട്ട കമ്പനികളുടെ ഉടമയായി മാറി. പിന്നീട് സർക്കസ് ലോകത്തെ അതികായനായി മാറി. ആൽബർട്ട് ഐൻസ്റ്റീൻ, മഹാത്മാഗാന്ധി, ജവഹർലാൽ നെഹ്റു തുടങ്ങിയവരുമായി നല്ല അടുപ്പമുണ്ടായിരുന്നു ചാപ്ലിന്. ജവഹർലാൽ നെ

ഹ്റുവും ഇന്ദിരാഗാന്ധിയും മുതൽ ഇന്ത്യയിലെ പ്രഗത്ഭരെല്ലാം ശങ്കരേട്ടന്റെ സ്നേഹവലയത്തിലെ അംഗങ്ങളായിരുന്നു. കണ്ണൂരിന്റെ മണ്ണിൽ നിന്നു രാജ്യാന്തര തലത്തിൽ ശങ്കരേട്ടനും വളർന്നു.

ഒന്നരപ്പതിറ്റാണ്ടു മുൻപാണ് ശങ്കരേട്ടനെ ഞങ്ങൾ നേരിട്ട് പരിചയപ്പെടുന്നത്. അതിനും മുൻപ് ശങ്കരേട്ടനെ കണ്ടിട്ടുണ്ട്; മുംബൈയിൽ ജെമിനിയുടെ കൂടാരത്തിനുള്ളിൽവെച്ച്. കിറുകൃത്യതയാണു ട്രപ്പീസിന്റെ മുഖമുദ്ര. ആ കളിയിൽ രാജാവായിരുന്നു ശങ്കരേട്ടൻ. ജീവിതം ഞാണിന്മേൽ കളിയായിരുന്ന കാലത്തു നിന്ന് ട്രപ്പീസിന്റെ സൂപ്പർസ്റ്റാറായി അത്ഭുതപ്പെടുത്തുന്ന വളർച്ച. ശങ്കരേട്ടൻ തൊട്ടതൊന്നും ട്രപ്പീസിൽ പിഴച്ചില്ല. അഭ്യാസത്തിനിടെ ഒരാളും അദ്ദേഹത്തിന്റെ കയ്യിൽനിന്ന് ഊർന്നുപോയതുമില്ല. സ്നേഹത്തിന്റെയും കരുതലിന്റെയും ആ കരവലയത്തിനുള്ളിലേക്കു ഞങ്ങൾ പിൽക്കാലത്ത് എത്തുമെന്ന് അക്കാലത്ത് ആലോചിട്ടു പോലുമില്ലായിരുന്നു.എന്നാൽ പിന്നീട് ആ ബന്ധത്തിനു വഴി തുറന്നത് സ്വാതന്ത്ര്യസമര സേനാനിയും തലശ്ശേരി സ്വദേശിയുമായ രൈരുവേട്ടനാണ്. രണ്ടുപേരെയും പരിചയപ്പെടാൻ ഏറെ വൈകിയെന്ന് പിന്നീട് പലപ്പോഴും തോന്നിയിട്ടുണ്ട്. പക്ഷേ, ചെറുപ്പം മുതലുള്ള അടുപ്പം പോലെയാണ് രണ്ടുപേരും പെരുമാറിയിരുന്നത്. അത് അവരുടെ മഹത്വം. "നിങ്ങൾ എനിക്ക് മക്കളെപ്പോലെയാണ്"- ഞങ്ങളോട് ശങ്കരേട്ടൻ പലതവണ ആവർത്തിച്ചിട്ടുള്ള സ്നേഹവാക്കുകൾ. അനുജൻ ജേക്കബിനെയും ഭാര്യ അമ്മുവിനെയും ശങ്കരേട്ടൻ കണ്ടിരുന്നതും മക്കളെപ്പോലെ തന്നെ. പലതവണ കോട്ടയത്ത് ഞങ്ങളുടെ വീട്ടിൽ ശങ്കരേട്ടൻ വന്നിട്ടുണ്ട്. ഞങ്ങൾ കണ്ണൂരിൽ വാരത്തെ ശങ്കരേട്ടന്റെ വീട്ടിലും പോയിട്ടുണ്ട്. ഒരുതവണ ശങ്കരേട്ടൻ കോട്ടയത്തെ വീട്ടിലെത്തിയപ്പോൾ ഞങ്ങളുടെ സഹപ്രവർത്തകൻ ഫോട്ടോഗ്രാഫർ റിജോ ജോസഫും അവിടെയുണ്ടായിരുന്നു. റിജോ മധുരപലഹാരങ്ങൾ ഒഴിവാക്കിയപ്പോൾ ശങ്കരേട്ടൻ ചോദിച്ചു "മോൻ എന്താ മധുരം കഴിക്കാത്തത്?" ഡയബറ്റിക് ആണെന്ന് റിജോയുടെ മറുപടി. നർമ്മം കലർത്തി ശങ്കരേട്ടന്റെ പരിഹാരം: മോനെ, ദിവസവും 2 പെഗ്ഗ് കഴിച്ചാൽ എല്ലാം ശരിയാകും. മദ്യപിക്കില്ലെന്നു റിജോ പറഞ്ഞപ്പോൾ ശങ്കരേട്ടന്റെ കുസൃതി കലർന്ന കമന്റ് അവിടെയൊന്നാകെ ചിരി പടർത്തി: കോട്ടയത്തുകാർ കുടിക്കാതിരിക്കുന്നത് അത്ര നല്ല കാര്യമല്ല!

ഞങ്ങളുടെ വീട്ടിലെത്തിയാൽ സഹായികൾക്കെല്ലാം സമ്മാന

ങ്ങൾ കൈമാറിയേ ശങ്കരേട്ടൻ മടങ്ങിയിരുന്നുള്ളൂ. അടുപ്പം കാട്ടുന്നവരെയെല്ലാം സ്നേഹത്തിന്റെ തമ്പിൽ ചേർത്തുനിർത്തി ശങ്കരേട്ടൻ. റിജോയ്ക്കുമുണ്ടായിരുന്നു അവിടെ ഒരിടം. ഒരാളോടും ദേഷ്യപ്പെടുന്നതു കണ്ടിട്ടില്ല. പറയുന്നതെല്ലാം പോസിറ്റീവായ കാര്യങ്ങൾ മാത്രം. നിരുത്സാഹപ്പെടുത്തുന്ന ഒരു വാക്കുപോലും ശങ്കരേട്ടന്റെ നാവിൽ നിന്നും വീഴില്ല.

ഒരിക്കൽ ശങ്കരേട്ടന്റെ വീട്ടിലെത്തുമ്പോൾ മക്കൾ അജയ്, അശോക്, പൂർണി എന്നിവരുണ്ട് അവിടെ. അവർ ഒരു മേശയുടെ ചുറ്റും നിൽക്കുന്നു. ആരും അച്ഛന്റെയൊപ്പം ഇരിക്കുന്നില്ല. ശങ്കരേട്ടൻ ദേഷ്യപ്പെടുമെന്നു ഭയന്നിട്ടല്ല. ഒരു വിസ്മയം പോലെ ഉയരങ്ങളിൽ തിളങ്ങിയ അച്ഛനൊപ്പമിരിക്കാൻ അവർക്കൊരിക്കലും തോന്നിയിരുന്നില്ല. അവർ പറഞ്ഞു: “ഒപ്പമിരിക്കാൻ അച്ഛൻ എപ്പോഴും പറയാറുണ്ട്. ഞങ്ങൾ ഇരിക്കില്ല.” ശങ്കരേട്ടനൊപ്പമിരുന്നു ഞങ്ങൾ ഇരുവരും സ്നേഹവിരുന്നിൽ പങ്കെടുക്കുമ്പോഴും ആ മക്കൾ ഒപ്പമിരിക്കാൻ മടിച്ചുനിന്നു.

ശങ്കരേട്ടൻ ഈ ലോകത്തുനിന്ന് യാത്രയാകുന്നതിനു കുറച്ചു നാൾ മുൻപ് കോട്ടയത്തെ ഗോകുലം റിസോർട്ടിൽ വെച്ചായിരുന്നു ഞങ്ങളുടെ അവസാന കൂടിക്കാഴ്ച. ഞങ്ങളെ ഏറെ സ്നേഹത്തോടെ അന്ന് അനുഗ്രഹിച്ചതോർക്കുന്നു. എന്നും ജീവിതത്തിൽ പിതൃതുല്യമായ സ്നേഹസാന്നിദ്ധ്യമായിരുന്നു ശങ്കരേട്ടൻ.

ഒരിക്കൽ ശങ്കരേട്ടനോടു ചോദിച്ചിട്ടുണ്ട്: ആരാണ് ഏറ്റവും ഷോമാൻ?

ഉത്തരം ഉടനെയെത്തി: രാജ്കപൂർ.

പക്ഷേ, ഞങ്ങൾക്ക് ചാർലി ചാപ്ലിനെക്കാളും രാജ്കപൂറിനെക്കാളും വലിയ ഷോമാൻ ശങ്കരേട്ടനാണ്!

ഹൃദയത്തിനുള്ളിൽ ഞങ്ങൾ ചേർത്തുവെച്ച ആ സാമീപ്യമാണ് ഇപ്പോൾ നഷ്ടമായിരിക്കുന്നത്. മക്കളിലൂടെയും കൊച്ചുമകൻ ഡോ. അർജുനിലൂടെയും ആ കുടുംബവുമായുള്ള ഞങ്ങളുടെ ഇഴയടുപ്പം തുടരും, തീർച്ച.

ശങ്കരേട്ടാ, അങ്ങ് ഒരു തിളക്കമുള്ള ഓർമ്മയായി ഞങ്ങളുടെയുള്ളിലുണ്ടാവും, എക്കാലവും!

(മലയാള മനോരമയുടെ ചീഫ് എഡിറ്ററും മാനേജിങ്ങ് ഡയറക്ടറുമാണ് മാമൻ മാത്യു. അദ്ദേഹത്തിന്റെ പത്നിയും 'വനിത'യുടെ ചീഫ് എഡിറ്ററുമാണ് പ്രേമ മാത്യു)

നർഗ്ഗീസ്, രാജ് കപൂർ തുടങ്ങിയവർക്കൊപ്പം

ജീവനുള്ള ഓർമ്മകൾക്ക് മരണമില്ല

ദിനേഷ് നായർ

ശങ്കരൻ അമ്മാവൻ ബോംബെയിൽ വരുമ്പോഴെല്ലാം ഞങ്ങളുടെ വീട്ടിലെ നിത്യ സന്ദർശകൻ ആയിരുന്നു. അതുകൊണ്ടു തന്നെ പത്ത് വയസ്സുള്ളപ്പോൾ മുതൽ എനിക്കും അനുജൻ വിവേകിനും അദ്ദേഹം സുപരിചിതനായിരുന്നു. സന്ദർശന വേളകളിൽ ഒക്കെ മാന്യവും അനുകമ്പ നിറഞ്ഞതും സൗഹാർദപരവുമായ അദ്ദേഹത്തിന്റെ പെരുമാറ്റം ഞങ്ങളുടെ ഹൃദയത്തെ സ്പർശിച്ചു.

ബോംബെയിൽ ജെമിനി സർക്കസ് ക്യാംപ് ഉള്ളപ്പോഴൊക്കെ അദ്ദേഹം ഞങ്ങൾക്ക് ധാരാളം പ്രദർശന ടിക്കറ്റുകൾ തരുമായിരുന്നു. അതൊക്കെ ഞങ്ങൾ സുഹൃത്തുക്കൾക്കിടയിൽ സന്തോഷത്തോടെ വിതരണം ചെയ്യും. അവയ്ക്കൊക്കെ പുറമെ, ജെമിനി സർക്കസ് സന്ദർശിക്കുമ്പോഴെല്ലാം ആദ്യനിരയിൽ രാജകീയമായി ഇരുന്നു അഭ്യാസ പ്രകടനങ്ങളും മൃഗങ്ങളെയും മറ്റും കാണാൻ അവസരം ഒരുക്കിത്തരുന്നത് ഞങ്ങൾ കുട്ടികൾക്ക് ഒരു ആവേശമായിരുന്നു. അന്നൊക്കെ പ്രദർശനം കാണുക മാത്രമായിരുന്നില്ല ഞങ്ങളുടെ ലക്ഷ്യം, അതിനിടയിൽ ശങ്കരൻ അമ്മാവൻ കൊടുത്തുവിടുന്ന സമ്മാനങ്ങളും ഞങ്ങൾ ആസ്വദിക്കാറുണ്ട്. ഒരു പത്ത് വയസുകാരന്റെ മനസ്സിൽ വളരെ ആഴത്തിൽ പതിഞ്ഞ ചിത്രങ്ങൾ

ഇന്നും ഒളിമങ്ങാതെ നിലനിൽക്കുന്നു. അദ്ദേഹത്തിന്റെ ദയയും ഒരു പത്ത് വയസ്സുകാരനെ പോലും കയ്യിലെടുക്കാൻ ഉള്ള കഴിവും എടുത്ത് പറയേണ്ടതാണ്. വർഷങ്ങൾ കടന്നുപോകുന്തോറും അച്ഛന്റെ കൂട്ടുകാരൻ എന്നതിലുപരി, അതേ ഊഷ്മളതയും സൗഹാർദവും കുട്ടികളോടും കാത്തുസൂക്ഷിക്കുന്ന ഒരു പ്രിയ തോഴൻ വീട്ടിലേക്ക് വരുന്ന ആവേശമായിരുന്നു.

എന്റെ അച്ഛൻ ക്യാപ്റ്റൻ സി.പി. കൃഷ്ണൻനായരും ശങ്കരൻ അമ്മാവനും ഉറ്റ മിത്രങ്ങൾ ആയിരുന്നു. എന്റെ അച്ഛന് ഒരു വ്യാപാര ഇടപാടുമായി ബന്ധപ്പെട്ട് മൈസൂർ ടിമ്പർ മിൽ ശങ്കരൻ അമ്മാവന് വിൽക്കേണ്ടി വന്നു. അത് വിറ്റ് കിട്ടിയ പൈസയാണ് ലീല സ്കോട്ടിഷ് ലേസ് പ്രൈവറ്റ് ലിമിറ്റഡ് എന്ന സ്ഥാപനത്തിന്റെ മൂലധനം. വർഷങ്ങൾ പോകുന്തോറും പ്രസ്തുത സ്ഥാപനത്തിനു അടിക്കടി സാമ്പത്തിക പ്രതിസന്ധികൾ നേരിടേണ്ടി വന്നു. ഞാനിപ്പോഴും ഓർക്കുന്നു, എന്റെ അച്ഛന് എപ്പോഴൊക്കെ ആവശ്യം വന്നിട്ടുണ്ടോ അപ്പോഴൊക്കെ ഒരു മടിയും കൂടാതെ അമ്മാവൻ കൈയ്യയച്ച് സഹായിച്ചിട്ടുണ്ട്. അതൊക്കെയും ഉടമ്പടി പ്രകാരം ഞങ്ങൾ മടക്കി നൽകുകയും ചെയ്തു. ഇതൊക്കെ കൊണ്ടാകാം, വളരുന്തോറും അദ്ദേഹത്തോട് എന്റെ മനസ്സിൽ എന്തെന്നില്ലാത്ത ഒരു കൃതജ്ഞത ഉണ്ടാകാൻ തുടങ്ങി.

കാലം കടന്നുപോകുന്തോറും ശങ്കരൻ അമ്മാവൻ ഞങ്ങൾക്ക് ശങ്കരേട്ടനായി. ചങ്ങാതി പതിയെ ചാർച്ചക്കാരനായി. അദ്ദേഹത്തിന്റെ മൂത്ത മകൻ അജയ് എന്റെ കസിൻ പൂർണിമയെ വിവാഹം ചെയ്തു. ഈ വിവാഹാലോചന കുടുംബത്തിലെ ഏറ്റവും സന്തോഷകരമായ സന്ദർഭമായിരുന്നു. പൂർണിമയുടെ അച്ഛൻ രവീന്ദ്രൻ മാമൻ വിവാഹത്തിന് ഏതാനും ദിവസങ്ങൾക്ക് മുമ്പേ അപ്രതീക്ഷിതമായി മരണപ്പെട്ടിരുന്നു. ബന്ധുവായി മാറിയെങ്കിലും ശങ്കരേട്ടന് അച്ചനുമായുള്ള സുഹൃദ് ബന്ധത്തിന് ഒരു കോട്ടവും വന്നില്ല. കണ്ണൂരിലുള്ള ഞങ്ങളുടെ 'കൃഷ്ണലീല' വീടിനോട് ചേർന്ന് അദ്ദേഹം സ്വത്ത് വാങ്ങിയപ്പോൾ ഞങ്ങൾക്ക് എന്തെന്നില്ലാത്ത സന്തോഷമായിരുന്നു. കാരണം അദ്ദേഹത്തിന്റെ സാമീപ്യം തന്നെയായിരുന്നു. അത് പിന്നീട് മനോഹരമായ ഒരു പൈതൃക ഹോട്ടലായി രൂപാന്തരപ്പെടുത്തിയിരുന്നു. സർക്കസ് നോക്കിനടത്തുന്ന ചുമതല രണ്ടു ആൺമക്കൾ, അജയും അശോകും ഏറ്റെടുത്ത

പ്പോൾ പ്രസ്തുത ഹെറിറ്റേജ് ഹോട്ടൽ 'പാംഗ്രോവ്' ആയിരുന്നു അവസാന നാളുകളിൽ അദ്ദേഹത്തിന്റെ ഇഷ്ടകേന്ദ്രം. അദ്ദേഹം മരണപ്പെടുന്നതിനു തൊട്ടു മുന്നേ വരെ എപ്പോഴൊക്കെ ഞാൻ കണ്ണൂരിൽ വന്നിട്ടുണ്ടോ അപ്പോഴൊക്കെ അദ്ദേഹത്തെ ഹെറിറ്റേജ് ഹോട്ടലിൽ ചെന്ന് കണ്ടെന്ന് ഉറപ്പ് വരുത്താറുണ്ട്. അല്ലാത്തപക്ഷം ഞാൻ കണ്ണൂരിൽ ഉണ്ടെന്നറിഞ്ഞാൽ തലമുതിർന്ന ഒരു കുടുംബ നാഥൻ എന്നെ വീട്ടിൽ വന്നു കാണുന്നതിൽപരം നാണക്കേട് മറ്റൊന്നു ഉണ്ടായിരുന്നില്ല.

നമ്മളൊക്കെ പ്രതീക്ഷിച്ചത് അദ്ദേഹം ശ്രേഷ്ഠമായ ശതാബ്ദി 13 ജൂൺ 2023 ന് തികയ്ക്കുമെന്നായിരുന്നു. എന്നാൽ ദൈവഹിതം മറ്റൊന്നായിരുന്നു. ആരോഗ്യം മോശമായി, കൂടുതൽ യാതനകൾ അനുഭവിക്കാതെ അദ്ദേഹം 23 ഏപ്രിൽ 2023 ന് ലൗകിക ജീവിതത്തിൽ നിന്നും മുക്തനായി. ഞാൻ കണ്ണൂർ ഉള്ളപ്പോഴാണ് അദ്ദേഹത്തിന്റെ ആരോഗ്യസ്ഥിതി വഷളാണെന്ന് അറിയുന്നത്. പക്ഷേ അനാരോഗ്യവാനായ അദ്ദേഹത്തെ ചെന്ന് കാണാൻ മനസ്സ് അനുവദിച്ചില്ല. കാരണം കുട്ടിക്കാലം മുതൽ അവസാനം കാണുന്നത് വരെയും ആരാധിച്ചിരുന്ന അദ്ദേഹത്തെപോലൊരു വ്യക്തിയുടെ ജീവനുള്ള ഓർമ്മകൾക്ക് മരണമില്ലല്ലോ. ഞങ്ങളുടെയൊക്കെ ഒരേ ഒരു പ്രാർത്ഥന ജനഹൃദയങ്ങൾ തൊട്ടറിഞ്ഞ ശങ്കരെട്ടന്റെ ആത്മാവിന് നിത്യശാന്തി കിട്ടണമേ എന്നാണ്.

(ശങ്കരേട്ടന്റെ സുഹൃത്ത് ക്യാപ്റ്റൻ കൃഷ്ണൻനായരുടെ മകനും ലീല ഗ്രൂപ്പിന്റെ കോ ചെയർമാനുമാണ് ലേഖകൻ)

മുൻ തമിഴ്നാട് മുഖ്യമന്ത്രി കാമരാജിനോടൊപ്പം

ശങ്കരേട്ടന്റെ സ്നേഹയാത്രകൾ

ഗോകുലം ഗോപാലൻ

യഥാർത്ഥ മനുഷ്യസ്നേഹത്തിന്റെ ഉജ്ജ്വല പ്രതീകമായിരുന്നു നമ്മുടെ പ്രിയപ്പെട്ട ശങ്കരേട്ടൻ. എളിമയുടെയും, സൗഹൃദത്തിന്റെയും, സ്നേഹത്തിന്റേയും തെളിമയാർന്ന മുഖം. ശങ്കരേട്ടൻ വലിയൊരു മനുഷ്യസ്നേഹിയായിരുന്നുവെന്നത് എല്ലാവർക്കും അറിയാവുന്ന ഒരു കാര്യമാണ്. അതോടൊപ്പം അദ്ദേഹം സകല ജീവജാലങ്ങളെയും സ്നേഹിച്ചിരുന്നു. പ്രത്യേകിച്ചു പക്ഷി മൃഗാദികളെ. ശങ്കരേട്ടൻ ഭക്ഷണകാര്യത്തിൽ പൂർണ്ണമായും വെജിറ്റേറിയൻ ആയിരുന്നില്ലെങ്കിലും അദ്ദേഹം ഒരിക്കലും പക്ഷിമൃഗാദികളുടെ മാംസം കഴിച്ചിരുന്നില്ല. അക്കാര്യത്തിൽ അദ്ദേഹത്തിന് വ്യക്തമായ ഒരു നിലപാട് ഉണ്ടായിരുന്നു. അദ്ദേഹം ഒരിക്കൽ അത് എന്നോട് വെളിപ്പെടുത്തിയിരുന്നു. അദ്ദേഹം പറഞ്ഞത്: "ഞാൻ പക്ഷികളെയും മൃഗങ്ങളെയും സ്നേഹിക്കുന്ന ഒരു വ്യക്തിയാണ്. എന്റെ സർക്കസിൽ ഞാൻ പക്ഷികളെയും മൃഗങ്ങളെയും പരിപാലിക്കുന്ന ഒരാളാണ്. അതു കൊണ്ടു തന്നെ അവർ എന്റെ പങ്കാളികളാണ്. പങ്കാളികളെ ദ്രോഹിക്കുന്ന ഒരു നിലപാട് സ്വീകരിക്കാൻ എനിക്ക് ഒരിക്കലും സാധിക്കില്ല. അതു കൊണ്ടാണ് പക്ഷി മൃഗാദികളുടെ മാംസം കഴിക്കേണ്ടെന്ന് തീരുമാനിച്ചത്.

ശങ്കരേട്ടന് എല്ലാവരോടും ബഹുമാനമാണ്. ആരെയും കുറച്ചു കാണുന്ന ഒരു പ്രകൃതക്കാരനായിരുന്നില്ല. അഞ്ചു വയസ്സ് മു

തൽ 95 വയസ്സുവരെ ഉള്ളവരെ എഴുന്നേറ്റു നിന്ന് ബഹുമാനിക്കുന്ന ഒരു വിനയം എപ്പോഴും ശങ്കരേട്ടൻ കാണിച്ചിരുന്നു. അദ്ദേഹം ആളുകളെ സ്നേഹിച്ചിരുന്നതും അടുപ്പം വെച്ചിരുന്നതും അവരിൽ നിന്നും എന്തെങ്കിലും സ്വന്തമാക്കണമെന്ന ആഗ്രഹത്തോടെ ആയിരുന്നില്ല. അദ്ദേഹം താല്പര്യപ്പെട്ടത് അവർക്ക് എന്ത് സഹായമാണ് എന്നെ കൊണ്ട് ചെയ്യാൻ സാധിക്കുക എന്നതായിരുന്നു. അങ്ങനെയുള്ള എത്രയോ കാര്യങ്ങൾ എനിക്ക് നേരിട്ട് അറിവുള്ളതാണ്. യാത്രകൾ ചെയ്യാൻ വലിയ താല്പര്യമായിരുന്നു ശങ്കരേട്ടന്. സ്നേഹമുള്ള ആളുകളെ എത്ര ദൂരത്താണെങ്കിലും ബുദ്ധിമുട്ടിയും അവരുടെ സന്തോഷത്തിലും സങ്കടത്തിലും പങ്കുചേരാൻ ശങ്കരേട്ടൻ എപ്പോഴും എത്തിപ്പെടുമായിരുന്നു അത് എത്ര കഷ്ടപ്പെട്ടായാലും ശങ്കരേട്ടൻ എത്തിയിരിക്കുമെന്നത് എനിക്ക് നേരിട്ട് അനുഭവം ഉള്ളതാണ്. ശങ്കരേട്ടനോട് എനിക്കുള്ള വലിയൊരു ബഹുമാനത്തിന് കാരണം സർക്കസ് എന്ന പ്രസ്ഥാനത്തെ സമൂഹത്തിന്റെ ഒരു പ്രധാന ഘടകമാക്കി മാറ്റാൻ അദ്ദേഹം നടത്തിയിട്ടുള്ള കഠിന അധ്വാനമാണ്. സർക്കസിലെ രാജാവ് ആരാണെന്ന് ചോദ്യത്തിന് ശങ്കരേട്ടൻ എന്നല്ലാതെ മറ്റൊരു ഉത്തരവും തേടി പോകേണ്ടതില്ല നമുക്ക്. അദ്ദേഹം സർക്കസ് കമ്പനിയുടെ ഉടമ മാത്രമായിരുന്നില്ല. സർക്കസിലെ ഒരു താരവും കൂടിയായിരുന്നു എന്നത് എല്ലാവർക്കും അറിയാവുന്ന ഒരു കാര്യമാണ്. സർക്കസിലെ ഒരു താരം എന്ന നിലയിലുള്ള അദ്ദേഹത്തിന്റെ പ്രവർത്തന പരിചയം അദ്ദേഹത്തിന് തന്റെ സർക്കസ് കമ്പനിയെ ഇന്ത്യയിലെ മികച്ച സർക്കസ് കമ്പനിയാക്കി മാറ്റുന്നതിൽ ഏറെ സഹായകരമായി തീർന്നു. സർക്കസിൽ ഒരു താരമായി പ്രവർത്തിച്ചു വന്നതിനാൽ സർക്കസിലെ ജോലിക്കാരുടെ ബുദ്ധിമുട്ടുകളെ കുറിച്ച് മനസ്സിലാക്കാൻ അദ്ദേഹത്തിന് സാധിച്ചിരുന്നു. തന്റെ സർക്കസ് കമ്പനിയിലെ താരങ്ങളോടും ജീവനക്കാരോടും ഏറെ സഹാനുഭൂതിയോടെയായിരുന്നു ശങ്കരേട്ടൻ എന്നും പെരുമാറിയിരുന്നത്.

ഞാൻ ഏറെ സ്നേഹിക്കുകയും ബഹുമാനിക്കുകയും ചെയ്തിരുന്ന പ്രിയ ശങ്കരേട്ടന്റെ വിടവാങ്ങൽ എന്നെ സംബന്ധിച്ചിടത്തോളംഏറെ സങ്കടകരം തന്നെയാണ്. ഇന്ത്യൻ സർക്കസ് ലോകത്തിന് ശങ്കരേട്ടൻ നൽകിയ സംഭാവനകൾ എന്നും സ്മരിക്കപ്പെടുമെന്ന് ഉത്തമവിശ്വാസമാണ് എനിക്കുള്ളത്.

(ശങ്കരേട്ടന്റെ സുഹൃത്തും ഗോകുലം ഗ്രൂപ്പിന്റെ ചെയർമാനുമാണ് ലേഖകൻ)

ശങ്കരേട്ടന്റെ 'ബോഡി ഗാർഡ്'

പ്രദീപ് കുമാർ സി.

ജെമിനി ശങ്കരേട്ടനെ ഞാനാദ്യം കാണുന്നത്, എന്റെ ബാല്യത്തിലാണ്. അത് ശങ്കരേട്ടന്റെ വിവാഹ ദിവസമായിരുന്നു എന്നത് കൊണ്ടാണ് അത്ര വ്യക്തമായ ഓർമ്മയായി മനസ്സിൽ നിൽക്കുന്നത്. ശങ്കരേട്ടന്റെ ആത്മ സുഹൃത്തായിരുന്നു, എന്റെ അച്ഛൻ, സി.രൈരു നായർ.അച്ഛന്റെ മരണം വരെ അവരുടെ ബന്ധം ഊഷ്മളമായി തുടർന്നു. കോവിഡ് കാലത്താണ് അച്ഛൻ മരിച്ചത്. ചങ്ങാതിമാരൊന്നും പരസ്പരം കാണാതിരുന്ന കാലമായിരുന്നല്ലൊ ,അത്. ലോകം തന്നെ നിശ്ചലമായ കാലം. ആ ദിവസങ്ങളിൽ ശങ്കരേട്ടനുമായുള്ള ഫോൺ സംഭാഷണങ്ങളിലാണ് അച്ഛൻ ആശ്വാസം കണ്ടെത്തിയിരുന്നത്. അച്ഛൻ കോവിഡ് കാലം മരണപ്പെട്ടുവെങ്കിലും ശങ്കരേട്ടൻ ദീർഘകാലം ജീവിക്കുമെന്ന് അച്ഛൻ കരുതിയിരുന്നു. എന്നാൽ, നമ്മെയെല്ലാം സങ്കടത്തിലാഴ്ത്തി ശങ്കരേട്ടനും വിട പറഞ്ഞു. സ്നേഹമുള്ളവർ വിട പറയുമ്പോഴുള്ള വേദനയ്ക്ക് ആഴം കൂടും.

ഞാൻ പറഞ്ഞല്ലൊ. ശങ്കരേട്ടന്റെ വിവാഹത്തിന് അച്ഛനോടൊപ്പം കൊളശ്ശേരിയിൽ ഞാൻ പോയി. അവിടെ എ.കെ.ജി യും മറ്റു പലരുമുണ്ടായിരുന്നു. കുട്ടിയായ എനിക്ക് എ കെ ജിയെ മാത്രമേ

മനസ്സിലായുള്ളൂ.എ കെ ജിയെ എല്ലാവരും സ്നേഹത്തോടെ നോക്കുന്നുണ്ടായിരുന്നു. പിന്നീട് വർഷങ്ങൾക്കു ശേഷം കോഴിക്കോട് എഞ്ചിനിയറിങ്ങ് കോളേജിൽ ഞാൻ പഠിക്കുമ്പോൾ ,കോളേജ് ടൂറിന്റെ ഭാഗമായി അന്നത്തെ ബോംബെയിൽ പോയി. അവിടെ ജെമിനി സർക്കസ് കളിക്കുന്നുണ്ടായിരുന്നു. ഞങ്ങൾ സർക്കസ് കാണാൻ പോയി.'രൈരുവേട്ടന്റെ മോനാ'യതു കൊണ്ട് എനിക്ക് പ്രത്യേക പരിഗണന നൽകി. കൂട്ടുകാർക്കും ഞങ്ങൾക്കും ഭക്ഷണം തരാനും ശങ്കരേട്ടൻ മറന്നില്ല.

ശങ്കരേട്ടനുമായുള്ള ഒരു പാട് ഓർമ്മകൾ പറയാനുണ്ട്. ശങ്കരേട്ടനും ഹേമരാജേട്ടനും താഹ മാടായിയും മലേഷ്യയിൽ വന്നപ്പോൾ എന്റെ ഫ്ളാറ്റിലായിരുന്നു താമസിച്ചത്. മിക്കവാറും മലേഷ്യ മുഴുവൻ ഞങ്ങൾ കണ്ടു. അവരവിടെ നിന്ന് സിംഗപ്പൂരേക്കും പോയി.

ശങ്കരേട്ടന്റെ നാട്ടിലെ യാത്രകളിൽ, ഞാൻ ഇവിടെയുള്ളപ്പോൾ ,ശങ്കരേട്ടൻ ഒപ്പം വിളിക്കും. മറ്റു തിരക്കുകൾ മാറ്റി വെച്ചും ശങ്കരേട്ടനോടൊപ്പം യാത്ര ചെയ്യാൻ ഞാൻ സമയം കണ്ടെത്തി. ശങ്കരേട്ടന്റെ 'ബോഡി ഗാർഡ്' ആയി.

ആ ഓർമ്മകൾ എനിക്ക് ,മറ്റെല്ലാ ചങ്ങാതിമാരെയും പോലെ പ്രധാനപ്പെട്ടതാണ്.ശങ്കരേട്ടന്റെ ജന്മശതാബ്ദി ആ അസാന്നിധ്യത്തിലും മക്കളും സുഹൃത്തുക്കളും കൊണ്ടാടുമ്പോൾ ,ഏറ്റവും സന്തോഷിക്കുക ശങ്കരേട്ടന്റെ ആത്മാവ് തന്നെയായിരിക്കും.

(ശങ്കരേട്ടന്റെ സുഹൃത്ത് രൈരു നായരുടെ മകനും വ്യവസായിയുമാണ് ലേഖകൻ)

സ്നേഹമധുരം പൊതിഞ്ഞ ഓർമ്മ

രവി ഡി.സി.

മലക്കം മറിയുന്ന ജീവിതം എന്ന ഓർമ്മപ്പുസ്തകത്തിന്റെ പ്രസാധനവുമായി ബന്ധപ്പെട്ടാണ് ജെമിനി ശങ്കരൻ എന്ന ഇതിഹാസപുരുഷനെ ഒരു വ്യാഴവട്ടക്കാലത്തിനുമുമ്പ് ഞാൻ പരിചയപ്പെടുന്നത്. അദ്ദേഹത്തിന്റെ ജെമിനി, ജംബോ തുടങ്ങിയ സർക്കസ് കമ്പനികളെക്കുറിച്ചും ഇന്ത്യയിൽ മാത്രമല്ല ലോകത്തിന്റെ മറ്റു നിരവധി രാജ്യങ്ങളിലായി പരന്നുകിടക്കുന്ന അതിന്റെ ഖ്യാതിയെക്കുറിച്ചും വളരെമുമ്പേ കണ്ടും കേട്ടും അറിഞ്ഞിരുന്നതുകൊണ്ട് സ്വാഭാവികമായി ആ ഓർമ്മപ്പുസ്തകം പ്രസിദ്ധീകരിക്കാൻ ഡി സി ബുക്സിനും നിറഞ്ഞ സന്തോഷംതന്നെയായിരുന്നു. കൊളച്ചേരി എന്ന കുഗ്രാമത്തിൽ ജനിച്ച് വളർന്ന് സർക്കസ് എന്ന സാഹസിക കലാരൂപത്തെ ലോകാത്ഭുതമാക്കിത്തീർത്ത അതിസാഹസികന്റെ ജീവിതം പറയുന്ന പുസ്തകം എന്ന നിലയിൽ മലക്കം മറിയുന്ന ജീവിതത്തിന് പ്രസക്തിയുണ്ട്. അത് തയ്യാറാക്കിയ താഹ മാടായിയോട് ഞാനതു സൂചിപ്പിക്കുകയും ചെയ്തിട്ടുണ്ട്.

പരിചയപ്പെടുന്ന ആരുമായും പെട്ടെന്നൊരു ഹൃദയബന്ധം ഉണ്ടാക്കുന്ന, പ്രത്യേകമായ ഒരടുപ്പം ശങ്കരേട്ടന്റെ സ്വഭാവത്തിലുണ്ട്. ഞങ്ങൾക്കിടയിലും അത്തരമൊരു ഹൃദയബന്ധമുണ്ടായിരുന്നു. നേ

രിൽക്കാണുമ്പോഴൊക്കെ കണ്ണൂരിലെ വിശേഷപ്പെട്ട പലഹാരങ്ങൾ തരിക അദ്ദേഹത്തിന്റെ ഒരു പതിവായിരുന്നു. നേരിൽ വരാൻ കഴിയാത്ത ചില അവസരങ്ങളിൽ കോട്ടയത്തേക്കു മധുരം കൊടുത്തുവിടുകയും ചെയ്യും. കഴിഞ്ഞ വർഷം, അദ്ദേഹം കുമരകത്തു വന്നപ്പോഴും വീട്ടിലേക്കു പലഹാരം കൊടുത്തുവിടാൻ മറന്നില്ല. തൊണ്ണൂറ്റൊമ്പതാം വയസ്സിലും യാത്രകളും നിർദ്ദേശങ്ങളുമായി സഹപ്രവർത്തകരോടൊത്ത് കർമ്മനിരതനായ ഒരാൾ. അതുകൊണ്ടു തന്നെ ശങ്കരേട്ടനെക്കുറിച്ചോർക്കുമ്പോൾ ആ സ്നേഹമധുരമാണെനിക്ക് ആദ്യം ഉള്ളിലെത്തുക.

ഡി സി കിഴക്കെമുറി ഫൗണ്ടേഷൻ രണ്ടായിരത്തി പത്തൊമ്പതിൽ തിരുവനന്തപുരത്തുവെച്ചു നടത്തിയ സ്പെയ്സസ് എന്ന പരിപാടിയുടെ സമയത്ത് ജെമിനി സർക്കസ് തിരുവന്തപുരത്തുണ്ട്. ശങ്കരേട്ടന്റെ നിർബന്ധപ്രകാരം ഒരു ദിവസം ഞങ്ങളുടെ അതിഥികൾക്കായി സർക്കസ് തമ്പിൽ അത്താഴമൊരുക്കിയാണ് ഞങ്ങളെ അദ്ദേഹം സൽക്കരിച്ചത്. എന്നെ സംബന്ധിച്ചിടത്തോളം അവിസ്മരണീയമായ ഒരനുഭവമായിരുന്നു അത്.

മൗണ്ട് ബാറ്റൻ പ്രഭുവും മാർട്ടിൻ ലൂതർ കിങ് ജൂനിയറും നെഹ്റുവും കൃഷ്ണമേനോനും ഇന്ദിരാഗാന്ധിയും എകെജിയും അടക്കമുള്ള എത്രയോ മഹാരഥന്മാരുമായി സൗഹൃദം നിലനിർത്തിയ ശങ്കരേട്ടന്റെ സ്നേഹവൈപുല്യം അനുഭവിച്ചറിയാനായ ഒരാളെന്ന നിലയിൽ ആ ദീപ്തസ്മരണയ്ക്കുമുമ്പിൽ ശിരസ്സുനമിക്കുന്നു.

(ഡി.സി. ബുക്സിന്റെ സി.ഇ.ഒയാണ് ലേഖകൻ)

ലാളിത്യത്തിന്റെ ആഴവും പരപ്പും കനവും

വെങ്കിടേഷ് രാമകൃഷ്ണൻ

വിശ്രുത ജാപ്പനീസ് ചലച്ചിത്രകാരനായ അകിരാ കുറോസോവയുടെ 'റാഷമോൺ' ഒരു സിനിമ എന്നതിനപ്പുറം ഒരു ഭാഷാപ്രയോഗം തന്നെയായി മാറിയ സൃഷ്ടിയാണ്. നാലു വ്യത്യസ്ത മനുഷ്യരുടെ വ്യത്യസ്തമായ വീക്ഷണത്തിലൂടെ ഒരേ സംഭവം ലോകത്തിനു മുന്നിൽ അവതരിപ്പിക്കപ്പെടുമ്പോൾ സംഭവിക്കുന്ന വലിയ വൈജാത്യങ്ങളും അവ സൃഷ്ടിക്കുന്ന കഠിനമായ ആശയക്കുഴപ്പവും ഒക്കെയാണ് ചലച്ചിത്രത്തിന്റെ ഇതിവൃത്തം. പല തലങ്ങളിലും തീർത്തും പരസ്പര വിരുദ്ധം തന്നെയാണ് ഈ നാല് മനുഷ്യരുടെ ആഖ്യാനങ്ങൾ. ഇങ്ങനെ ഒരേ കാര്യത്തിന് പലതരം വ്യാഖ്യാനങ്ങളും വിവരണങ്ങളും അറിക്കുറിപ്പുകളും ഉണ്ടാവുകയും അതുവഴി ആശയക്കുഴപ്പത്തിന്റെ ആഴങ്ങളിലേക്ക് കാഴ്ചക്കാരും കേൾവിക്കാരും ചെന്ന് പതിക്കുകയും ചെയ്യുന്ന ഒരു അവസ്ഥയെ കുറിക്കുന്ന രൂപകമായി തന്നെ മാറിയിട്ടുണ്ട് റാഷമോൺ.

ജെമിനി ശങ്കരേട്ടൻ എന്ന ജെമിനി ശങ്കരന്റെ ജീവിതത്തിലേക്ക് തിരിഞ്ഞു നോക്കുമ്പോൾ പലപ്പോഴും റാഷമോൺ തലയിൽ കയറും. ആ പ്രയോഗം ലോക ഭാഷകളിൽ ഉപയോഗിക്കപ്പെടുന്ന വ്യവസ്ഥാപിതമായ അർത്ഥത്തിലല്ല . മറിച്ച് അതിനെ കീഴ്മേൽ നിർ

ത്തിയാൽ കിട്ടുന്ന അർത്ഥങ്ങളുടെ തലത്തിൽ. വ്യത്യസ്തരായ നിരവധി മനുഷ്യരുടെ കഥനങ്ങളിലൂടെയാണ് ജെമിനി ശങ്കരേട്ടൻ എന്റെ ജീവിതത്തിലേക്ക് കടന്നു വരുന്നത്. ആദ്യമായി ആ പേര് കേട്ടത്തിനു ശേഷം ഏതാണ്ട് രണ്ടു പതിറ്റാണ്ടിനു ശേഷമാണ് നേരിൽ കാണുന്നതും പരിചയപ്പെടുന്നതും. ആദ്യമായി ആ പേര് മുന്നിൽ വന്നതിനു ശേഷം നിരവധി ആളുകൾ ജെമിനി ശങ്കരേട്ടൻ അല്ലെങ്കിൽ ജെമിനി ശങ്കരൻ എന്ന് എന്റെ മുന്നിൽ ആവർത്തിച്ചു . ഓരോരുത്തരും അവരുടേതായ വിവരണങ്ങൾ നടത്തി.

സാധാരണഗതിയിൽ ഈ വ്യത്യസ്തമായ അവതരണങ്ങൾക്കുള്ളിൽ ഒരു റാഷമോൺ സാധ്യത തീർച്ചയായും ഒളിഞ്ഞു കിടപ്പുണ്ട് .പക്ഷേ ശങ്കരേട്ടന്റെ കാര്യത്തിൽ സംഭവിച്ചത് അങ്ങനെയല്ല. ഓരോ അവതരണത്തിലും പുതിയ കാര്യങ്ങൾ കടന്നു വരിക തന്നെ ചെയ്യുമ്പോഴും ആത്യന്തികമായി ശങ്കരേട്ടൻ എന്ന വ്യക്തിത്വത്തിന്റെ അടിസ്ഥാന സ്വഭാവം അടിവരയിടുന്ന വിവരണങ്ങൾ ആയിരുന്നു അവയൊക്കെ. കണ്ണൂർ ജില്ലയുടെ ഒരു മൂലയിൽ നിന്ന് തുടങ്ങി ലോകം മുഴുവൻ പടർന്നു കയറിയ ഒരു ഊർജത്തിന്റെയും നിശ്ചയദാർഢ്യത്തിന്റെയും ആൾരൂപത്തെ പറ്റിയുള്ള വിവരണങ്ങൾ ആയിരുന്നു അവ. കണ്ണൂർക്കാരന്റെ ഭാഷയും വ്യവഹാരങ്ങളും മുറുക്കെ പിടിച്ച്, അതിൽ ഒരു ഒത്തുതീർപ്പും നടത്താതെ നിലനിൽക്കുമ്പോൾ തന്നെ വിശ്വപൗരന്റെ വിശാലമൂല്യങ്ങളും ലോകവീക്ഷണവും അതുമായി ബന്ധപ്പെട്ട പ്രായോഗിക ചിന്തകളും ആന്തരിക സ്വത്വത്തിൽ ഇഴുക്കി ചേർത്ത ഒരു മനുഷ്യന്റെ ചിത്രം.

'ജെമിനി ശങ്കരേട്ടൻ എന്ന ജെമിനി ശങ്കരൻ'. അങ്ങനെ ഒരു വാചകമായി തന്നെയാണ് ആ പേര് ആദ്യമായി മുന്നിൽ വന്നത്. കണ്ണൂരിലെ കക്കാട് കോർജാൻ യുപി സ്കൂളിൽ അഞ്ചാം ക്ലാസിൽ പഠിക്കുമ്പോൾ സോമൻ മാഷിൽ നിന്നായിരുന്നു അത്. മാഷ് ഈ പേര് പറഞ്ഞു തുടങ്ങിയത് തന്നെ 'ജെമിനി ശങ്കരേട്ടൻ എന്ന ജെമിനി ശങ്കരൻ' എന്ന ടിപ്പണിയോടെയാണ്. ശാസ്ത്രം പഠിപ്പിച്ചിരുന്ന സോമൻ മാഷ്ക്ക് കായിക വിനോദങ്ങളിൽ ഏറെ താല്പര്യമുണ്ടായിരുന്നു. സമയം കിട്ടുമ്പോഴൊക്കെ മാഷ് ഗ്രൗണ്ടിൽ ഉണ്ടാകും. ഫുട്ബോളും കബഡിയും ഒക്കെ കളിക്കുന്ന കുട്ടികൾക്കിടയിൽ ചിലപ്പോൾ നിർദേശകനായും മറ്റു ചിലപ്പോൾ കളിക്കാരനാ

യും. അങ്ങനെയുള്ള സോമൻ മാഷ് കണ്ണൂരിൽ വേറെ ഏതോ സർക്കസ് വന്നപ്പോൾ (ജെമിനി അല്ല) ആണ് ഈ പേര് പറഞ്ഞത്. ഇന്ത്യൻ സർക്കസിന്റെ കുലപതി ആണെന്നും കണ്ണൂർക്കാരനാണെന്നും കൂട്ടിച്ചേർത്തു. അതു വർഷം 1971.

ആ പറഞ്ഞതിന്റെ യഥാർത്ഥ അർത്ഥവും വ്യാപ്തിയും അന്ന് മനസ്സിലായിലിരുന്നില്ല. പക്ഷേ ഏതാണ്ട് മൂന്ന് വർഷം കഴിഞ്ഞപ്പോൾ വീണ്ടും ആ പേര് മറ്റൊരു ക്ലാസ്മുറിയിൽ മുഴങ്ങി കേട്ടു. ചൊവ്വ ഹൈസ്കൂളിൽ ചേർന്ന ആദ്യ ദിവസങ്ങളിൽ തന്നെ പ്രിയ അധ്യാപകരിൽ ഒരാളായി മാറിയ സുദർശനൻ മാഷിൽ നിന്നായിരുന്നു അത്. സുദർശനൻ മലയാളത്തിന്റെ മാഷാണ് എന്നാണ് സങ്കല്പം. അല്ലെങ്കിൽ ഔദ്യോഗിക രേഖകളിൽ അങ്ങനെയാണ്. പക്ഷേ സൂര്യന് കീഴിലുള്ള എല്ലാ വിഷയങ്ങളും മാഷുടെ ക്ലാസ്സിൽ കടന്ന് വരും. മറ്റൊരു തരത്തിൽ പറഞ്ഞാൽ, സിലബസ് പ്രകാരം പഠിപ്പിക്കേണ്ട വിഷയങ്ങൾ ഓരോ ക്ലാസിലും പഠന പഠിപ്പിക്കൽ സമയത്തിന്റെ മൂന്നിലൊന്ന് ഭാഗത്തിൽ എങ്കിലും കടന്നു വന്നാൽ ഭാഗ്യം. ബാക്കി സമയം മുഴുവൻ ലോകകാര്യങ്ങളും വിശാലമായ സാമൂഹിക സാഹിത്യ വിഷയങ്ങളും അവയുടെ വ്യഖ്യാനവും ഒക്കെ തന്നെ.

അങ്ങനെ ഒരു ക്ലാസ് നടക്കുന്നു. മാഷ് പലതും പറയുന്ന കൂട്ടത്തിൽ സർക്കസിനെക്കുറിച്ച് സംസാരിക്കുന്നു. ഇന്ത്യൻ സർക്കസിന് കണ്ണൂർ നൽകിയ സംഭാവനകൾ അതിൽ കടന്നുവരുന്നു. സ്വാഭാവികമായും ജെമിനി ശങ്കരനിൽ എത്തുന്നു. പക്ഷേ സോമൻ മാഷ് പറഞ്ഞതിനപ്പുറം ചില കാര്യങ്ങൾ കൂടി സുദർശൻ മാഷിന്റെ വിശദീകരണത്തിൽ ഉണ്ട്. എങ്ങിനെ സർക്കസ് എന്ന കല വ്യത്യസ്ത രാജ്യങ്ങളും അവിടുത്തെ മനുഷ്യരും തമ്മിൽ ഉള്ള ബന്ധത്തിന്റെ പാലമായി മാറുന്നു എന്നതും പലപ്പോഴും വലിയ സാംസ്കാരികമായ നയതന്ത്രത്തിന്റെ തന്നെ ഭാഗമായി അത് വളർന്നു വരുന്നതും ആ വിശദീകരണത്തിലുണ്ട്. ഒരു സവിശേഷ തലത്തിൽ ജെമിനി ശങ്കരൻ എന്ന ജെമിനി ശങ്കരേട്ടൻ കണ്ണൂർ ലോകത്തിനു നൽകിയ ഒരു സാംസ്കാരിക പ്രതിനിധി തന്നെയാണ് എന്ന് മാഷ് പറഞ്ഞതായി ഞാൻ ഓർക്കുന്നു.

ആ ക്ലാസ് മുറി വിശദീകരണത്തിനിടയിൽ തന്നെയാണ് മാഷ് നമ്മുടെ സ്കൂളിൽ നിന്ന് കേവലം രണ്ട് കിലോമീറ്റർ താഴെ ദൂര

ത്തുള്ള ഒരു സ്ഥലത്താണ് ശങ്കരേട്ടന്റെ വീട് നിലനിൽക്കുന്നത് എന്നും പറഞ്ഞതും. പക്ഷേ അക്കാലത്തൊന്നും ശങ്കരേട്ടൻ ആ വീട്ടിൽ കാണില്ല എന്നും അദ്ദേഹം കൂട്ടിച്ചേർത്തു. ലോകം മുഴുവൻ സർക്കസ് കല പ്രചരിപ്പിച്ചു കൊണ്ടിരിക്കുകയാണ് . വിശ്വ നേതാക്കന്മാരെയും ഇന്ത്യൻ രാഷ്ട്രീയ തലവന്മാരെയും ഒക്കെ സർക്കസ് കലയുടെ മായികവലയത്തിൽ പെടുത്തി മുന്നോട്ടു നീങ്ങിക്കൊണ്ടിരിക്കുകയാണ്.

ഈ 'ജെമിനി മായിക വലയത്തിൽ' ദേശീയ-സാർവ്വദേശീയ നേതാക്കൻമാർ ഉണ്ടെന്ന് മാത്രമാണ് അന്ന് കേൾക്കുന്നത്. അതിന്റെ വിശദാംശങ്ങൾ അറിയുന്നത് വീണ്ടും ഒരു മൂന്നുവർഷം കഴിയുമ്പോഴാണ്. കണ്ണൂർ എസ് എൻ കോളേജിൽ ഒന്നാംവർഷ പ്രീഡിഗ്രി വിദ്യാർഥിയായ ശേഷം. 1977 ആയിരുന്നു വർഷം. ഏറെ പ്രത്യേകതകൾ ഉള്ള ഒരു സമയം. അടിയന്തരാവസ്ഥ കഴിഞ്ഞ് നടന്ന തിരഞ്ഞെടുപ്പിൽ ഇന്ദിരാഗാന്ധിയുടെ നേതൃത്വത്തിലുള്ള കോൺഗ്രസ് പരാജയപ്പെടുകയും ജനതാ പാർട്ടിയുടെ നേതൃത്വത്തിലുള്ള സർക്കാർ അധികാരത്തിൽ ഏറുകയും ചെയ്ത വർഷം. ഇന്ത്യയുടെ ചരിത്രത്തിൽ ആദ്യമായി ഒരു കോൺഗ്രസ് ഇതര പ്രതിപക്ഷ സർക്കാർ ഭരണത്തിൽ വന്ന വർഷം.

ഡൽഹിയിലെ മലയാളി രാഷ്ട്രീയ പത്രപ്രവർത്തകരിൽ പ്രമുഖനായ, ഏറെക്കാലം ദേശീയ തലസ്ഥാനത്തെ ദേശാഭിമാനി പത്രത്തിന്റെ പ്രധാന ലേഖകനായിരുന്ന നരിക്കുട്ടി മോഹനൻ കണ്ണൂരിലും കോഴിക്കോടുമായി പത്രവുമായി ബന്ധപ്പെട്ട ചില കാര്യങ്ങൾ നോക്കി നടത്തുന്ന വർഷവുമായിരുന്നു അത്. പത്രപ്രവർത്തന താൽപര്യം മനസ്സിൽ ഉണ്ടായിരുന്ന, എസ് എഫ് ഐ പ്രവർത്തകനായിരുന്ന എന്നെ സംബന്ധിച്ചിടത്തോളം മോഹനേട്ടന്റെ കണ്ണൂർ വാസം ഒരു ഇന്റലെക്ചൽ (intellectual) ബോണസ് തന്നെയായി മാറി. ഡൽഹിയെയും ലോകത്തെയും സംബന്ധിച്ച പല കഥകളും അദ്ദേഹത്തിൽ നിന്ന് കേൾക്കാൻ ഇട വന്നു. അടിയന്തരാവസ്ഥക്കാലത്ത് സി പി ഐ എമ്മിന്റെ കേന്ദ്ര ആപ്പീസിൽ പല പ്രധാന ഉത്തരവാദിത്വങ്ങളും മോഹനേട്ടന് ഏറ്റെടുക്കേണ്ടി വന്നിരുന്നു. പല പ്രധാന നേതാക്കളും ഒളിവിലോ തടങ്കലിലോ ആയിരുന്നു എന്നത് തന്നെ കാരണം .

കണ്ണൂർ ദേശാഭിമാനിയിലെയും കണ്ണോത്തുംചാലിലെ വീട്ടിലും

ഇടക്കിടെ അരങ്ങേറുമായിരുന്ന 'നരിക്കുട്ടി മോഹനൻ കഥാകഥന സദസ്സുകളിൽ' പലപ്പോഴും പുറത്തുവന്നിരുന്നത് അടിയന്തരാവസ്ഥക്കാലത്തെ സംഭവങ്ങളും സാഹസിക പ്രവർത്തനങ്ങളും ആയിരുന്നു . ആ കഥനങ്ങളിലും ജെമിനി ശങ്കരേട്ടൻ കടന്നു വന്നപ്പോഴാണ് അദ്ദേഹം സൃഷ്ടിച്ച മായികവലയത്തിന്റെ മറ്റൊരു വളയത്തെപ്പറ്റി നമ്മൾ അറിയുന്നത്. സിപിഐഎം അടക്കം അടിയന്തരാവസ്ഥയെ എതിർത്ത ഇടതുപക്ഷ പാർട്ടികളിലെ നേതാക്കന്മാർക്കും പ്രവർത്തകർക്കും പലതരത്തിലുള്ള സഹായങ്ങൾ ചെയ്ത മനുഷ്യനായിരുന്നു ശങ്കരേട്ടൻ എന്ന് നരിക്കുട്ടി പലവട്ടം എടുത്തു പറഞ്ഞു. പല നേതാക്കളും ഒളിവിൽ താമസിച്ചതും പലരുടെയും വീട്ടുകാര്യങ്ങൾക്ക് ആവശ്യമായ അത്യാവശ്യ സാമ്പത്തിക സഹായം നൽകിയതും ശങ്കരേട്ടൻ ആയിരുന്നു.

നരിക്കുട്ടിയുടെ വിവരണങ്ങളിൽ നിന്നു തന്നെയാണ് ജവർലാൽ നെഹ്റുവുമായും മാർട്ടിൻ ലൂഥർ കിങ്ങുമായും ദലൈലാമയുമായും പഞ്ചൻ ലാമയുമായും മറ്റുമുള്ള ശങ്കരേട്ടന്റെ ഇടപെടലുകളെക്കുറിച്ച് അറിയുന്നത്. കക്ഷിരാഷ്ട്രീയ ഭേദമെന്യേ കേരളത്തിലെ മിക്കവാറും എല്ലാ രാഷ്ട്രീയ പാർട്ടികളുടെയും നേതാക്കന്മാരുമായി ശങ്കരേട്ടന് അടുത്ത ബന്ധം ഉണ്ടായിരുന്നു എങ്കിലും ഇഎംഎസ്, എകെജി എന്നിവരുമായുള്ള അടുപ്പത്തിന്റെ തലം കൂടുതൽ ഗാഢവും ഊഷ്മളവും ആയിരുന്നു എന്നും നരിക്കുട്ടി അക്കാലത്ത് കൂട്ടിച്ചേർത്തു.

അങ്ങനെ ആ പേര് കേട്ടിട്ട് ആറേഴു വർഷം കടന്നുപോയി. സോമൻ മാഷിൽ തുടങ്ങി സുദർശൻ മാഷിലൂടെ വളർന്ന ആ വ്യക്തിചിത്രം നരിക്കുട്ടിയിലൂടെയും മറ്റനേകം പേരിലൂടെയും പുതിയ മാനങ്ങളിലേക്ക് ഉയർന്നു കൊണ്ടേയിരുന്നു. ജീവിക്കുന്ന ഒരു ഇതിഹാസത്തെ കേൾവിയിലൂടെ കണ്ടെത്തിയ ചില വർഷങ്ങൾ ആയിരുന്നു അവ എന്ന് ഞാൻ പതുക്കെ തിരിച്ചറിഞ്ഞു തുടങ്ങി.

അപ്പോഴും കണ്ണോത്തുംചാലിലെ എന്റെ വീട്ടിൽ നിന്ന് കഷ്ടിച്ച് മൂന്ന് കിലോമീറ്റർ അപ്പുറത്തുള്ള 'ശങ്കർ ഭവനിൽ' പോവാനോ കഥാപുരുഷനെ നേരിട്ട് കാണാനോ ഉള്ള തയ്യാറെടുപ്പോ ധൈര്യമോ ഉണ്ടായിരുന്നില്ല. അങ്ങനെയിരിക്കെ കണ്ണൂർ എസ് എൻ കോളേജിൽ ഡിഗ്രിക്ക് പഠിക്കാൻ ചേർന്നപ്പോൾ മറ്റൊരു വിവരം കൂടി അറിയുന്നു. ബികോം ക്ലാസിലെ സഹപാഠികളിലെ രണ്ടുപേർ ജെ

മിനി ശങ്കര പുത്രന്മാരാണ്. അശോക് ശങ്കറും അജയ് ശങ്കറും. എടുപ്പിലും നടപ്പിലും ആകാരഭംഗിയിലും ഒക്കെ കോളേജിലെ ശ്രദ്ധാപുരുഷന്മാരാണ് ഈ സഹോദരന്മാർ. ഞാനാണെങ്കിൽ ഏതാണ്ട് മുഴുവൻ സമയ ഇടതുപക്ഷ വിദ്യാർത്ഥി രാഷ്ട്രീയ പ്രവർത്തകനും.

കോളേജിലെ കാര്യങ്ങളൊക്കെ ഈസിയായി കണ്ടിരുന്ന ഈസി ഈസി എന്ന സംഘടനയിൽ ആയിരുന്നു അശോകും അജയ്യും. അങ്ങനെയൊക്കെ ആണെങ്കിലും ഞങ്ങൾ തമ്മിലും ഇരുവരുടെയും കസിനായ ദിലീപുമായും സവിശേഷമായ ഒരു അടുപ്പം ഉടലെടുത്തു. ആ സമയത്തൊക്കെ മനസ്സിൽ തോന്നിയ ഒരു സംശയം, ഒരു ജീവിക്കുന്ന ഇതിഹാസത്തിന്റെ, പ്രധാനമന്ത്രി നെഹ്റു തന്നെ ഡിപ്ലോമാറ്റിക് പാസ്പോർട്ട് നൽകി സർക്കസ് നയതന്ത്രം നടപ്പാക്കാൻ ലോകത്തിന്റെ പല ഭാഗങ്ങളിലേക്കും പറഞ്ഞയച്ച ഒരു വ്യക്തിയുടെ മക്കളാണോ ഇത്ര സിമ്പിൾ ആയി, തങ്ങളുടെ ഭാരം മറ്റുള്ളവരിൽ അടിച്ചേല്പിക്കാതെ, ജീവിതകാര്യങ്ങളെ നോക്കിക്കാണുന്നതു എന്നായിരുന്നു.

പക്ഷേ, അജയ് അശോക്. സഹോദരന്മാരുമായുള്ള ആ പരിചയത്തിന്റെ തുടർച്ചയായി ഏതാണ്ട് മൂന്നു വർഷത്തിനുശേഷം, കോളേജ് പഠനത്തിന്റെ അവസാന വർഷത്തിൽ ശങ്കർ ഭവനിൽ പ്രവേശിക്കുകയും ശങ്കരേട്ടനുമായി കണ്ടുമുട്ടുകയും ചെയ്തപ്പോൾ സംഗതി പിടികിട്ടി. ഈ സിമ്പിൾ സമീപനം സഹോദരന്മാർ സ്വയമേവ ഉണ്ടാക്കിയെടുത്തതല്ല. സംഗതി ജനിതകമാണ് . ഇവിടുത്തെ ലാളിത്യം പ്യൂർ ജനറ്റിക്സ്.

കുറച്ചു മാസങ്ങൾ കഴിഞ്ഞപ്പോൾ, 1983 ആഗസ്തിൽ ദേശാഭിമാനിയിൽ പത്രപ്രവർത്തക ട്രെയിനിയായി ചേർന്നു. അത് കഴിഞ്ഞു കുറച്ചു മാസം കഴിഞ്ഞപ്പോൾ നരിക്കുട്ടിയോടോപ്പം ശങ്കർ ഭവനിൽ ഒരിക്കൽ കൂടി പോയി. അന്ന് ഞാൻ വിനയാന്വിതനായ ഒരു 21 കാരനാണ്. വിനയം സ്വാഭാവികമായി തന്നെ കൈ വരുന്ന ഒരു ജേർണലിസ്റ്റ് ട്രെയിനി. പക്ഷേ വിനയത്തിന്റെ തോത് ആർക്കാണ് കൂടുതൽ എന്ന മട്ടിൽ ഒരു മത്സരത്തിനു തന്നെ അന്ന് ഞാൻ വിധേയനായി. എന്റെ കണ്ണിലെ ജീവിക്കുന്ന ഇതിഹാസം വിനയത്തിന്റെ മൂർത്തിമദ്ഭാവം തന്നെയായി എനിക്കും നരിക്കുട്ടിക്കും മുന്നിൽ നിലയുറപ്പിച്ചു.

അത് കഴിഞ്ഞുള്ള നാല് പതിറ്റാണ്ടിനു ഇടയിൽ ഒട്ടനവധി പൊതു പരിപാടികളിലും ശങ്കരേട്ടനെ കണ്ടു. ചില അവസരങ്ങളിൽ വേദി പങ്കിടുകയും ചെയ്തു . കേരള മീഡിയ അക്കാദമിയുടെ പഠനയാത്ര തലശ്ശേരി ഗുണ്ടർട്ട് ഭവനത്തിൽ സമാപിച്ച അവസരം അവിസ്മരണീയമായ ഒരു വേദി പങ്കിടൽ അനുഭവമായിരുന്നു. ശങ്കരേട്ടന്റെ അവസാനത്തെ ഓഡിയോ വിഷ്വൽ അഭിമുഖവും എന്റേതായിരുന്നു. ഓരോ അവസരത്തിൽ കണ്ടുമുട്ടുമ്പോഴും അദ്ദേഹത്തിന്റെ വിനയത്തിന്റെയും അറിവിന്റെയും കൂടിച്ചേരൽ തന്നെയാണ് എപ്പോഴും ശ്രദ്ധ ആകർഷിച്ചത്.

ആദ്യത്തെ കൂടിക്കാഴ്ചയ്ക്ക് ശേഷം രണ്ടുവർഷം കഴിഞ്ഞപ്പോൾ ഞാൻ ദേശാഭിമാനിയുടെ ഡൽഹി ലേഖകനായി. ഇങ്ങനെ ഒന്ന് രണ്ട് വർഷം തുടർന്നപ്പോൾ ശങ്കരേട്ടനോട് നേരിട്ട് സംസാരിക്കാനുള്ള വിഷയങ്ങൾ കുറേശ്ശെ കൈ വന്നു തുടങ്ങി എന്ന ധൈര്യമായി. പിന്നീടുള്ള വർഷങ്ങളിൽ ദി ഹിന്ദുവിലേക്കും ഫ്രണ്ട് ലൈനിലേക്കും ഒക്കെ ചേക്കേറിയപ്പോൾ ശങ്കരേട്ടനുമായുള്ള സംസാരവും ഇടപഴകലുകളും കൂടുതലായി. അനിതരസാധാരണമായ ഒരു വാത്സല്യം എന്നോട് ശങ്കരേട്ടന് ഉണ്ടായിരുന്നു എന്ന് തോന്നുന്ന വിധത്തിൽ സ്നേഹസത്കാരങ്ങളുടെ ഒരു പരമ്പര തന്നെയായിരുന്നു കഴിഞ്ഞ കുറെ വർഷങ്ങൾക്കിടയിൽ.

പരിചയമുള്ള മിക്കാവാറും എല്ലാവരിലും അവർ 'സ്പെഷ്യൽ' ആണെന്ന് തോന്നിപ്പിക്കാനുള്ള കഴിവ് ശങ്കരേട്ടനു ഉണ്ടായിരുന്നു എന്ന് ഈയിടെ അശോക് എന്നോട് പറയുകയുണ്ടായി. അകത്ത് നിറഞ്ഞു നിൽക്കുന്ന, സഹജമായ മാനുഷികാനുഭാവവും, ലോകത്തെ ഓരോ ദിവസം എന്ന നിലയിൽ കൈകാര്യം ചെയ്യുന്ന പ്രവർത്തന രീതിയുമാണ് അതിനു കാരണം എന്നും അന്ന് അശോക് കൂട്ടിച്ചേർത്തു. ശരിയായിരിക്കാം.

പക്ഷെ ഒരു പത്രപ്രവർത്തകൻ എന്ന നിലയിൽ ചിലപ്പോഴൊക്കെ ദേശീയഅന്തർദേശീയ കാര്യങ്ങൾ എന്നോട് സംസാരിച്ചിരുന്നു ശങ്കരേട്ടൻ. നിരന്തരമായി സംഭവികാസങ്ങൾ ശ്രദ്ധിച്ചിരുന്ന, സദാ ജാഗരൂകനായ, ഏകപക്ഷീയമായ അഭിപ്രായങ്ങൾക്ക് വശംവദനാകാത്ത ഒരു നിരീക്ഷകനായിരുന്നു എന്നും ശങ്കരേട്ടൻ. വിശാലമായ അർത്ഥത്തിൽ ഇടതുപക്ഷ ചിന്താധാരയോടൊപ്പം നിൽക്കുമ്പോൾ തന്നെ ഒരിക്കലും വരട്ടു തത്വവാദത്തിനു വഴങ്ങാത്ത

ഒരു സ്വന്തം വഴിക്കാരൻ. ആ അഭിപ്രായങ്ങളുടെ പങ്കുവെക്കലും ആഴത്തിലുള്ള വിനയത്തിന്റെ ശക്തിയിൽ തന്നെയായിരുന്നു. അത്കൊണ്ട് തന്നെ ലാളിത്യത്തിന്റെ ആഴവും പരപ്പും കനവും ഒരു പോലെ ഉൾച്ചേർന്ന ഒരു ഇതിഹാസ പുരുഷനായിരുന്നു ശങ്കരേട്ടൻ.

(മുതിർന്ന മാധ്യമ പ്രവർത്തകനും, ഐഡം മാനേജിങ്ങ് എഡിറ്ററുമാണ് ലേഖകൻ)

മുൻ തമിഴ്നാട് മുഖ്യമന്ത്രി വി.ആർ. നെടുഞ്ചെഴിയനോടൊപ്പം

കൂടാരത്തിന്റെ അധിപൻ ഇവിടെത്തന്നെയുണ്ട്

സി.വി. ബാലകൃഷ്ണൻ

ഞാൻ ചെറുപ്പത്തിലെന്നോ കണ്ട ആദ്യത്തെ സർക്കസ് കലാകാരനെ ഇന്നും മറന്നിട്ടില്ല. അയാളുടെ പേരറിഞ്ഞുകൂടാ. ചെറിയൊരു മനുഷ്യൻ. കാക്കിക്കാലുറയാണ് വേഷം. ഉടുപ്പില്ല. അമ്പതിനുമേൽ പ്രായം കാണും. പേശികൾ അയഞ്ഞു തുടങ്ങിയിരുന്നു. ദൈന്യഭാവമാണ് മുഖത്ത്.

അയാൾ സ്കൂളിലേക്ക് വന്നത് സർക്കസ് വേല കാട്ടാനാണ്. ഒറ്റയ്ക്ക്. എളിയ ചില ഉപകരണങ്ങളുണ്ട്. ഇരുമ്പുണ്ടയും, വടവും ഒരു പറച്ചെണ്ടയും കോലുകളുമൊക്കെ. ഹെഡ്മാസ്റ്റർ സഹാദ്ധ്യാപകരുമായി ആലോചിച്ചിരിക്കണം. അയാൾക്ക് സർക്കസ് അവതരിപ്പിക്കാനുള്ള അനുമതി കിട്ടി. ഉച്ചയ്ക്ക് ശേഷമാണ്. കുട്ടികൾ ഉച്ചയ്ക്ക് വീട്ടിൽ പോയാൽ അയാൾക്ക് കൊടുക്കാൻ കാശെന്തെങ്കിലും കൊണ്ടുവരണമെന്ന അറിയിപ്പ് ക്ലാസ്തോറുമെത്തി. ഒരു മുക്കാല്, അരയണ അല്ലെങ്കിൽ ഒരണ. അങ്ങനെ വല്ലതും മതി. അതിനുതന്നെ പാങ്ങില്ലാത്തോര് കുറച്ചൊന്നുമല്ല. പക്ഷേ അവരും അന്നാദ്യമായി സർക്കസ് കണ്ടു. സർക്കസ് തുടങ്ങുകയാണെന്ന് പറച്ചെണ്ട കൊട്ടി അറിയിച്ചത് അയാൾ തന്നെ. ഞങ്ങൾ കുട്ടികൾ മിഴിച്ചിരുന്നു.

വിസ്മിത നേത്രങ്ങൾക്ക് മുന്നിൽ ഏകനായ കലാകാരന്റെ അ

ഭ്യാസ പ്രകടനങ്ങൾ. മുഖത്തും അഭ്യാസ പ്രകടനങ്ങൾ. ഭുജങ്ങളിലും മാറത്തും വിയർപ്പ് മിന്നി. ഓരോ പ്രകടനവും അവസാനിച്ചപ്പോൾ ഞങ്ങൾ ആവേശപൂർവ്വം കയ്യടിച്ചു. അയാൾ കയ്യടിക്കുന്നവർക്കുനേരെ പലവട്ടം തലകുനിച്ചു. കാലത്തിന്റെ വിദൂരതയിലെങ്ങോ അയാൾ തന്റെ പ്രകടനം തുടരുന്നു. അതങ്ങനെ തുടരട്ടെ. ഇടയ്ക്കിടെ കയ്യടികളുയരട്ടെ. അയാൾ അത് അർഹിക്കുന്നു. ഉവ്വ്, നിശ്ചയമായും.

കുട്ടിക്കാലത്തെ നിരന്തര വായനയിൽ കയ്യിലെത്തിയ ഒരു കൃതി സർക്കസ്സിനെക്കുറിച്ചുള്ളതായിരുന്നു. സർക്കസ്സ് എന്നുതന്നെയായിരുന്നു അതിന്റെ പേര്. അതിൽ മനുഷ്യർ മാത്രമല്ല, ബുദ്ധിശാലികളും തികഞ്ഞ അഭ്യാസികളുമായ മൃഗങ്ങളുമുണ്ട്. ചിരിപ്പിക്കുന്ന കോമാളികളുണ്ട്. പിന്നെ സർക്കസ്സിനെ സൂക്ഷ്മമായും ആധികാരികമായും പകർത്തിയ ഒരു രചന മുന്നിലെത്തി. എം.ടി. വാസുദേവൻ നായരുടെ 'വളർത്തുമൃഗങ്ങൾ'. അതു പിന്നീട് ഹരിഹരൻ ഒരു സിനിമയാക്കി. അതിനുമുമ്പ് 'നായര് പിടിച്ച പുലിവാലും' കെ.ജി. ജോർജ്ജിന്റെ 'മേള'യും രാജ്കപൂറിന്റെ 'മേരാ നാം ജോക്കർ' ഉം കണ്ടിരുന്നു. രാജ് കപൂർ ചിത്രം സാമാന്യം ദീർഘിച്ചതായിരുന്നെങ്കിലും (രണ്ട് ഇടവേളകൾ!) സർക്കസ്സ് എന്ന ശ്രേഷ്ഠകലയുടെ ചൈതന്യം ആവിഷ്കരിച്ചതിലൂടെ മികച്ച ഒരു കാഴ്ചയനുഭവം പകർന്നു തന്നു. അന്നെനിക്കറിയാമായിരുന്നില്ല അത് ചിത്രീകരിച്ചത് ജെമിനി ശങ്കരേട്ടന്റെ സർക്കസ് കൂടാരത്തിലാണെന്ന്.

'രാജ് കപൂറ് ഒരു മാസം തമ്പിലുണ്ടായിരുന്നു. നല്ല ആളാ...' പഴയ ആൽബത്തിൽ നിന്ന് ഒരു ഫോട്ടോ കാണിച്ച് ശങ്കരേട്ടൻ ഒരു ദിവസം പറഞ്ഞു. രാജ് കപൂറിനെ എനിക്ക് ഇഷ്ടമായിരുന്നു. സിനിമകളിലല്ലാതെ ഒരു തവണ കണ്ടിട്ടുണ്ട്. മുംബൈയിൽ വെച്ച്. ശങ്കരേട്ടനെ സംബന്ധിച്ച് ദോസ്ത്.

മന്നാഡേ പാടിയ 'ഏ ഭായ് സരാ ദേഖ് കെ ചലോ', മുകേഷിന്റെ 'ജീനാ യഹാം മർണാ യഹാം', 'ജാനേ കഹാം ഗയേ വോ ദിൻ' എന്നീ ഗാനങ്ങൾ ചിത്രീകരിക്കപ്പെട്ടത് ശങ്കരേട്ടന്റെ തമ്പിൽ. എനിയ്ക്കതൊരു ആശ്ചര്യമായി. അപ്പോഴേ മനസ്സ് മന്ത്രിച്ചു: ശങ്കരേട്ടന്റെ നൂറാമത് ജന്മദിനാഘോഷത്തിൽ 'മേരാ നാം ജോക്കർ' കണിശമായും പ്രദർശിപ്പിക്കുന്നു. ഒപ്പം സർക്കസ് പശ്ചാത്തലമായ മറ്റു ചിത്രങ്ങളും. കേട്ടപ്പോൾ ശങ്കരേട്ടന് ഏറെ സന്തോഷമാ

യി.

'നമുക്ക് ഉഷാറാക്കണം' ശങ്കരേട്ടൻ തെളിഞ്ഞ ചിരിയോടെ പറഞ്ഞു.

തലേന്ന് തമ്പിൽ വെച്ച് ശങ്കരേട്ടനും ജീവിതകഥ (മൂന്നാം പതിപ്പ്) പ്രകാശനം ചെയ്യാൻ ഞങ്ങൾ മൂന്നുപേരായിരുന്നു ടി. പത്മനാഭനും എം. മുകുന്ദനും ഞാനും. പുസ്തകത്തിന്റെ രചയിതാവ് താഹ മാടായിയുടെ കാർമ്മികത്വത്തിലായിരുന്നു ചടങ്ങ്. മകൻ അജയ് ശങ്കർ എല്ലാ ഒരുക്കങ്ങളും നടത്തി. സർക്കസ്സിലെ താരങ്ങൾ, ചിലർ ആഫ്രിക്കയിൽ നിന്നാണ്, പിറകിൽ അണിനിരന്നു. സർക്കസ്സ് കാണാൻ ഇരച്ചുകയറുന്ന കാണികൾ സവിശേഷമായ ഒരു കാഴ്ചയായി. ഇത്രയും പേർ? ഇക്കാലത്തുള്ള പ്രകാശനച്ചടങ്ങ് കഴിഞ്ഞതോടെ അവർക്ക് മുന്നിൽ സംഗീതത്തിന്റെ അകമ്പടിയോടെയുള്ള മാസ്മരികമായ അഭ്യാസപ്രകടനങ്ങളായി. ആളുകൾ സ്വയം മറന്ന് അതിൽ ലയിക്കുകയായി.

ജീവിതത്തിന്റെ ഏതോ ഘട്ടത്തിൽ തന്റെ വഴി സർക്കസ്സാണെന്ന് തിരിച്ചറിഞ്ഞ് അതിലൂടെ ദീർഘസഞ്ചാരം നടത്തിയ ഒരപൂർവ്വ വ്യക്തിത്വമാണ് ജെമിനി ശങ്കരേട്ടനെന്ന് നമുക്കറിയാം. ഇങ്ങനെയൊരാൾ വേറെയില്ല. ഇനി ഉണ്ടാകാനുമിടയില്ല. കാലം വല്ലപ്പോഴും ഇങ്ങനെയൊരത്ഭുതം മനുഷ്യർക്ക് കാട്ടിത്തരുന്നു. എല്ലാവരും കണ്ടറിയണമെന്നില്ല. എന്നാൽ അറിയാൻ കഴിഞ്ഞവർക്ക് ഒരു സൗഭാഗ്യം.

എന്നെക്കാൾ പ്രായത്തിൽ ഏറെ മൂപ്പുണ്ട് ശങ്കരേട്ടന്. പക്ഷേ, എന്നെ വിളിച്ചിരുന്നത് 'ബാലേട്ടാ' എന്നാണ്. നേരിട്ടോ ഫോണിലൂടെയോ ആ വിളി കേൾക്കുമ്പോൾ എന്റെ മനസ്സ് തരളിതമാകാറുണ്ട്.

നിത്യജീവിതത്തിൽ ഉപകാരപ്പെടുന്ന വിലപ്പെട്ട പല ഉപദേശങ്ങളും ശങ്കരേട്ടൻ എനിയ്ക്കു നൽകിയിട്ടുണ്ട്. ബാലേട്ടാ അങ്ങനെ ചെയ്യരുത്, ഇത് പാടില്ല, തടി നോക്കണം. കുറേക്കാലം ജീവിക്കേണ്ടേ?

വേണം ഞാനതാഗ്രഹിച്ചത് ശങ്കരേട്ടനുവേണ്ടിയായിരുന്നു. ശങ്കരേട്ടാ, നമ്മൾ ആഘോഷിക്കുന്നു.

പ്രസാദാത്മകമായ ചിരിയോടെ ഒപ്പമുണ്ടല്ലോ. ഈ കൂടാരം വിട്ട് എങ്ങോട്ടുപോകാൻ?

(മലയാളത്തിലെ പ്രശസ്ത എഴുത്തുകാരനാണ് ലേഖകൻ)

മുൻ ഇന്ത്യൻ പ്രസിഡണ്ട് സക്കീർ ഹുസൈനിനെ സ്വീകരിക്കുന്നു

ഇന്ത്യൻ സർക്കസിലെ സൂര്യതേജസ്സ്

ഷഹാൽ ഹസ്സൻ മുസ്‌ലിയാർ

ഇന്ത്യൻ സർക്കസിന്റെ ഇതിഹാസമായിരുന്നു എം.വി. ശങ്കരൻ. ലോകപ്രസിദ്ധമായ ജെമിനി സർക്കസിന്റെ അമരക്കാരനെന്ന നിലയിലും സ്വപ്രയത്നത്തിന്റെ ഉദാത്തമാതൃകയെന്ന നിലയിലും ഓർത്തിരിക്കേണ്ട സവിശേഷ വ്യക്തിത്വമായിരുന്നു അദ്ദേഹം. സമർത്ഥനായ ഈ സർക്കസ് ഉടമയ്ക്ക് ജെമിനി ശങ്കരൻ എന്ന വിളിപ്പേര് ലോകം ആദരവോടെ സമ്മാനിച്ചത്, സർക്കസിന്റെ ജനപ്രിയതയെ കൂടി സാക്ഷ്യപ്പെടുത്തുന്നുണ്ട്. പതിറ്റാണ്ടുകളായി ഇന്ത്യയിലെ മഹാഭൂരിപക്ഷത്തെ ആവേശാനുഭവങ്ങളിലേക്ക് നിരന്തരം കൂട്ടിക്കൊണ്ടുപോയിരുന്ന സവിശേഷതയാർന്ന ഒരു അത്ഭുതലോകമാണ് സർക്കസ്. ലോകമാസകലം ആളുകൾ തടിച്ചുകൂടി മഹത്തായ ആ ദൃശ്യവിരുന്നിനെ തികച്ചും ജനകീയമാക്കുമ്പോൾ അപൂർവ്വ ദൃശ്യാനുഭവ ചരിത്രമായി സർക്കസ് മാറുകയായിരുന്നു. അതിന്റെ വലുതും ചെറുതുമായ മേഖലകളിലെല്ലാം ഒഴിവാക്കാനാകാത്ത വിധം സാന്നിദ്ധ്യമുറപ്പിച്ച വ്യക്തിത്വമായിരുന്നു ജെമിനി ശങ്കരൻ. രാജ്യത്തെ സമസ്ത പട്ടണങ്ങളിലെയും ഗ്രാമങ്ങളിലെയും ആളുകളുടെ മുഖത്ത് ഒരേപോലെ പുഞ്ചിരി കൊണ്ടുവന്ന ജനപ്രിയകലാകാരനായിരുന്നു അദ്ദേഹം. ഒരു ജെമിനി സർക്കസ് ടി

ക്കറ്റിന് രാജ്യത്തിന്റെ മിക്ക കോണുകളിലും എക്കാലവും ആവശ്യക്കാർ ഏറെയായിരുന്നു.

സർക്കസ്സുപോലെ ഏവരെയും അതിശയിപ്പിക്കുന്ന ജീവിതമായിരുന്നു ജെമിനി ശങ്കരന്റേത്. കേരളത്തിൽ കണ്ണൂർ ജില്ലയിലെ തലശ്ശേരിയിലാണ് അദ്ദേഹം ജനിച്ചത്. ഏകദേശം ഒമ്പതോ പത്തോ വയസ്സുള്ളപ്പോൾ കിട്ടുണ്ണി എന്ന നാട്ടുമ്പുറത്തുകാരന്റെ ഒരു സർക്കസ് നാടകം കണ്ടുതുടങ്ങിയതാണ് ജെമിനി ശങ്കരന്റെ സർക്കസ് ലോകം എന്നാണറിവ്. പ്രഖ്യാപനങ്ങളും, ടിക്കറ്റ് വിൽപനയും, സ്റ്റണ്ട് അവതരണങ്ങളുമെല്ലാം ഒറ്റയ്ക്ക് ചെയ്ത കിട്ടുണ്ണിയാണ് കുട്ടിയായിരുന്ന ശങ്കരന് ആവേശാനുഭവമായത്. തന്റെ അഭിനയം അവസാനിപ്പിച്ച് കിട്ടുണ്ണി നടന്നുപോകുമ്പോൾ, പിന്നിൽ പോയ ഒരുകൂട്ടം കുട്ടികളിൽ ശങ്കരനും ഉണ്ടായിരുന്നുവെന്നാണ് സർക്കസ് ഉടമയുടെ ഓർമ്മക്കുറിപ്പെഴുതിയ താഹ മാടായി പറയുന്നത്. ജിംനാസ്റ്റിക്സ് അധ്യാപകനായിരുന്ന കീലേരി കുഞ്ഞിക്കണ്ണന്റെ ജന്മനാടുകൂടിയായിരുന്നു തലശ്ശേരി. അക്കാലത്ത് സർക്കസ് കലാകാരന്മാരുടെ മുഖ്യ പരിശീലകനും അദ്ദേഹമായിരുന്നു. കുഞ്ഞിക്കണ്ണനൊപ്പം പരിശീലനം ആരംഭിച്ചുകൊണ്ടാണ് പിന്നീട് ശങ്കരൻ സർക്കസ് ലോകത്തേക്ക് പറന്നുയരുന്നത്. സൈനിക സേവനത്തിന്റെ ഭാഗമായി രണ്ടാം ലോകമഹായുദ്ധ സമയത്ത് വയർലെസ് ഓപ്പറേറ്ററായി കൽക്കട്ടയിൽ നടത്തിയ പ്രവർത്തന പരിചയവും ശങ്കരന്റെ നേതൃപാടവത്തിന്റെ തിളക്കത്തെ വർദ്ധിപ്പിക്കുന്നുണ്ട്. 1948 ൽ ശങ്കരൻ കൽക്കത്തയിലെ ഒരു സർക്കസ് ട്രപ്പീസ് കലാകാരനായി ചേർന്നു. ഏകദേശം മൂന്ന് വർഷം കഴിയുമ്പോൾ ഒരു ആനയും രണ്ട് സിംഹങ്ങളും മാത്രമുള്ള ഒരു ചെറിയ സർക്കസ് ഗ്രൂപ്പ് വിലയ്ക്ക് വാങ്ങിയാണ് തുടക്കം. അതാണ് ജെമിനി സർക്കസായി മാറുന്നത്. ആദ്യ സർക്കസ് പ്രകടനം 1951 ആഗസ്റ്റ് 15 ന് ഗുജറാത്തിലാണ് നടത്തിയത്.

1960 കളിൽ അന്നത്തെ പ്രധാനമന്ത്രി ജവഹർലാൽ നെഹ്റു ജെമിനി ശങ്കരനുൾപ്പെടെ സർക്കസ് കലാകാരന്മാരുടെ ഒരു ടീമിനെ സോവിയറ്റ് നാട്ടിലേക്ക് അവിടെ നടന്ന അന്താരാഷ്ട്ര മഹോത്സവത്തിൽ പങ്കെടുക്കാൻ അയച്ചത് ഓർക്കുന്നു. പ്രധാനമന്ത്രി ഔദ്യോഗിക വസതിയിൽ യാത്രയയപ്പ് വിരുന്നൊരുക്കിയാണ് ടീമിനെ യാത്രയാക്കിയത്. മോസ്കോയിൽ ടീമിനെ ആദരി

ക്കാൻ പ്രസിദ്ധ ബഹിരാകാശ യാത്രക്കാരി വാലന്റീന തെരേഷ് കോവ ഉൾപ്പെടെയുണ്ടായിരുന്നുവെന്നത് ശ്രദ്ധേയമായിരുന്നു. വിദേശ രാജ്യങ്ങളിൽ ജെമിനി സർക്കസിന് ലഭിച്ച സദസ്സുകൾ അക്കാലത്തെ ആവേശമായിരുന്നു. ജവഹർലാൽ നെഹ്റുവിനെപ്പോലെതന്നെ സാംബിയൻ പ്രസിഡന്റായിരുന്ന കെന്നത്ത് കൗണ്ട തുടങ്ങിയ നിരവധി രാഷ്ട്രത്തലവന്മാർ സർക്കസ്സെന്ന ഈ മഹത്തായ കലാപ്രകടനത്തിന്റെ ആസ്വാദകവൃന്ദമായിരുന്നുവെന്നതും നമ്മൾ കാണണം. ഡൽഹിയിൽ സർക്കസ് നടക്കുമ്പോൾ ശ്രീമതി. ഇന്ദിരാഗാന്ധി രണ്ട് മക്കളെയും കൂട്ടി സർക്കസ് കാണാനെത്തിയത് അന്നത്തെ വലിയ വാർത്തയായിരുന്നതും ഓർക്കുന്നു.

സർക്കസ് വ്യവസായത്തിന്റെ പ്രതാപകാലങ്ങളെ ആവേശപൂർവ്വം നയിച്ച മഹിതജീവിതമായിരന്നു ജെമിനി ശങ്കരന്റേത്. പ്രതിബന്ധങ്ങളിൽ തളരാതെ സമർത്ഥമായി അതിജീവനാവസരങ്ങൾ ഒരുക്കുന്ന അദ്ദേഹത്തിന്റെ പ്രവർത്തനങ്ങൾ മാതൃകാപരമായിരുന്നു എന്നതിൽ ലവലേശം സംശയമില്ല. 1977 ൽ ജംബോ സർക്കസ് കൂടി സ്ഥാപിച്ചുകൊണ്ട് ഇന്ത്യൻ സർക്കസിന്റെ അതുല്യപ്രതിഭാസമാണെന്ന പ്രഖ്യാപനമാണ് നടത്തിയത്. ആനയും ഒട്ടകവും സിംഹവും പക്ഷിക്കൂട്ടങ്ങളും നൂറുകണക്കിന് വൈവിദ്ധ്യമാർന്ന കലാകാരന്മാരും സഹായികളുമൊക്കെയായി പ്രത്യേക ട്രെയിനുകളിലുള്ള യാത്രകൾ രാജ്യത്തിന്റെ സർക്കസ് ചരിത്രത്തിലെ അപൂർവ്വതകളായിരുന്നു. അന്തർദേശീയ നിലവാരമുള്ള ഇന്ത്യൻ സർക്കസ് ചരിത്രം ജെമിനിയും ജംബോയുമായി മാറിയത് അതിവേഗമാണ്. പിന്നീട് തുടങ്ങിയ ഗ്രേറ്റ് റോയൽ സർക്കസ് കൂടിച്ചേരുമ്പോൾ സർക്കസ് സാമ്രാജ്യം തന്നെ ജെമിനി ശങ്കരന്റേതാകുകയാണ്. കാഴ്ചക്കാരുടെ വികാര-വിചാരങ്ങളെ സമർത്ഥമായി സംതൃപ്തിപ്പെടുത്തിയും അവിസ്മരണീയ ആവേശാനുഭവങ്ങളുടെ ദൃശ്യസൗന്ദര്യം കോർത്തിണക്കിയും പരിപാടികൾ സംഘടിപ്പിക്കാനുള്ള ജാഗ്രതയാർന്ന കഴിവും ഈ സർക്കസുകളുടെയെല്ലാം സവിശേഷതയായിരുന്നു. വിട്ടുവീഴ്ചയില്ലാത്ത നവീകരണ നിലപാടുകൾ ഓരോ പരിപാടിയിലും നടപ്പാക്കുന്ന സമീപനമാണ് ജെമിനി-ജംബോ-ഗ്രേറ്റ് റോയൽ സർക്കസുകളുടെ ജനപ്രീതിയ്ക്ക് കാരണം. സർക്കസ് എന്നും അദ്ദേഹത്തിന് ആവേശമായിരുന്നു. അതിനെ ഒരു ജീവിതമാർഗ്ഗമായി മാത്രമല്ല അദ്ദേഹം കണ്ടത്, മറിച്ച് മി

കവുറ്റ കലാപ്രകടനത്തിന്റെ സംഗമവേദി കൂടിയായാണ്. വിദേശ കലാകാരന്മാരുടെയും അവരുടെ സർക്കസ് കലകളെയും ഇന്ത്യൻ സർക്കസിൽ ഉൾപ്പെടുത്തി സർക്കസ് വികസിപ്പിക്കുന്നതിൽ അദ്ദേഹം എക്കാലവും ശ്രദ്ധകേന്ദ്രീകരിച്ചിരുന്നു. ഇതെല്ലാം പരിഗണിച്ചാണ് സർക്കസ് മേഖലയിലെ സമഗ്ര സംഭാവനയ്ക്ക് ജെമിനി ശങ്കരന് കേന്ദ്രസർക്കാർ ലൈഫ് ടൈം അച്ചീവ്മെന്റ് അവാർഡ് നൽകിയത്.

സൗഹൃദങ്ങൾ സൂക്ഷിക്കുന്നതിൽ ദത്തശ്രദ്ധനായിരുന്നു ജെമിനി ശങ്കരൻ. ലോകവ്യാപകമായി സൗഹൃദങ്ങളുടെ ഒരു വലിയ നിരയുണ്ടായിരുന്നു അദ്ദേഹത്തിന്. കൊല്ലത്ത് ജനാബ് തങ്ങൾ കുഞ്ഞു മുസ്ലിയാരുടെ കുടുംബവുമായുള്ള അദ്ദേഹത്തിന്റെ സൗഹൃദത്തിന് ഏറെ വർഷത്തെ പഴക്കമുണ്ട്. ആ കുടുംബ സൗഹൃദത്തിന്റെ തണലിൽ അദ്ദേഹവുമായി എനിക്ക് ചിലവിടാനായ സമയങ്ങളെല്ലാം ഓരോ ജീവിതാനുഭവമായും പുതിയ അറിവായും മാറിയിട്ടുണ്ടെന്നത് ആദരവോടെ ഓർക്കുന്നു. അദ്ദേഹത്തിന്റെ കുടുംബാംഗങ്ങളുമായുള്ള സൗഹൃദബന്ധങ്ങൾ ഇപ്പോഴും അനുസ്യൂതം തുടരുകയാണ് ഞങ്ങളെല്ലാം. കഴിഞ്ഞ വർഷത്തെ തങ്ങൾ കുഞ്ഞുമുസ്ലിയാർ ലൈഫ് ടൈം അവാർഡ് ആ വലിയ കലാകാരനു നൽകിയപ്പോൾ ഒരു നാടിനൊപ്പം ഞങ്ങളും മഹത്വത്തിനൊപ്പം ചേർന്നുനിൽക്കുകയായിരുന്നു. 2023 ഏപ്രിൽ 23നാണ് അദ്ദേഹം മരണപ്പെടുന്നത്. ജെമിനി ശങ്കരന്റെ മരണത്തോടെ ഇന്ത്യയുടെ അഭിമാനകരമായ സർക്കസ് ചരിത്രത്തിലെ ഒരു മഹത്തായ അദ്ധ്യായമാണ് അവസാനിച്ചത്.

(ടി.കെ.എം. ട്രസ്റ്റ് ചെയർമാനാണ് ലേഖകൻ)

സിനിമാതാരം ഉമ്മറിനൊടൊപ്പം

മുൻ കേരള മുഖ്യമന്ത്രി അച്യുതമേനോനും പത്നിക്കും ഒപ്പം

മരിക്കാത്ത ഓർമ്മകൾ

ഷിബു ബേബി ജോൺ

എല്ലാവർക്കും കുട്ടിക്കാലത്തെ സംഭവങ്ങൾ എത്ര വലുതായയാലും മനസ്സിൽ നിന്ന് മായില്ല. അന്ന് കണ്ട സംഭവത്തിന്റെ ചിത്രം, അല്ലെങ്കിൽ രംഗം മനസിൽ തങ്ങി നിൽക്കും. അത്തരം ഒരു ചിത്രമാണ് ജെമിനി ശങ്കരേട്ടനും എന്റെ പിതാവ് ബേബി ജോണും, ജെമിനി സർക്കസ് തമ്പും. ഇന്നും അത് എന്റെ മനസ്സിൽ മങ്ങാത്ത ചിത്രമായി നിൽക്കുന്നു. ജെമിനി ശങ്കരൻ വലിയ മനുഷ്യനായിരുന്നു. അദ്ദേഹം എന്റെ പിതാവ് ബേബി ജോണിന്റെ അടുത്ത സുഹൃത്ത് കൂടിയാണ്. സർക്കസ് വന്നാൽ അത് കാണുവാൻ പോകുക എന്നത് എന്റെ കുട്ടിക്കാലത്തെ ആവേശമായിരുന്നു. സിനിമകളെക്കാൾ അക്കാലത്ത് സർക്കസ് ജനങ്ങളെ വല്ലാതെ മോഹിപ്പിച്ചിരുന്ന കാലമാണ് എന്റെ കുട്ടിക്കാലം . സർക്കസ് ഞങ്ങളുടെ കൊല്ലത്ത് വന്നാൽ പോസ്റ്ററുകൾ കവലകളിൽ നിറയും. സർക്കസ് ജീപ്പിൽ വിളമ്പരം ചെയ്തുള്ള ഗ്രാമീണ വഴികളിലൂടെയുള്ള രംഗം ഇന്നും മനസ്സിലുണ്ട്.

ജെമിനി സർക്കസിലേക്ക് അച്ഛൻ കൈപിടിച്ചു കൊണ്ടുപോയത് ഞാൻ ഓർക്കുകയാണ്. എന്നായിരുന്നു , ഏത് വർഷമായിരുന്നു എനൊന്നും ഓർമ്മയില്ല. ഞങ്ങൾ കുട്ടികളായിരുന്നു. സ്ക്കൂൾ പഠനം നടക്കുന്ന സമയം. സർക്കസ് കവാടത്തിൽ അക്കാലത്തെ

സൂപ്പർസ്റ്റാർ പദവിയുള്ള ശങ്കരേട്ടൻ കാത്തിരിക്കുന്നുണ്ടായിരുന്നു. ശങ്കരേട്ടൻ ഞങ്ങളെ കെട്ടിപ്പിടിച്ച് സ്വീകരിച്ചത് ഓർക്കുന്നു. സർക്കസ് കൂടാരത്തിൽ കയറുമ്പോൾ ഇരുവശത്തും മൃഗങ്ങളെ കാണാമായിരുന്നു. മൃഗങ്ങളുടെ മണം വല്ലാതെ ഉണ്ടായിരുന്നു. സർക്കസ് കൂടാരത്തിലെ പ്രത്യേക കേന്ദ്രത്തിൽ ശങ്കരേട്ടൻ കുട്ടികളായ ഞങ്ങളെ കൈ പിടിച്ച് കൊണ്ടുപോയി ഇരുത്തി. സർക്കസ് ആരംഭിച്ചതും ഞങ്ങൾ കയ്യടിച്ച് അത് ആസ്വദിച്ചതും ഇന്നലെ എന്ന പോലെ ഞാൻ ഓർക്കുകയാണ്. ഞങ്ങൾക്ക് കസേരകൾ തന്നിരുന്നെങ്കിലും നിന്നാണ് സർക്കസ് ആസ്വദിച്ചത് എന്നത് മങ്ങാത്ത ഓർമ്മയാണ്. സർക്കസിലെ പല അനുഭവങ്ങൾ അദ്ദേഹം പറയുന്നത് ഞാൻ അന്നും, പിന്നീട് പലപ്പോഴും കേട്ടിരിക്കുന്നു. ശങ്കരേട്ടന്റെ അനുഭവം നേരിട്ട് പറയുന്നത് കേൾക്കുവാൻ സാധിച്ചു എന്നത് വലിയ ഭാഗ്യമാണല്ലോ...

ഞാൻ വന്യ മൃഗങ്ങളെയെല്ലാം നേരിൽ ആദ്യമായി കാണുന്നത് സർക്കസ് കൂടാരത്തിൽ വെച്ചാണ്. അതിനു ശേഷമാണ് സിംഹത്തേയും പുലിയേയും എല്ലാം മൃഗശാലയിൽ പോയി കണ്ടിട്ടുള്ളത്. സിംഹങ്ങളും, പുലികളും. ചിമ്പാൻസികളും, ഹിപ്പോ പൊട്ടാമസും എല്ലാം തൊട്ടു മുന്നിൽ മനുഷ്യന്റെ ഒപ്പം കണ്ട ഓർമ്മകൾ എങ്ങിനെ മറക്കും. അന്ന് ഞങ്ങൾക്ക് ശങ്കരേട്ടൻ ഓരോ മൃഗത്തിന്റെയും വിശേഷണങ്ങൾ പറഞ്ഞു തന്നത് എത്ര ലളിതമായിട്ടായിരുന്നു. സർക്കസ് കലയുടെ കുലപതിയിൽ നിന്ന് അത് കേൾക്കുക എന്നത് ചെറിയ സംഭവമല്ലല്ലോ....

സർക്കസിനു ശേഷം ശങ്കരേട്ടൻ തന്നെ കുട്ടികളായ ഞങ്ങളെ മൃഗങ്ങളുടെ സമീപത്തുകൂടെ കൊണ്ടു പോയത് ഞാൻ ഓർക്കുകയാണ്. ഓരോ മൃഗങ്ങൾക്കും ശങ്കരേട്ടൻ പേരിട്ടിരുന്നു. ശങ്കരേട്ടൻ പേര് വിളിക്കുമ്പോൾ മൃഗങ്ങൾ തിരിച്ചറിയുന്നത് കൗതുകത്തോടെയാണ് കുട്ടികളായിരുന്ന ഞങ്ങൾ കണ്ടത്. ജീവിതത്തിൽ ഒരിക്കലും മറക്കാൻ സാധിക്കാത്ത ഒരു അനുഭവമായിരുന്നു സർക്കസ് കൂടാരത്തിന്റെ ചുറ്റിലൂടെയുള്ള യാത്ര. ആ യാത്രയിൽ ആ കൂടാരത്തിന്റെ മുതലാളിയായ ശങ്കരേട്ടൻ ഞങ്ങളെ സർക്കസിന്റെ ജീവിതം കാണിച്ചു തരുകയായിരുന്നു. അതിനു ശേഷം സർക്കസ് കൂടാരത്തിന്റെ പുറത്ത് സർക്കസ് ചുറ്റുമതിലിന്റെ അകത്ത് പാർക്ക് ചെയ്ത ഒരു കാരവൻ വണ്ടിയിലേയ്ക്കാണ് കൂട്ടികൊണ്ടു പോയത്. വർത്തമാനകാലത്ത് പോലും കാരവൻ ആഡംഭരമായ സമ

യമാണ് എന്ന് നാം ഓർക്കണം. എന്റെ കുട്ടിക്കാലം എന്നു പറഞ്ഞു കഴിഞ്ഞാൽ എത്രയോ വർഷങ്ങൾക്കു മുൻപാണ് എന്നും ഓർക്കണം. ഞങ്ങൾ കുട്ടികൾക്ക് മിൽക്ക് ചോക്ലേറ്റ് കൈ നിറയെ തന്നു. കാരവനിൽ ശങ്കരേട്ടൻ വിളമ്പിത്തന്ന ഭക്ഷണം കഴിച്ച ഓർമ്മകൾ ഇപ്പോഴും ഉണ്ട്. ഞങ്ങൾക്ക് അമ്മ ഭക്ഷണം കഴിക്കാൻ നിർബന്ധിക്കുന്നത് പോലെ ശങ്കരേട്ടൻ ഓരോ ഇനവും ഞങ്ങളെക്കൊണ്ട് കഴിപ്പിച്ചതും ഭക്ഷണം വയറ് മുഴുവനും കഴിച്ചെങ്കിൽ പോലും ശങ്കരേട്ടൻ നിർബന്ധിച്ച് കുറച്ചുകൂടി കഴിക്കാൻ നിർബന്ധിച്ചതും ഞാൻ ഈ സമയത്ത് ഓർക്കുകയാണ്. മറ്റുള്ളവരെ സൽക്കരിക്കുന്ന കാര്യത്തിൽ ശങ്കരേട്ടൻ വളരെ ശ്രദ്ധാലുവായിരുന്നു എന്നത് ഞാൻ എന്റെ കുട്ടിക്കാലം മുതലേ തിരിച്ചറിഞ്ഞിട്ടുണ്ട്. മുതിർന്നപ്പോൾ പലരും ശങ്കരേട്ടന്റെ ഒപ്പം സൽക്കാരത്തിൽ പങ്കെടുത്ത അനുഭവങ്ങൾ പങ്കു വച്ചപ്പോൾ കുട്ടിക്കാലത്ത് ഞാൻ അനുഭവിച്ചതും, നേരിൽ കണ്ടതുമായ അനുഭവങ്ങൾ തന്നെയാണല്ലോ ഇപ്പോഴും ഇവർ പറയുന്നതെന്ന് സന്തോഷിച്ചിട്ടുണ്ട്. സൽക്കാരത്തിന്റെ പര്യായമായി ജെമിനി ശങ്കരേട്ടൻ എത്രയോ നാളായി മാറിയിരിക്കുന്നു എന്ന തിരിച്ചറിവ് എനിക്കുണ്ടായി എന്നുള്ളത് ഒരു യാഥാർത്ഥ്യമാണ്. സൽക്കാര പ്രിയനായ, ഇന്ത്യൻ സർക്കസിന്റെ പ്രചാരകനായ, വലിയ മാറ്റങ്ങൾ സർക്കസിൽ കൊണ്ടുവന്ന ഒരു അതുല്യ പ്രതിഭ തന്നെയായിരുന്നു ശങ്കരേട്ടൻ. ഈ തിരിച്ചറിവാണ് നമ്മുടെ സമൂഹത്തെ മറ്റേതൊരാളിൽ നിന്നും വ്യത്യസ്തനായി ശങ്കരേട്ടനെ മാറ്റുന്നത്. മറ്റുള്ളവരിൽ നിന്ന് വ്യത്യസ്തനായ ഒരു ശങ്കരേട്ടൻ എന്നും ജനമനസ്സിൽ നിൽക്കും എന്നതിന്റെ തെളിവാണ് അദ്ദേഹത്തിന് ജനങ്ങൾ നൽകിയ സ്നേഹ യാത്രയായപ്പ്. അദ്ദേഹത്തിന്റെ അവസാന യാത്ര ടെലിവിഷൻ ചാനലുകളിലും സാമൂഹ്യ മാധ്യമങ്ങളിലും നിറഞ്ഞു നിന്നപ്പോൾ മനുഷ്യർ അദ്ദേഹത്തിന് നൽകിയ സ്നേഹവായ്പ്പിന്റെ അളവ് ഞാൻ തിരിച്ചറിഞ്ഞു. അതുകൊണ്ട് തന്നെ നമുക്ക് ഉറപ്പിച്ചു പറയാം ശങ്കരേട്ടനോടുള്ള സമൂഹത്തിന്റെ സ്നേഹം കാലങ്ങളോളം നിലനിൽക്കും. സർക്കസ് എന്ന കലാരൂപത്തെ വളർത്തിയെടുത്ത ജെമിനി ശങ്കരൻ എന്ന എന്റെ ശങ്കരേട്ടൻ. അച്ഛന്റെ കൂട്ടുകാരൻ, ശങ്കരേട്ടന്റെ ഓർമ്മകൾക്ക് മുന്നിൽ നമസ്കരിക്കുന്നു...

(ആർ.എസ്.പി. സംസ്ഥാന സെക്രട്ടറിയും മുൻ മന്ത്രിയുമാണ് ലേഖകൻ)

പനമ്പിള്ളി ഗോവിന്ദമേനോനോടൊപ്പം

ജെമിനി ശങ്കരേട്ടൻ തമ്പിലെ താരം

അഡ്വ. മാർട്ടിൻ ജോർജ്ജ്

കണ്ണൂരിന്റെ പേരും പെരുമയും ലോകമാകെ എത്തിച്ചവരിൽ പ്രഥമഗണനീയനാണ്. എല്ലാവരും ശങ്കരേട്ടൻ എന്ന് വിളിക്കുന്ന ജെമിനി ശങ്കരൻ. സർക്കസിന്റെ ഈറ്റില്ലമെന്ന് വിശേഷിപ്പിക്കുന്ന തലശ്ശേരിയിൽ ജനിച്ച് സർക്കസ് എന്ന കലയുടെ വ്യവസായത്തിന്റെ അധിപനായി മാറാൻ കഴിഞ്ഞ ജീവിതകഥ എല്ലാവർക്കും പ്രചോദനാത്മകമാണ്. കേക്കിനും ക്രിക്കറ്റിനും പിന്നെ സർക്കസ്സിനും പെറ്റമ്മയായ തലശ്ശേരിയിൽ നിന്നും ജീവിതോപാധി തേടിയിറങ്ങിയ ഒരു യുവാവിൽ നിന്നും പിന്നീട് ജെമിനി ശങ്കരൻ വരെയെത്തിയ വിസ്മയകരമായ ഒരു ഉയിർത്തെഴുന്നേൽപ്പാണ് ശങ്കരേട്ടന്റേത് എന്ന് ഞാൻ എപ്പോഴും ആലോചിക്കാറുണ്ട്

സർക്കസിനെ ജനകീയ ഉത്സവമാക്കുന്നതിലും അതിന്റെ പ്രചാരണത്തിലും ശങ്കരേട്ടനെ പോലെ മുന്നണി പോരാളിയായ മറ്റൊരു മലയാളിയെ കണ്ടെത്തുക പ്രയാസമാണ്. നൂറ് വയസ്സിന്റെ പടിക്കലെത്തി വിട പറഞ്ഞപ്പോൾ ഇന്ത്യയിലെയും, വിദേശ രാജ്യങ്ങളിലെയും മാധ്യമങ്ങൾ നൽകിയ പ്രാധാന്യം ഇതിനുദാഹരണമാണ്. സഹജീവി സ്നേഹം മനുഷ്യരോട് മാത്രമല്ല, പക്ഷിമൃഗാദികളോടും ശങ്കരേട്ടൻ കാണിച്ചുതന്നിട്ടുണ്ട്.

ശങ്കരേട്ടനെ പലവിധ ആവശ്യങ്ങൾക്കും പലരും സമീപിക്കാറുണ്ട്. അപ്പോഴൊക്കെ പതിഞ്ഞ ചിരിയോടെ ആഗതരെ എതിരേൽക്കാനും ചെറുതും വലുതുമായ അളവിൽ അവർക്ക് സഹായം ചെയ്യാനും തയ്യാറാകുന്ന ശങ്കരേട്ടന്റെ ചിത്രം മനസ്സിൽ നിന്നും മായാത്തതാണ്. ഇന്ത്യക്കകത്തും പുറത്തുമുള്ള നിരവധി ഉയർന്ന നേതാക്കളുമായും ആത്മബന്ധം സൂക്ഷിച്ച ഒരു പഴയ കാലം എന്നും അദ്ദേഹം ഓർമ്മ വെക്കാറുമുണ്ട്. ഇന്ത്യൻ പ്രധാനമന്ത്രിമാരായ ജവഹർലാൽ നെഹ്റു, ഇന്ദിരാഗാന്ധി എന്നിവരുമായും അദ്ദേഹം പരിചിത വലയത്തിലായി. അവരെ തന്റെ സർക്കസ് കൂടാരത്തിലെത്തിക്കാൻ അദ്ദേഹത്തിന് കഴിഞ്ഞു.

രാഷ്ട്രീയം തന്റെതല്ലെന്ന് എന്നും അദ്ദേഹം ഓർമ്മിപ്പിക്കാറുണ്ട് . എല്ലാ രാഷ്ട്രീയ നേതാക്കളുമായും അദ്ദേഹത്തിന് നല്ല ഇഴയടുപ്പമുണ്ട്.ഇത് തെളിയിച്ച നിരവധി സന്ദർഭങ്ങളും ഞങ്ങളെപ്പോലുള്ളവർക്ക് പങ്കുവെക്കാൻ കഴിയും. നല്ല മനുഷ്യൻ എന്നതോടൊപ്പം നല്ല മതേതര വാദിയും ജനാധിപത്യവാദിയുമാണ് ശങ്കരേട്ടൻ. സ്നേഹനിധിയായ ഒരു കാരണവരുടെ നഷ്ടമാണ് ശങ്കരേട്ടന്റെ വിയോഗത്തിലൂടെ നാടിനും സമൂഹത്തിനും വന്നുചേർന്നത്. തിരിഞ്ഞു നോക്കുമ്പോൾ ഒരു കാര്യം ഉറപ്പിച്ചു പറയാം ശങ്കരേട്ടനെ പോലെ ഒരാൾ ശങ്കരേട്ടൻ മാത്രം...

(കണ്ണൂർ ഡിസ്ട്രിക്റ്റ് കോൺഗ്രസ് കമ്മറ്റി പ്രസിഡന്റാണ് ലേഖകൻ)

തമ്പിലെ തമ്പുരാൻ ജീവിതത്തിലേയും അത്ഭുത പ്രതിഭ

കെ.പി. മോഹനൻ

തമ്പിലെ തമ്പുരാൻ ജീവിതത്തിലേയും അത്ഭുതമായിരുന്നു. സാധാരണ കലാകാരനിൽ നിന്ന് വളർന്ന് ഇന്ത്യയിലെ സർക്കസ് സാമ്രാജ്യത്തിന്റെ അമരക്കാരനായിരിക്കുമ്പോഴും സാധാരണക്കാരുടെ പ്രശ്നങ്ങളും പ്രയാസങ്ങളും തൊട്ടറിഞ്ഞ് അവർക്ക് വേണ്ടി ശബ്ദിച്ചിരുന്ന മഹാനായിരുന്നു ജെമിനി ശങ്കരേട്ടൻ.

വിനയത്തിന്റെയും ലാളിത്യത്തിന്റെയും പ്രതീകമായിരുന്ന ശങ്കരേട്ടൻ ഏത് സന്നിഗ്ധ ഘട്ടത്തിലും സുസ്മേരവദനനായി പ്രതിസന്ധികളെ അതിജീവിച്ചു. എല്ലാ വിഭാഗം ജനങ്ങളോടും സ്നേഹം പുലർത്തിയിരുന്നു. ഇന്ത്യൻ പ്രധാനമന്ത്രിമാരായ ജവഹർലാൽ നെഹ്റു, ഇന്ദിരാഗാന്ധി, മൊറാർജി ദേശായി, രാജീവ് ഗാന്ധി എന്നിവർക്ക് പുറമേ ലോകനേതാക്കളായ മാർട്ടിൻ ലൂതർ കിങ്ങ് ,മൗണ്ട് ബാറ്റൺ തുടങ്ങിയ പ്രമുഖരുമായും സൗഹൃദം പുലർത്തിയിരുന്ന ശങ്കരേട്ടൻ തന്റെ ചുറ്റിലുമുള്ള എല്ലാവരേയും വലുപ്പ ചെറുപ്പം നോക്കാതെ സ്നേഹിച്ചിരുന്നു. നിരവധി ഭാഷകളറിയാവുന്ന ശങ്കരേട്ടൻ സ്നേഹത്തിന്റെ ഭാഷയാണ് എല്ലാവരോടും സംവദിക്കാൻ ഉപയോഗിച്ചിരുന്നത്. ഏത് തിരക്കിനിടയിലും ഏത് വേദിയിലും ”മോഹനാ‘ എന്ന വിളി മാത്രം മതി അദ്ദേഹ

ത്തിന്റെ സ്നേഹവായ്പിനെ അളന്നെടുക്കാൻ. കുറഞ്ഞ സമയം കൊണ്ട് കുറേയേറെ കാര്യങ്ങൾ ചോദിച്ചു കൊണ്ട് ഒരാത്മബന്ധം ആർജിച്ചെടുക്കാൻ ശങ്കരേട്ടന് കഴിഞ്ഞിരുന്നു. ഹൃദയത്തിനുള്ളിൽ എന്നും ജ്യേഷ്ഠ തുല്യമായ സ്ഥാനം എന്നിൽ ഉണ്ടായിട്ടുണ്ട്. സർക്കസിന്റെ കുലപതിയായി വളർന്ന ശങ്കരേട്ടന്റെ ഒരു നൂറ്റാണ്ടിനോടടുത്ത ജീവിതം ഒരു വലിയ പാഠപുസ്തകം തന്നെയാണ്. ഇന്ത്യൻ സർക്കസിനെ ആധുനികവത്കരിച്ചു കൊണ്ട് കൂടുതൽ ആകർഷകമാക്കാൻ കഴിഞ്ഞ ശങ്കരേട്ടനെന്ന മനുഷ്യ സ്നേഹിയുടെ പോരാട്ട സമാനമായ ജീവിതം ഏവർക്കും അനുകരണീയമാണ്.

(കൂത്ത്പറമ്പ് എം.എൽ.എയും, ലോക് താന്ത്രിക്ക് ജനതാ ദൾ നേതാവും മുൻ മന്ത്രിയുമാണ് ലേഖകൻ)

സർക്കസ് കലയുടെ ശങ്കരാഭരണം

എൻ. അശോകൻ

ടി.വി.ആർ. ഷേണായി ജേണലിസം അവാർഡ്ദാന' ചടങ്ങിന്റെ വേദിയിൽ എന്റെ തൊട്ടടുത്ത് ഇരിക്കുകയായിരുന്ന മുഖ്യമന്ത്രി പിണറായി വിജയൻ സംഭാഷണമധ്യേ എന്നോടു പറഞ്ഞു ശങ്കരേട്ടൻ പോയല്ലോ. ജെമിനി ശങ്കരേട്ടന്റെ കുടുംബവുമായുള്ള എന്റെ അടുപ്പം അദ്ദേഹത്തിനറിയാമെന്നു തോന്നുന്നു. അല്ലെങ്കിൽ ശങ്കരേട്ടൻ മരിച്ചപ്പോൾ ഞാൻ ഫെയ്സ്ബുക്കിൽ എഴുതിയ ചരമക്കുറിപ്പ് ആരെങ്കിലും അദ്ദേഹത്തെ കാണിച്ചിട്ടുണ്ടാവാം.

ഏതാനും മാസങ്ങൾക്കു മുമ്പ് ശങ്കരേട്ടനെ കാണാൻ ഞാൻ കണ്ണൂരിൽ വാരത്തുള്ള വീട്ടിൽ പോയിരുന്നു. അതിന്നടുത്ത ഒരു ദിവസം അദ്ദേഹവും ശങ്കരേട്ടനെ കണ്ടിരുന്നു.

പിണറായിക്ക് അദ്ദേഹത്തെ വലിയ താല്പര്യമായിരുന്നു. പാർട്ടിയെ സഹായിക്കാൻ പലരും ഭയപ്പെട്ടിരുന്ന പഴയ കാലത്ത് നിർഭയനായി സഹായിച്ച വ്യക്തിയാണ് ശങ്കരേട്ടൻ എന്നു അദ്ദേഹം എന്നോടു പറഞ്ഞു. പാർട്ടിയിൽ വലിയ താല്പര്യം പ്രകടിപ്പിക്കുകയും ചെയ്തിരുന്നു. ആ ഒരു ബഹുമാനം ശങ്കരേട്ടനോട് പിണറായിക്ക് ഉണ്ടായിരുന്നു. അദ്ദേഹത്തിന്നും പിണറായിയോട് വലിയ വാത്സല്യമായിരുന്നു. കണ്ണൂർ വിമാനത്താവള ആശയത്തിൽ പി

ണറായിക്കു വലിയ പിന്തുണ നൽകിയിരുന്നവർ ആണ് ജെമിനി ശങ്കരനും ക്യാപ്റ്റൻ കൃഷ്ണൻ നായരും (ലീലാ ഹോട്ടൽസ്).

എത്രയോ വലിയ മനുഷ്യരുമായി സ്നേഹ ബന്ധം പുലർത്തിയ വ്യക്തിയായിരുന്നു ശങ്കരേട്ടൻ. അദ്ദേഹത്തിന്റെ അനുപമമായ ആതിഥ്യമര്യാദയെപ്പറ്റി പ്രശസ്ത എഴുത്തുകരൻ എൻ.എസ്സ്. മാധവൻ ടിിറ്ററിൽ എഴുതിയത് ഞാൻ വായിച്ചിട്ടുണ്ട്. ഡൈനിങ്ങ്ടേബിൾ മുഴുക്കെ നിരത്തിയ ഭക്ഷണ പദാർത്ഥങ്ങളുമായി ഒരിക്കൽ തന്നെ ഭക്ഷണത്തിന്ന് ക്ഷണിച്ച കാര്യം എൻ എസ്സ് ഓർത്തു. ജെമിനി ശങ്കരന്റെ ആതിഥ്യത്തെ പറ്റി അദ്ദേഹവുമായി അടുപ്പമുള്ളവർ പലതും പറയുന്നത് കേട്ടിട്ടുണ്ട്. എന്റെ നേരിട്ടുള്ള അനുഭവവും സ്നേഹ സൗഹൃദമായ ആ അന്തരീക്ഷത്തെ സാക്ഷ്യപ്പെടുത്തുന്നതാണ്.

നാലഞ്ചു മാസങ്ങൾക്കു മുമ്പ് കണ്ടതിന്നു ശേഷം വീണ്ടുമൊരിക്കൽ കൂടി അദ്ദേഹത്തെ കാണാൻ എനിക്കു അവസരം ഉണ്ടായില്ല. അദ്ദേഹവുമായി സംസാരിച്ചിരിക്കുന്നത് ഒരു അനുഭവം തന്നെയാണ്. വിപുലമായ അനുഭവ സമ്പത്ത്, തുറന്ന കാഴ്ചപ്പാട്, വിനയം!

പ്രശസ്ത കാർട്ടൂണിസ്റ്റ് സുധീർനാഥിനോടൊപ്പമായിരുന്നു അന്നു ശങ്കരേട്ടനെ കാണാൻ ചെന്നിരുന്നത്. രാത്രി ഭക്ഷണം അദ്ദേഹത്തോടൊപ്പം ഒരുമിച്ചു കഴിക്കാമെന്ന് പറഞ്ഞിരുന്നു. നല്ല മഴയായതിനാൽ കണ്ണൂർ വിമാനത്താവളത്തിൽ നിന്നു വാരത്തേക്കുള്ള യാത്ര കൂടുതൽ സമയമെടുത്തു. വഴിയും ചെറുതായൊന്നു ചുറ്റി. 8 മണിക്കു എത്തേണ്ട ഞങ്ങൾ 10 മണിയോടെയാണ് എത്തിയത്. പക്ഷെ അദ്ദേഹം പ്രായത്തെ അവഗണിച്ച് ഭക്ഷണം കഴിക്കാതെ കാത്തിരുന്നു. മകൻ അശോക് ശങ്കർ നിർബന്ധിച്ചിട്ടും അദ്ദേഹം ഭക്ഷണം കഴിക്കാതിരുന്നു. ഞങ്ങൾ വീട്ടിലെത്തിയ ശേഷമാണ് അദ്ദേഹം ടേബിളിലേക്കു വന്നത്. വിഭവങ്ങൾ ഓരോന്നും വിളമ്പാൻ പ്രത്യേകം ശുഷ്കാന്തി കാണിച്ചു. അദ്ദേഹം തന്റെ പ്രായത്തിന്നു യോജിക്കുന്ന ഭക്ഷണമേ കഴിച്ചുള്ളു. ഞങ്ങളെ കഴിപ്പിക്കുന്നതിലായിരുന്നു അദ്ദേഹത്തിന്റെ താല്പര്യം. ഏതു അതിഥിയേയും അദ്ദേഹം സൽക്കരിക്കുന്നത് ഇങ്ങിനെയാണെന്ന് കേട്ടിട്ടുണ്ട്.

വ്യാപകമായി സഞ്ചരിക്കുകയും നാനാതലത്തിലുള്ളവരുമായി

ആശയ വിനിമയം നടത്തകയും ചെയ്ത ഒരാളെന്ന നിലയിൽ അയവിറക്കാൻ അനേകം അനുഭവങ്ങൾ അദ്ദേഹത്തിന് ഉണ്ടായിരുന്നു. അന്ന് ഉറക്കം വകവെക്കാതെ ഏറെ നേരം അദ്ദേഹം ഞങ്ങളോട് സംസാരിച്ചിരുന്നു. ആ ഊർജസ്വലതക്കു മുമ്പിൽ അദ്ദേഹത്തിന് 99 വയസ്സാണെന്ന് എനിക്കു തോന്നിയില്ല. വാർദ്ധക്യത്തിലേക്കു പ്രവേശിക്കുന്ന ഒരാൾ എന്നേ പറയാനാവൂ. മനസ്സിന്റെ ചെറുപ്പമാണ് അദ്ദേഹത്തെ എപ്പോഴും ഉന്മേഷവാനായി നിർത്തിയിരുന്നത്. ജനങ്ങളുമായി നിരന്തരം ബന്ധപ്പെടാനും സൗഹൃദമുണ്ടാക്കാനും അദ്ദേഹത്തിന്നു വലിയ താല്പര്യമായിരുന്നു. അങ്ങിനെയായിരിക്കണം ലോകമെങ്ങും വലിയവരും ചെറിയവരുമായ നിരവധി പേരുമായി അദ്ദേഹത്തിന് അടുപ്പവും സൗഹൃദവുമുണ്ടായത്.

ഞാൻ ഇടക്കു വിളിക്കാമെന്ന് പറഞ്ഞപ്പോൾ അദ്ദേഹത്തിന്നു വലിയ സന്തോഷമായി. വീട്ടിലെ നമ്പറും പേഴ്സണൽ നമ്പറും എനിക്കു തന്നു. എന്നാൽ രണ്ടു തവണയേ എനിക്കു അദ്ദേഹത്തെ വിളിക്കാനായുള്ളു. ആദ്യം വിളിച്ചപ്പോൾ ആളാരാണെന്ന് മനസ്സിലാക്കാൻ അല്പം ബുദ്ധിമുട്ടി. രണ്ടാമത്തെ തവണ വിളിച്ചപ്പോൾ എളുപ്പം ആളെ മനസ്സിലായി.

വളരെ കുറച്ചു മാത്രമേ അദ്ദേഹവുമായി ബന്ധപ്പെടാൻ കഴിഞ്ഞുള്ളുവെങ്കിലും അവ എന്റെ ജീവിതത്തിലെ അപൂർവ്വ നിമിഷങ്ങളായി മാത്രമേ കണക്കാക്കാൻ ആവുകയുള്ളൂ. നമ്മുടെ ജീവിത കാലത്ത് എത്രയോ പേരുമായി നാം ആശയ വിനിമയം നടത്തുന്നു. പക്ഷെ ഏതാനും ചില വ്യക്തിത്വങ്ങൾ നമ്മുടെ മനസ്സിൽ, ചിന്തകളിൽ തറച്ചു നില്ക്കും. അത്തരത്തിലുള്ള ഒരു വ്യക്തിത്വമായിരുന്നു ശങ്കരേട്ടന്റേത്.

മെയ്യഭ്യാസത്തിന്റെ വിസ്മയം എന്നതിനപ്പുറത്ത് സാഹസികതയും നർമ്മവും കലാ മൂല്യങ്ങളും ചേർത്ത് സർക്കസ്സിന്റെ ആകർഷണ മാനം ഉയർത്തുന്നതിൽ വഹിച്ച പങ്കാണ് ശങ്കരേട്ടനെ സർക്കസ്സ് ലോകത്തെ മഹാരഥന്മാരുടെ നിരയിലേക്കു ഉയർത്തുന്നത്. സർക്കസ്സിന്റെ എല്ലാ മേഖലകളിലും അദ്ദേഹത്തിന്റെ സാന്നിദ്ധ്യം ഉണ്ടായിരുന്നു. ഒരു അഭ്യാസി ആയാണ് അദ്ദേഹം കാലെടുത്തു വെച്ചതെങ്കിലും ക്രമേണ സർക്കസ് രംഗം മുഴുക്കെ നിറഞ്ഞു നിൽക്കുന്നതായി അദ്ദേഹത്തിന്റെ ഊർജസ്വലത.

സർക്കസ്സ് കമ്പനികളുടെ സംഘാടകനായി, ഇന്ത്യൻ സർക്കസ്സിനെ ലോകത്തിന്നു പരിചയപ്പെടുത്തുന്ന പ്രചാരകനായി, നർമ്മവും കലാമൂല്യവും വന്യമൃഗ ആഭ്യാസവും ചേർത്ത് അദ്ദേഹം സർക്കസിനെ ഉത്സവമാക്കി . ഇന്ത്യൻ സർക്കസ്സിന്റെ കുലപതി എന്നു വാഴ്ത്തപ്പെടുന്ന കീലേരി കുഞ്ഞിക്കണ്ണൻ ഗരുക്കളുമായി സമശീർഷത നേടുന്നതായിരുന്നു സർക്കസ്സ് സാമ്രാജ്യത്തിൽ ജെമിനി ശങ്കരൻ നേടിയ വളർച്ച. സർക്കസ്സ് കലയുടെ ശങ്കരാഭരണം!

പകരക്കാരനില്ലാത്ത അപൂർവവ്യക്തിത്വമായിരുന്നു ജെമിനി ശങ്കരൻ എന്നു സർക്കസ്സിനെ പറ്റി ആധികാരികമായ ഗ്രന്ഥം രചിച്ച ശ്രീധരൻ ചമ്പാട് അനുശോചന സന്ദേശത്തിൽ രേഖപ്പെടുത്തിയിട്ടുണ്ട്.

അദ്ദേഹത്തിന്റെ സ്വഭാവ വൈശിഷ്ട്യം എടുത്തു പറയേണ്ടതാണ്. സർക്കസ് കമ്പനിക്കകത്ത് വലിയ പരിവാരവുമായി താമസിക്കുമ്പോഴും സ്വന്തം വസ്ത്രങ്ങൾ അദ്ദേഹം തന്നെയാണ് കഴുകിയുണക്കിയിരുന്നത്.

സ്വന്തം കാര്യങ്ങൾ സ്വയം ചെയ്യാനാണ് അദ്ദേഹം താല്പര്യപ്പെട്ടിരുന്നത്. സർക്കസ്സിൽ മുഗങ്ങളുടെ ആഭ്യാസം നിരോധിക്കപ്പെട്ടപ്പോൾ അവയെ ഉപേക്ഷിച്ചു പോവാൻ അദ്ദേഹത്തിനു മനസ്സു വന്നില്ല. വയനാട്ടിൽ സ്ഥലം വാങ്ങി വന്യമുഗങ്ങളെയെല്ലാം അവിടെ സംരക്ഷിച്ചു.

(മുതിർന്ന മാധ്യമ പ്രവർത്തകനും ഡൽഹിയിൽ മാതൃഭൂമിയുടെ പ്രത്യേക പ്രതിനിധിയുമാണ് ലേഖകൻ)

ഇന്ത്യൻ സർക്കസ് ഫെഡറേഷൻ അംഗങ്ങൾ മൊറാർജി ദേശായിക്കൊപ്പം

സർക്കസ് ഫെഡറേഷൻ അംഗങ്ങൾ ലാൽ ബഹുദൂർ ശാസ്ത്രിക്കൊപ്പം

ശങ്കരേട്ടൻ എന്ന അത്ഭുത മനുഷ്യൻ

ബാബു പണിക്കർ

ലോകത്ത് ശതകോടി മനുഷ്യ ജീവികളുണ്ട്. എല്ലാവരും ഒന്നിനൊന്ന് വ്യത്യസ്തരുമാണ്. രൂപത്തിൽ, നിറത്തിൽ, സ്വഭാവത്തിൽ, വിശ്വാസത്തിൽ അങ്ങിനെ എല്ലാറ്റിലും. ഈ മനുഷ്യരിൽ ചിലർ വേറിട്ടു നിൽക്കും. അതിൽ ഒരാളായി ഞാൻ ശങ്കരേട്ടനെ കാണുന്നു. എളിമയുടെയും, വിനയത്തിന്റേയും പര്യായമാണ് ശങ്കരേട്ടൻ. സ്നേഹത്തിന്റെയും, കരുണയുടേയും പര്യായമാണ് ശങ്കരേട്ടൻ. അങ്ങനെ എത്ര എത്ര വിശേഷണങ്ങൾ അദ്ദേഹത്തിന് നമുക്ക് ചാർത്തി നൽകാൻ സാധിക്കും. ശങ്കരേട്ടൻ ആരായിരുന്നു എന്നത് അദ്ദേഹത്തിന്റെ മരണാനന്തരം മാധ്യമങ്ങളിൽ വന്ന റിപ്പോർട്ടുകളും, ലേഖനങ്ങളും പുതു തലമുറയ്ക്ക് പകർന്ന് നൽകി.

ശങ്കരേട്ടനുമായുള്ള ബന്ധം എത്രയോ നാളുകളായി തുടങ്ങിയിരിക്കുന്നു. വളരെ വർഷങ്ങൾക്കു മുമ്പാണ് അദ്ദേഹമായിട്ടുള്ള ബന്ധം തുടങ്ങിയത് എന്നു മാത്രമേ ഓർക്കുന്നുള്ളൂ. പക്ഷെ, ഭൂമിയിൽ ജനിച്ചു വീണ നാൾതൊട്ടുള്ള ബന്ധമായി ഞാൻ അതിനെ കാണുന്നു. അത്രമാത്രം അടുപ്പമായിരുന്നു തമ്മിലുണ്ടായിരുന്നത്. അതിന് പ്രായം ഒരു തടസ്സമായിരുന്നില്ല. നമുക്ക് ചിലരുമായുള്ള ബന്ധങ്ങൾ അഭിമാനത്തിന്റെ ഭാഗമാകാറുണ്ട്. ശങ്കരേട്ടനുമായുള്ള

വ്യക്തി ബന്ധം അത്തരത്തിൽ ഒന്നാണ്. ശങ്കരേട്ടനുമായി നല്ല ബന്ധമാണെന്നും, അദ്ദേഹത്തെ കാണാതെ കണ്ണൂരിൽ ഒരു പരിപാടിയിലും പങ്കെടുത്തിട്ടില്ലെന്നും അഭിമാനത്തോടെ പറയാം. തീർച്ചയായിട്ടും ശങ്കരേട്ടന്റെ ബന്ധങ്ങൾ പറഞ്ഞു കഴിഞ്ഞാൽ നമുക്ക് സ്വപ്നം പോലും കാണാൻ കഴിയാത്ത ഒന്നാണെന്ന് മനസ്സിലാകും. അത്തരം ബന്ധങ്ങൾക്ക് ഉടമയായ അദ്ദേഹത്തിന്റെ അടുപ്പക്കാരനാകുക ഭാഗ്യമല്ലേ...?

ശങ്കരേട്ടന് മൗണ്ട് ബാറ്റൻ തൊട്ട് ഇങ്ങോട്ട് ജവഹർലാൽ നെഹ്റു, ഇന്ദിരാഗാന്ധി, രാജീവ് ഗാന്ധി തുടങ്ങിയ അന്തർദേശീയ, ദേശീയ നേതാക്കന്മാരുമായി നല്ല ബന്ധമുണ്ടായിരുന്നു. എന്തിനേറെ കേരളത്തിന്റെ അഭിമാനമായ എ.കെ.ജിയും, ഇ.എം.എസും, കെ. കരുണാകരനും തുടങ്ങി ഇന്നത്തെ മുഖ്യമന്ത്രി പിണറായി വിജയനുമായും വ്യക്തിബന്ധം ഉണ്ടായിരുന്നു. പഞ്ചായത്ത് മെമ്പർ മുതൽ സാധാരണ ജനങ്ങൾ വരെ ശങ്കരേട്ടന്റെ സുഹൃത്ത് വലയത്തിലുണ്ടായിരുന്നു. സമൂഹത്തിലെ ഉന്നതന്മാരായിട്ടുള്ള ബന്ധം മുതൽ താഴെതട്ടിലുള്ള വ്യക്തി ബന്ധങ്ങളിൽ അദ്ദേഹം വലിപ്പ ചെറുപ്പം കണ്ടിട്ടില്ല. യാതൊരു വ്യത്യാസവുമില്ലാതെ എല്ലാവരുമായി ആത്മബന്ധം പുലർത്താൻ സാധിക്കുക എന്നതിന് വിശാല മനസ്സു വേണം.

ശങ്കരേട്ടനുമായിട്ടുള്ള ബന്ധം എന്ന് പറയുന്നത് കാലം പഴകുന്തോറും വീര്യം കൂടുന്ന വീഞ്ഞ് പോലാണെന്ന് എനിക്ക് പലപ്പോഴും തോന്നിയിട്ടുണ്ട്. ഒരിക്കൽ ശങ്കരേട്ടനുമായി അടുത്താൽ ആർക്കും അദ്ദേഹത്തെ അകറ്റി നിർത്താൻ തോന്നുകയില്ല. ഓരോ ബന്ധങ്ങളും സംരക്ഷിക്കുവാനുള്ള കഴിവ്, ബന്ധങ്ങൾ വളരെ ദൃഢമായി വളർത്തുന്ന രീതി, ഇതൊക്കെ അദ്ദേഹത്തിൽ നിന്ന് നമ്മൾ മാതൃകയാക്കേണ്ടതാണ്. ശങ്കരേട്ടൻ ഒരിക്കൽ എന്നെ കണ്ണൂർക്ക് ക്ഷണിച്ചത് ഇപ്പോൾ ഓർത്തു പോകുകയാണ്. കണ്ണൂരിനെ പറ്റി വളരെ വികലമായിട്ടുള്ള ഒരു അറിവാണ് എനിക്ക് ഉണ്ടായിരുന്നത്. പക്ഷേ അവിടെ ചെന്ന് കഴിഞ്ഞപ്പോൾ, അദ്ദേഹത്തിന്റെ സുഹൃത്തുക്കളോടൊപ്പം പങ്കിട്ട നിമിഷങ്ങൾ എന്റെ ആകുലതകൾ എല്ലാം വെറുതെയാണെന്ന് തിരിച്ചറിഞ്ഞു. ശങ്കരേട്ടന്റെ സൗഹൃദ വലയത്തിലെ നൂറോളം പേരെ കണ്ണൂരിൽ വിളിച്ചിട്ടുണ്ട്. സമൂഹത്തിൽ ഏറെ പ്രശസ്തരായവർ മുതൽ ഈ കൂട്ടത്തിലുണ്ട്. ശങ്ക

രേട്ടൻ ഇത്തരം കൂട്ടായ്മകൾ ഇടയ്ക്കിടെ സംഘടിപ്പിക്കാറുണ്ട്. അതാണ് അദ്ദേഹത്തിന്റെ രീതി. അവിടെ എത്തുന്ന എല്ലാവരേയും അദ്ദേഹം പരസ്പരം പരിചയപ്പെടുത്തും. അത്തരത്തിൽ അദ്ദേഹം എന്നെ ഒരുപാട് സുഹൃത്തുക്കളെ പരിചയപ്പെടുത്തി. അവരെല്ലാവരും സ്നേഹത്തിന്റെ നിറകുടങ്ങൾ ആയിരുന്നു. സ്നേഹം എന്തെന്ന് അറിയുന്നവരായിരുന്നു ശങ്കരേട്ടന്റെ സുഹൃത്തുക്കൾ. നൂറാം വയസിലെത്തിയെങ്കിലും യുവാക്കൾ വരെ ശങ്കരേട്ടന്റെ സുഹൃത്ത് വലയത്തിലുണ്ട്. അവിടെ ജാതി, മതം, രാഷ്ട്രീയം ഒന്നും ഉണ്ടായിരിക്കില്ല. ശങ്കരേട്ടന്റെ ബന്ധങ്ങളുടെ വിജയവും അതു തന്നെയാണ്.

ശങ്കരേട്ടനുമായി ചിലവഴിച്ച നിമിഷങ്ങൾ നമുക്ക് ഓർമ്മയിൽ എന്നും നിലനിൽക്കും. നമ്മളെ കരുതലോടെ, സ്നേഹത്തോടെ ആദിത്യ മര്യാദയിൽ സ്വീകരിക്കും, ഇടപെടും, അംഗീകരിക്കും. ശങ്കരേട്ടന്റെ ഇത്തരം ഇടപെടലുകൾ നമ്മൾ പഠിക്കേണ്ടതാണ്. ഭക്ഷണം വിളമ്പുന്നതിൽ അദ്ദേഹവും പങ്കാളിയാകും. ഓരോ വിഭവങ്ങൾ വിളമ്പി തരുമ്പോഴും, അതിന്റെ ഗുണഗണങ്ങളെപ്പറ്റി നമുക്ക് പറഞ്ഞു തരുമായിരുന്നു. നമ്മോടൊപ്പം ആഹാരം കഴിക്കുമ്പോഴും നമ്മളിലായിരിക്കും അദ്ദേഹത്തിന്റെ ശ്രദ്ധ. ഭക്ഷണപ്പാത്രത്തിൽ ചോറ് തീർന്നാൽ അദ്ദേഹം തന്നെ ഉടൻ ഇടപ്പെടും. എല്ലാ വിഭവങ്ങളും നമ്മളെ കൊണ്ട് രുചിപ്പിക്കും എന്നത് എനിക്ക് ഏറ്റവും ഒരു അനുഗ്രഹമായി തോന്നിയിരുന്നു. എനിക്ക് ഏറ്റവും അത്ഭുതമായി തോന്നിയിരുന്നത് അദ്ദേഹവുമായിട്ട് കണ്ണൂർ പോയി രണ്ടു ദിവസം താമസിച്ച് മടങ്ങുന്ന സമയമാണ്. എല്ലാം കഴിഞ്ഞ് അദ്ദേഹത്തിനോട് യാത്ര പറഞ്ഞ് ഹോട്ടലിൽ വന്ന് ലഗേജും എടുത്ത് അമ്പലപ്പുഴയ്ക്ക് പോകാനായിട്ട് റെയിൽവേ സ്റ്റേഷനിൽ ചെന്ന് നിൽക്കുമ്പോൾ അദ്ദേഹം അവിടെ ഒരു വലിയ സഞ്ചിയുമായി നിൽക്കുകയാണ്. ആഹാരസാധനങ്ങളാണ് അതിൽ. എനിക്ക് വീട്ടിൽ കൊണ്ടുപോകാനുള്ള പലഹാരങ്ങളും അതിലുണ്ട്. യാത്രയിൽ കഴിക്കാനുള്ള ഭക്ഷണം അതിലുണ്ട്. അങ്ങനെയാണ് അദ്ദേഹം.

ശങ്കരേട്ടന്റെ സുഹൃദ്വലയം വിശാലമാണ്. സ്വന്തം മക്കളുടെ സുഹൃത്തുക്കളടക്കം അദ്ദേഹത്തിന്റേയും സുഹൃത്തുക്കളായിരിക്കും. എന്റെ പിതാവ് ഇ.ആർ.സി. പണിക്കരുമായായിരുന്നു ശങ്കരേട്ടന് ആദ്യം സൗഹൃദം. പിന്നീട് ഞാനുമായും സൗഹൃദമായി.

എല്ലാ വർഷവും ഒന്നോ രണ്ടോ തവണ ഡൽഹിയിൽ നിന്ന് ശങ്കരേട്ടന്റെ സുഹൃത്തുക്കളായി മാറിയ ഞാനും വി. സുരേഷും, ഗുരുബക്ഷ് സിംഗും, സുധീർ നാഥും കണ്ണൂരിലെ വാരത്തെ വീട്ടിൽ ചിലവിടാൻ വരാറുണ്ട്. ശങ്കരേട്ടൻ തന്നെയാണ് ഈ കൂട്ടായ്മയുടെ തീയതി തീരുമാനിക്കുന്നത്. സുരേഷ് എപ്പോഴും പറയുന്ന കാര്യം ഇപ്പോൾ ഓർമ്മ വരുന്നു. അത് സുരേഷ് പല വേദികളിലും പറയുന്നത് പല തവണ കേട്ടിട്ടുണ്ട്. ശങ്കരേട്ടൻ നമുക്കൊക്കെ മാതൃകയാക്കേണ്ട വ്യക്തിത്വമാണ്. അത് രാഷ്ട്രീയക്കാരാകട്ടെ, ബിസിനസുകാരനാകട്ടെ, കലാകാരനാകട്ടെ, സാധാരണക്കാരാകട്ടെ എല്ലാവർക്കും ബാധകമാണ്. എങ്ങനെ ഒരു വ്യക്തിയുമായി പെരുമാറണമെന്ന് ശങ്കരേട്ടനെ കണ്ട് പഠിക്കണം. ഒരതിഥിയെ എങ്ങനെ സത്ക്കരിക്കണം, അവരോട് തീൻ മേശയിൽ എങ്ങനെ പെരുമാറണം എന്നൊക്കെ ശങ്കരേട്ടൻ ഒരു മാതൃകയാണ്. അപാരമായ അറിവ് അനുഭവത്തിൽ നിന്ന് ലഭിച്ച വ്യക്തിയാണ് ശങ്കരേട്ടനെന്ന സുരേഷിന്റെ നിരീക്ഷണത്തോട് ആർക്കാണ് വിയോജിക്കാൻ സാധിക്കുക.

ശങ്കരേട്ടന്റെ ഡൽഹി സുഹൃത്തുക്കളിൽ പ്രധാനിയാണ് ഗുരുബക്ഷ് സിംഗ്. ഗുരുബക്ഷ് സിംഗിന്റെ നിരീക്ഷണത്തിൽ ജീവിതം ഇതുപോലെ ആസ്വദിച്ച മറ്റൊരു മനുഷ്യനെ കണ്ടിട്ടില്ല എന്നാണ്. 99 ാം വയസിലും പരസഹായമില്ലാതെ സ്വന്തം വസ്ത്രം അലക്കിയും, മുറി വൃത്തിയാക്കിയും, യോഗ ചെയ്തും, ചിട്ടയായ ജീവിതശൈലിയും, ഭക്ഷണവും എല്ലാം ശങ്കരേട്ടന്റെ ദീർഘായുസിന്റെ രഹസ്യമാണ്. ചിട്ടയും കർശനവുമായ സ്വഭാവമാണെങ്കിലും പ്രായവ്യത്യാസമില്ലാതെ എല്ലാവരേയും ഒരേപോലെ കാണുവാൻ, പെരുമാറുവാൻ ശങ്കരേട്ടനിൽ കണ്ട വിശേഷണമാണ് എന്നാണ് ഗുരുബക്ഷിന്റെ പക്ഷം. താൻ ആഥിത്യ മര്യാദ മികച്ചതാക്കാൻ പഠിച്ചത് ശങ്കരേട്ടനിൽ നിന്നാണെന്ന ഗുരുബക്ഷിന്റെ പക്ഷത്ത് തന്നെയാണ് ഞാനും.

ശങ്കരേട്ടനോടൊപ്പം ഏറ്റവും കൂടുതൽ യാത്ര ചെയ്തിട്ടുള്ളത് ടി.എ. സുബൈർ ആയിരിക്കും. ഞങ്ങളുടെയെല്ലാം ഒരു പൊതു സുഹൃത്താണ് എറണാകുളം സ്വദേശിയായ സുബൈർ. സുബൈർ പലപ്പോഴും ശങ്കരേട്ടനോടൊപ്പമുള്ള യാത്രയെ കുറിച്ചുള്ള വിവരങ്ങൾ ഞങ്ങളോട് പങ്കുവെക്കാറുണ്ട്. ഏതു വിദേശയാത്രയായാ

ലും അന്യസംസ്ഥാനങ്ങളിലെ യാത്രയായാലും അന്യ ജില്ലകളി ലേക്കുള്ള യാത്രയായാലും രാവിലെ എഴുന്നേറ്റുള്ള വ്യായാമത്തി ന് അദ്ദേഹം മുടക്കം വരുത്താറില്ല. ഏതു പ്രദേശത്താലും ആ പ്ര ദേശത്തെ പ്രധാന സ്ഥലങ്ങൾ സന്ദർശിക്കുവാൻ ശങ്കരേട്ടൻ താൽ പര്യം കാണിക്കുമായിരുന്നു എന്ന് സുബൈർ ഞങ്ങളോട് പങ്കു വെച്ചിട്ടുണ്ട്. ഒരിക്കൽ ശങ്കരേട്ടൻ സിംഗപ്പൂരിലെ വിമാനത്താവള ത്തിലിരുന്നപ്പോൾ സുബൈറിനോട് പറഞ്ഞത്രേ. തന്റെ മൂന്ന് മ ക്കളും 24 കാരറ്റ് തിളക്കമുള്ളവരാണ്. സ്വന്തം മക്കളുടെ കാര്യ ത്തിലും കുടുംബത്തിന്റെ കാര്യത്തിലും തീർത്തും സന്തോഷവാ നായിരുന്നു അദ്ദഹമെന്ന് പല സംഭാഷണങ്ങിൽ ഞാനും മനസ്സി ലാക്കിയിട്ടുണ്ട്.

പരിചയപ്പെട്ട ഇക്കാലമത്രയും ബാബുവേട്ടൻ എന്നാണ് എന്നെ വിളിച്ചിരുന്നത്. സ്വന്തം മക്കളുടെ പ്രായമുള്ള എന്നെ മാത്രമല്ല, പ ലരേയും അദ്ദേഹം ചേട്ടൻ എന്ന് പേരിനൊപ്പം ചേർത്ത് വിളിക്കു ന്നത് കേട്ടിട്ടുണ്ട്. ഒരു മകനോട് എന്ന പോലെ എങ്ങനെയാണോ പെരുമാറുന്നത് അതിലുപരിയായിട്ട് എന്നെ കരുതലോടെ സ്നേ ഹിച്ചിട്ടുണ്ട്. അദ്ദേഹത്തിന്റെ ഓർമ്മകൾ ഒരിക്കലും നമ്മളിൽ നി ന്ന് വിട്ടു പോകില്ല. അദ്ദേഹത്തിന്റെ ലളിതമായ പെരുമാറ്റം നമു ക്ക് മറക്കാൻ സാധിക്കുന്നില്ല. എന്റെ പിതാവ് നിര്യാതനായ വിവ രമറിഞ്ഞ് കണ്ണൂരിൽ നിന്ന് കാറെടുത്ത് അമ്പലപ്പുഴ എത്തുകയും ഞങ്ങളുടെ കുടുംബാംഗങ്ങളുടെ ദുഃഖത്തിൽ പങ്കുചേരുകയും ആ ശ്വസിപ്പിക്കുകയും ചെയ്തത് തൊണ്ണൂറുകൾ കഴിഞ്ഞ ശങ്കരേട്ടനാ യിരുന്നു. അദ്ദേഹത്തിന്റെ സ്നേഹത്തോടുള്ള പെരുമാറ്റം, ലാളി ത്യത്തോടുള്ള ഇടപെടലുകൾ, മനുഷ്യന്റെ മനസ്സിനെ അറിഞ്ഞു ള്ള ബന്ധങ്ങൾ ഇതൊക്കെയാണ് അദ്ദേഹത്തെ മറ്റുള്ളവരിൽ നി ന്ന് വേറിട്ടതാക്കുന്നത്.

(പണിക്കേഴ്സ് ട്രാവൽസ് എംഡിയും ഇന്റർനാഷ്ണൽ സെന്റർ ഫോർ കഥകളിയുടെ ചെയർമാനുമാണ് ലേഖകൻ)

മുൻ പ്രധാനമന്ത്രി ലാൽ ബഹദൂർ ശാസ്ത്രിക്കൊപ്പം

മുൻ പ്രധാനമന്ത്രി ജവഹർലാൽ നെഹ്റുവിനും സുശീല നയ്യാറിനും ഒപ്പം

ജെമിനി ശങ്കരൻ ജീവിതം/കാലം/യാത്രകൾ

താഹ മാടായി

ഷഹബാസ് അമൻ ആലപിച്ച 'സജ്നി' എന്ന മലയാളം ഗസലിലെ 'പതിവായി പാടിപ്പാടിയ/ പാട്ടൊന്നു കേട്ടു തേങ്ങിയ സ്നേഹം നിറഞ്ഞ കൂട്ടുകാർ / അകലുന്നതാണ് വേദന ' എന്ന വരികൾ കേൾക്കാൻ ജെമിനി ശങ്കരേട്ടന് ഇഷ്ടമായിരുന്നു. സായാഹനങ്ങളിൽ പാംഗ്രോവ് ഹെറിറ്റേജിൽ കൂട്ടുകാരോടൊപ്പം ഇരിക്കുമ്പോൾ ആ രണ്ടു വരികൾ ശങ്കരേട്ടൻ 'പാടുന്നത് ' പോലെ പറയാൻ ശ്രമിക്കും. അതിന്റെ അനുബന്ധമായി ശങ്കരേട്ടൻ പറയും:

'വേദന എന്നു പറയുന്നത് സ്നേഹം നിറഞ്ഞവർ അകലുന്നതാണ്. അകന്നു പിരിയുന്നത് '

എത്രയോ വലിയ മനുഷ്യരുടെ സ്നേഹവലയത്തിലായിരുന്നു ,ശങ്കരേട്ടൻ. ലോകത്തെയും ഇന്ത്യയേയും കേരളത്തെയും നിർവ്വചിക്കാനും പുതുതായൊരു വെളിച്ചത്തിൽ കാണാനും ശ്രമിച്ച ഇതിഹാസതുല്യരായവർ ആ സൗഹൃദത്തിന്റെ കണ്ണികളായിരുന്നു. എത്രയോ വേർപാടുകൾ കണ്ട ശങ്കരേട്ടൻ നൂറാം വയസ്സിന്റെ പടിവാതിലിൽ നിന്ന് തിരിച്ചു നടന്നു. മരണത്തിന് തൊട്ടു മുമ്പുള്ള രണ്ടു മാസങ്ങൾ മാത്രമാണ് അദ്ദേഹത്തെ ഒരു ' വയോധികനായി' കണ്ടത്. 99 വയസ്സുള്ള യുവാവ് എന്ന പ്രിയപ്പെട്ടവരുടെ വിശേഷ

ണങ്ങളിൽ ശങ്കരേട്ടൻ ചിരിക്കുമായിരുന്നു. നിത്യമായി ചെയ്യുന്ന ചിട്ടയായ വ്യായാമങ്ങളും ഭക്ഷണക്രമങ്ങളിൽ പുലർത്തുന്ന സൂക്ഷ്മതയും ഒരു യുവാവിന്റെ പ്രസരിപ്പ് അദ്ദേഹത്തിന് എപ്പോഴും നൽകി. എളിമ അദ്ദേഹത്തിന്റെ സഹജമായ സ്വഭാവ ഗുണമായിരുന്നു.

ജെമിനി ശങ്കരൻ ബ്ലാക്ക് ആൻറ് വൈറ്റ് ഓർമ്മകളുടെ ഒരു ആൽബം സൂക്ഷിക്കുന്നുണ്ട് .ചരിത്രത്തിന്റെ 'കൺപാടുകൾ 'പതിഞ്ഞതാണ് ആ ആൽബം. ജവഹർ ലാൽ നെഹ്റു, ഡോ.എസ്.രാധാകൃഷ്ണനൻ, ലാൽ ബഹദൂർ ശാസ്ത്രി, വി.കെ. കൃഷ്ണമേനോൻ, മാർട്ടിൻ ലൂഥർ കിങ്ങ് (ജൂനിയർ), ഇന്ദിരാഗാന്ധി, പട്ടം താണുപിള്ള, എ.കെ.ജി തുടങ്ങി ചരിത്രത്തിന്റെ നിത്യപ്രചോദിത മനുഷ്യർ ആ ആൽബത്തിലുണ്ട്.അവരോടൊപ്പം നിൽക്കുന്ന ശങ്കരേട്ടൻ ഈ മനുഷ്യർ പകർന്ന അപൂർവ്വമായ അനുഭവത്തിന്റെ ഓർമ്മകൾ പറയാറുണ്ട്. സർക്കസ് കാണാൻ വന്നവരെ ഹസ്തദാനം ചെയ്തു സ്വീകരിച്ച ഓർമ്മകൾ മാത്രമല്ല, അത്. മുഖ്യമന്ത്രി പിണറായി വിജയന് ഏറ്റവും ആത്മബന്ധമുള്ള ഒരാൾ കൂടിയാണ് ജെമിനി ശങ്കരൻ.

ഇന്ത്യൻ സർക്കസിനെ ആധുനികമായ ഒരു തമ്പിലേക്ക് മാറ്റിപ്പാർപ്പിച്ചത് ജെമിനി ശങ്കരനാണ്. നാട്ടിൻ പുറത്തു നിന്ന് സർക്കസ് കണ്ട് അതിൽ വിസ്മയഭരിതനായ ഒരു കുട്ടി ,ആത്മാർപ്പണം നിറഞ്ഞ അന്വേഷണത്തിലൂടെയും കഠിനദ്ധ്വാനത്തിലൂടെയും തമ്പുകളുടെ പര്യായപദമായി മാറിയതാണ് ആ ജീവിതം. 'നിങ്ങൾ തയ്യാറാണെങ്കിൽ നിങ്ങൾക്കത് സാധ്യമാണ് ' എന്നതാണ് സ്വന്തം സർക്കസ് സ്വപ്നങ്ങളെ പിന്തുടരുകയും അത് നൂതനമായ ശൈലിയിൽ ആവിഷ്കരിക്കുകയും ചെയ്ത ശങ്കരേട്ടൻ സർക്കസ് കലയ്ക്ക് നൽകിയ സംഭാവന.ലോക സർക്കസിന്റെ ഇന്ത്യൻ ബ്രാൻഡ് അമ്പാസിഡറായിരുന്നു അദ്ദേഹം.ലോകത്തെ എക്കാലത്തെയും പ്രധാന സർക്കസായ റിംഗ്ലിൻ ബ്രദേഴ്സ് എന്ന അമേരിക്കൻ സർക്കസിനെപ്പോലെ ജെമിനിയേയും ജംബോയേയും മാറ്റണമെന്നതായിരുന്നു അദ്ദേഹത്തിന്റെ സ്വപ്നം.

' സർക്കസാണ് ലോകത്തിലെ ആദ്യത്തെ റിയാലിറ്റി ഷോ.' ശങ്കരേട്ടൻ പറയുമായിരുന്നു: മനുഷ്യ ശരീരത്തിന്റെ സാധ്യതകൾ ലോകം കാണുന്നത് സർക്കസിലാണ്. ശരീരം ചുരുങ്ങാനും വള

യാനും മലക്കം മറിയാനും സാധിക്കുമെന്നത് സർക്കസിലാണ് നാം ശരിക്കും കാണുന്നത്. ഡ്യൂപ്പിനെ വെച്ചല്ല അത് ചെയ്യുന്നത്. '

സ്വന്തം അനുഭവങ്ങളുടെ കരുത്തിലാണ് ഈ ആത്മഭാഷണം. രണ്ടാം ലോക മഹായുദ്ധം നടക്കുമ്പോൾ ഇന്ത്യൻ പട്ടാളത്തിൽ വയർലസ് ഒബ്സർവറായി ജോലി ചെയ്ത ജെമിനി ശങ്കരൻ, യുദ്ധത്തിനു ശേഷം പട്ടാളത്തിൽ നിന്ന് പിരിഞ്ഞ് സർക്കസ് ലോകത്തെ നിത്യജീവിതമായി തിരഞ്ഞെടുത്തു. ഹോറിസോണ്ടൽ ബാറിൽ പരിശീലനം പൂർത്തിയാക്കിയ അദ്ദേഹം കൽക്കത്തയിലെ പ്രശസ്തമായ ബോസ് ലയൺസ് സർക്കസിൽ ട്രപ്പീസുകളിക്കാരനായി സർക്കസ് ജീവിതം തുടങ്ങി. 1951 ആഗസ്ത് 15 ന് അദ്ദേഹം ജെമിനി സർക്കസ് തുടങ്ങി. ജെമിനി അദ്ദേഹത്തിന്റെ ജന്മനക്ഷത്രമാണ്.ജെമിനി സർക്കസിന്റെ വളർച്ചയിൽ പ്രചോദനമുൾക്കൊണ്ട് കൊണ്ട് 1977ൽ ജംബോയും തുടങ്ങി.

ശങ്കരേട്ടന്റെ കൂടെ എത്രയോ തവണ ഒപ്പമിരുന്ന് സർക്കസ് കണ്ടിട്ടുണ്ട്. ഓരോ ഐറ്റം കഴിയുമ്പോഴും ശങ്കരേട്ടൻ പറയും:

'കൈയ്യടിക്കൂ, മോനെ .'

ജെമിനി ശങ്കരൻ പിൻ വാങ്ങി. അത്ഭുതങ്ങൾ കണ്ട് ഇനി വരും തലമുറകൾക്കും കയ്യടിക്കാൻ ആ തമ്പുകൾ ബാക്കിയുണ്ട്.

ശങ്കരേട്ടൻ ഏറെ ആഗ്രഹിച്ചതായിരുന്നു, അദ്ദേഹത്തിന്റെ ജന്മശതാബ്ദി. കൂട്ടുകാരോടൊപ്പമിരിക്കുന്നതിൽ അതീവ ആഹ്ലാദ ചിത്തനായി കാണാറുള്ള ശങ്കരേട്ടൻ ജീവിതത്തെ നിർവ്വചിച്ചത്, ആഹ്ലാദകരമായ ഒന്നായിട്ടാണ്.

ആ ഓർമ്മകളുടെ സാന്നിധ്യത്തിൽ നാം ഒന്നിച്ചിരിക്കുന്നതാണ് ശങ്കരേട്ടന് നൽകാവുന്ന ഏറ്റവും മികച്ച ആദരം.

ജീവിതത്തിലെ നാൾവഴികൾ ഒരർഥത്തിൽ, ഇന്ത്യൻ തമ്പുകളുടെ ചരിത്രമാണ്. ജെമിനി ശങ്കരേട്ടൻ സർക്കസ് ചരിത്രത്തിന്റെ എല്ലാ കാലത്തേക്കുമുള്ള അതുല്യമായ ഒരു പുസ്തകമാണ്. അല്ലെങ്കിൽ, എന്നേക്കുമായുള്ള ഓർമ്മകളുടെ തമ്പ്. കാണികളെയും കലാകാരന്മാരെയും ഒന്നിപ്പിക്കുന്ന കാലത്തിന്റെ ഇനിയും മുറിഞ്ഞു പോകാത്ത ഒരു കണ്ണി.

ഒന്നാലോചിച്ചു നോക്കൂ, ഇന്ദിരാഗാന്ധി അടുക്കളയിൽ പാചക സമയത്ത് ഇടുന്ന ഏപ്രണുമായി ഒരു സന്ദർശകനെ സ്വീകരിക്കുന്നു. ആ സന്ദർശകൻ, മറ്റാരുമല്ല ജെമിനി ശങ്കരനായിരുന്നു.

ഡൽഹിയിൽ സർക്കസ് കളി കാണാൻ ഇന്ദിരാഗാന്ധിയെ ക്ഷണിക്കാൻ പോയ ജെമിനി ശങ്കരന് വാതിൽക്കൽ ഏറെ നേരം കാത്തുനിൽക്കേണ്ടി വന്നില്ല. അടുക്കളയിൽ എന്തോ പാചകം ചെയ്യുകയായിരുന്ന അതേ വേഷത്തിൽ ഇന്ദിര പുറത്തു വന്ന് ശങ്കരേട്ടനുമായി സംസാരിച്ചു. അത് അമൂല്യമായ ഓർമ്മയാവുന്നത്, അതിന്റെ ചിത്രം കൂടി ശങ്കരേട്ടന്റെ ബ്ലാക്ക് ആന്റ് വൈറ്റ് ചിത്രങ്ങളുടെ ആൽബത്തിലുണ്ട്. വെറുതെയങ്ങ് പറഞ്ഞു പോകുന്നതല്ല ആ ഓർമ്മകളൊന്നും തന്നെ. ചിത്ര സഹിതമുള്ള ഓർമ്മകളാണ്.

ഓർമ്മകളുടെ ആ ചിത്രശാലയിൽ ആരാണില്ലാത്തത്? ഇന്ത്യൻ ചരിത്രത്തിലെ പ്രകാശ ഗോപുരങ്ങളായിരുന്നവർ എല്ലാവരുമുണ്ട്.നെഹ്റുവും വി.കെ.കൃഷ്ണമേനോനും സക്കീർ ഹുസൈനും എ കെ ജിയും ഇ.എം എസ്സും...

അങ്ങനെ ലെജൻറുകൾ കാണികളായി വരികയും അത്ഭുതത്തോടെ കയ്യടിക്കുകയും ചെയ്ത വിസ്മയ കാലങ്ങളുടെ ദൃക്സാക്ഷിയാണ് ശങ്കരേട്ടൻ. ലോകം, സർക്കസ് എന്ന 'ശരീര കല'യുടെ മാന്ത്രികമായ തമ്പുകാലങ്ങളിലൂടെ കടന്നു പോയ കാലം. സർക്കസ് കാണാൻ വിദൂരദേശത്തു നിന്ന് പായയും ചെറിയ ചായപ്പാത്രങ്ങളുമായി വന്ന് തമ്പിനു മുന്നിൽ രാപ്പാർക്കുന്നവർ, അവർ ടിക്കറ്റിന് വേണ്ടി കാത്തിരിക്കുന്നവരാണ്, ബ്ലാക്കിൽ ടിക്കറ്റ് വിൽക്കുന്നവർ, സർക്കസ് താരങ്ങളെ വീരാരാധനയോടെ അഭിവാദ്യം ചെയ്യുന്നവർ...

അങ്ങനെ, ഓർമ്മകൾ വലിയൊരു ആരവത്തെ ചെന്നു തൊടുന്നു.

ജെമിനി ശങ്കരേട്ടനോടൊപ്പം സർക്കസ് കണ്ടു കൊണ്ടിരിക്കുമ്പോൾ, മെയ്യഭ്യാസത്തിൽ സൂക്ഷ്മതകൾ എത്ര പ്രധാനമാണെന്ന് ശങ്കരേട്ടർ പറയും.

'ഏകാഗ്രതയാണ് കല. വലിയൊരു കൂട്ടം ആളുകൾക്ക് മുന്നിൽ അഭ്യാസം നടത്തുമ്പോഴും ആ ഏകാഗ്രത നഷ്ടപ്പെടാൻ പാടില്ല. കാണികൾ നമ്മെ കാണുന്നുണ്ട്. ഏകാഗ്രത നഷ്ടമായാൽ കാണികൾ അപ്പോൾ തന്നെ പ്രതികരിക്കും. ഒരു പിഴവും വരാത്ത ഏകാഗ്രതയും സൂക്ഷ്മതയും...'

സർക്കസിനെ ഏറ്റവും വെല്ലുവിളി നിറഞ്ഞ ഒരു മഹാ സംഭവമാക്കുന്നത്, ശരീരാഭ്യാസങ്ങളുടെ ഈ തത്സമയ അവതരണമാ

ണ്. അതെപ്പോഴും Live ആണ്. എഡിറ്റിങ്ങോ ഗ്രാഫിക്സോ ഇല്ല, ഡ്യൂപ്പുകൾ ഇല്ല.

'അത് പ്രധാനമല്ലെ ?'

ശങ്കരേട്ടൻ ചോദിക്കുന്നു.

'ഡ്യൂപ്പ് ആർട്ടിസ്റ്റുകൾ ഇല്ല സർക്കസിൽ. എല്ലാവരും നേരിൽ നിന്നു കൊണ്ട് ,സ്വന്തം ശരീരം കൊണ്ടു തന്നെ അവരവരുടെ കഴിവുകൾ പ്രദർശിപ്പിക്കുന്നു. ശരീരം വലിയൊരു അനുഭവമാണ്. അതിനെ എങ്ങനെയാണ് നാം പരിപാലിക്കുന്നത്, അതു പോലെ ശരീരം നമ്മുടെ ജീവിതത്തെയും പരിപാലിക്കും.'

തൊണ്ണൂറ്റൊമ്പതാം വയസ്സിലും ചിട്ടയായ ജീവിത ശൈലികൾ ശങ്കരേട്ടൻ പുലർത്തിയിരുന്നു.സർക്കസ് / കളരി പാഠങ്ങളിൽ നിന്ന് ആർജ്ജിച്ച സ്വന്തമായി ചിട്ടപ്പെടുത്തിയ വ്യായാമം വിട്ടുവീഴ്ചയില്ലാതെ ചെയ്യുന്നു. ശരീരത്തിന്റെ ഓരോ കോശത്തെയും ഉണർത്തുന്നു. കളരി / സർക്കസ് അക്രോബറ്റ് കോമ്പിനേഷനാണ് ശങ്കരേട്ടന്റെ വ്യായാമം.

'നമ്മൾ അലക്കിയ ഒരു മുണ്ട് പിഴിഞ്ഞ്, നിവർത്തി അയലിൽ ആറിയിടുമ്പോൾ ശരീരത്തിന്റെ ഒരു വ്യായാമം കൂടി നടക്കുന്നുണ്ട്. കൈയുടെ അനായസമായ ചലനത്തിനും ആരോഗ്യത്തിനും സ്വന്തം വസ്ത്രങ്ങൾ കൈ കൊണ്ട് വാഷ് ചെയ്യുന്നത് നല്ലതാണ്.'

ശങ്കരേട്ടൻ ഇത് വെറുതെ പറയുന്നതല്ല. അദ്ദേഹം സ്വന്തം വസ്ത്രങ്ങൾ ഹാൻഡ് വാഷ് ചെയ്യാൻ മറ്റാരെയും ഏൽപിക്കാറില്ല. അത് ആനന്ദത്തോടെ ചെയ്യുന്നു.

'ഉദാസീനതയാണ് ഞാനിപ്പോൾ പലരിലും കാണുന്നത്.'

ശങ്കരേട്ടൻ പറയുമായിരുന്നു:

'സ്വന്തം ശരീരത്തോടാണ് ആളുകൾ കൂടുതൽ ഉദാസീനരായി പെരുമാറുന്നത്. ശരീരത്തെ സ്നേഹിക്കുമ്പോൾ, തിരിച്ച് ആ സ്നേഹം ശരീരം നല്ല ആരോഗ്യമായി തിരിച്ചു തരും'.

മഹാനായ സർക്കസ് ഗുരു കീലേരി കുഞ്ഞിക്കണ്ണൻ ടീച്ചറുടെ ശിഷ്യനാണ്, ശങ്കരേട്ടൻ. കുഞ്ഞിക്കണ്ണൻ ടീച്ചറുടെ മെയ് വഴക്കം അസാധാരണമായിരുന്നുവെന്ന് ശങ്കരേട്ടൻ ഓർക്കുന്നു.

'മനുഷ്യ ശരീരത്തിന്റെ സാധ്യതകൾ അനന്തമാണ് എന്ന് തിരിച്ചറിഞ്ഞയാൾ കീലേരി കുഞ്ഞിക്കണ്ണൻ ടീച്ചറാണ് ' ശങ്കരേട്ടൻ പറയുന്നു.ശരീരം കൊണ്ട് പലതും ചെയ്യാമെന്ന് ലോകത്തെ പഠിപ്പി

ച്ച സർക്കസ് ആചാര്യൻ.ഒരു കാലത്ത് ലോക സർക്കസ് വേദികളിൽ തന്നെ ഏറ്റവും പ്രശസ്തനായ ഹോറിസോണ്ടൽ ബാർ കളിക്കാരനായിരുന്നു, ജെമിനി ശങ്കരൻ.1950 കളിൽ സർക്കസിൽ ഏറ്റവും പ്രതിഫലം കൈപ്പറ്റിയ സൂപ്പർ താരമായിരുന്നു, ജെമിനി ശങ്കരൻ.

ആ ജീവിതത്തിലെ നാൾ വഴികൾ ഇങ്ങനെ രേഖപ്പെടുത്താം :പിന്നീട് ട്രപ്പീസിൽ ശ്രദ്ധ പതിപ്പിച്ചു.1924 ജൂൺ 13 ന് മൂർക്കോത്ത് കല്യാണി അമ്മയുടെയും കവിണിശ്ശേരി രാമന്റെയും മകനായി കണ്ണൂർ ജില്ലയിലെ കൊളശ്ശേരി കാവുംഭാഗത്ത് ജനിച്ചു. പാറാവിൽ സ്കൂളിൽ ഏഴാം തരം പഠിച്ചു. കുട്ടിയായിരിക്കെ, നാട്ടിൻ പുറത്ത് നിന്നു കണ്ട സർക്കസിൽ ആകൃഷ്ടനായി. എന്നാൽ, ആ കാലത്ത് നാട്ടിലുണ്ടായിരുന്ന കളരിയിലാണ് അച്ഛൻ ജെമിനി ശങ്കരനെ ചേർക്കുന്നത്. കളരിയുടെ ചിട്ടയായ ആ പഠനം ജെമിനി ശങ്കരന് ശരീരത്തിലും മനസ്സിലും പുതിയ ഉണർവ്വുകളും ദിശാ ബോധവും നൽകി. അവിടെ നിന്ന് ഇതിഹാസ തുല്യനായ കീലേരി കുഞ്ഞിക്കണ്ണന്റെ കീഴിൽ സർക്കസ് കലയുടെ ആദ്യ പാഠങ്ങൾ സ്വായത്തമാക്കുന്നു. കീലേരി കുഞ്ഞിക്കണ്ണന്റെ മരണത്തെ തുടർന്ന് അന്നത്തെ അറിയപ്പെടുന്ന സർക്കസ് ഗുരുവായ എം കെ രാമൻ ടീച്ചറുടെ ശിഷ്യത്വം സ്വീകരിക്കുന്നു. 1934 ൽ ആണ് ഈ പഠനകാലങ്ങൾ എന്ന് കരുതുന്നു. രണ്ടാം ലോകമഹായുദ്ധം നടക്കുമ്പോൾ, പട്ടാളത്തിൽ വയർലസ് ഓപ്പറേറ്ററായി മിലിട്ടറിയിൽ ചേർന്നു. അന്ന് യുവാക്കൾ ഇത്തരം ജോലികളിലും അന്വേഷണങ്ങളിലും ആകൃഷ്ടരായി ഇറങ്ങിപ്പുറപ്പെടുന്ന കാലമായിരുന്നു. ബംഗാൾ ഖരക്പൂറിലായിരുന്നു വയർലെസ്സ് ഓപ്പറേറ്റർ ട്രെയിനിയായി ചേർന്നത്. ആ ജോലി ചെയ്യുന്നവർ സിഗ്നൽ മാൻ എന്നാണറിയപ്പെട്ടത്. ആറു മാസത്തെ ട്രെയിനിങ്ങ്.തുടർന്ന് വയർലസ് ഒബ്സർവറായി ജോലിയിൽ പ്രവേശിച്ചു. മദ്രാസിലായിരുന്നു നിയമനം.നാലു വർഷം വരെ ആ ജോലി തുടർന്നു.പിന്നീട് സർക്കസിലുള്ള അഗാധമായ താൽപര്യം കാരണം ആ ജോലി ഉപേക്ഷിച്ച ജെമിനി ശങ്കരൻ,ഇന്ത്യയിലെ പല ദേശങ്ങളും സർക്കസ് തമ്പുകളും സന്ദർശിച്ചു കൊണ്ട് തന്റെ ലക്ഷ്യത്തിലേക്കുള്ള ചുവടുകൾ ശ്രദ്ധാപൂർവ്വം നടത്തുന്നു. സ്വന്തമായി സർക്കസ് തുടങ്ങണം എന്ന ഇച്ഛാശക്തിയുണ്ടാവുന്നതു ഈ യാത്രകളിലാണ്.ആ അന്വേഷണങ്ങൾ ജെമിനി, ജം

ബോ, അപ്പോളോ, വാഹിനി എന്നീ സർക്കസ് കമ്പനികൾ സ്ഥാപിക്കുന്നതിലും ആധുനികമായ തമ്പുകളായി സർക്കസിനെ മാറ്റുന്നതിലും എത്തിച്ചു.അന്ന് സർക്കസിലായിരുന്നു ആ തലമുറ മൃഗങ്ങളെയും അപൂർവ്വ പക്ഷികളെയും കണ്ടിരുന്നത്. ഒരർത്ഥത്തിൽ സഞ്ചരിക്കുന്ന കാഴ്ച ബംഗ്ലാവുകൾ ആയിരുന്നു സർക്കസ് തമ്പുകൾ .ആ തമ്പുകൾ എല്ലാവരെയും പ്രചോദിപ്പിക്കുന്ന രീതിയിൽ അദ്ദേഹം പരിഷ്കരിച്ചു.അതിനുള്ള അംഗീകാരമായിരുന്നു ,,നെഹ്രുവിന്റെ കാലത്തു മോസ്കോയിൽ നടന്ന ലോക സർക്കസ് പ്രതിനിധികളെ നയിക്കാനുള്ള ചരിത്ര ദൗത്യം അദ്ദേഹത്തെ തേടി വരുന്നത്,അന്ന് ജെമിനി ശങ്കരനും അതിലെ സംഘാംഗങ്ങൾക്കും തീൻമൂർത്തി ഭവനിൽ നെഹ്റു രാത്രി വിരുന്നു നൽകുകയും ചെയ്തു.സർക്കസുമായി അദ്ദേഹം പല രാജ്യങ്ങൾ സന്ദർശിച്ചു.മരിക്കുന്നതു വരെ അദ്ദേഹം സർക്കസിനു വേണ്ടി ജീവിച്ചു.എല്ലാവരോടും സൗമ്യമായി പെരുമാറിയ ശങ്കരൻ,മരങ്ങളെയും പൂന്തോട്ടങ്ങളെയും സ്നേഹിച്ചു.അവ നട്ടു പിടിപ്പിക്കുന്നതിലും പരിചരിക്കുന്നതിലും എപ്പോഴും ശ്രദ്ധാലുവായിരുന്നു.

ഭാര്യ ,പരേതയായ ശോഭന.

മക്കൾ :അജയ് ശങ്കർ.അശോക് ശങ്കർ,രേണു ശങ്കർ.

ജീവിതം / കാഴ്ചപ്പാടുകൾ

'ചെറുപ്പത്തിലേ കളരി പഠിച്ചതു കൊണ്ടും കീലേരി കുഞ്ഞിക്കണ്ണൻ ടീച്ചറുടെ ശിഷ്യനായതും ഒരു നിയോഗമായി. ശരീരത്തിന്റെ വിളി സർക്കസ്സിൽ എത്തിച്ചുവെന്ന് പറയാം'

ശങ്കരേട്ടൻ പറയുമായിരുന്നു.

1934 ലാണ് ശങ്കരേട്ടൻ ആദ്യമായി ഒരു സർക്കസ് കാണുന്നത്.

കിട്ടുണ്ണി സർക്കസ് .

'അന്നെനിക്ക് പത്ത് വയസ്സായിരുന്നു'

ശങ്കരേട്ടൻ ചെറുചിരിയോടെ ഓർക്കുന്നു:

ആ സർക്കസ്സ് കിട്ടുണ്ണിയുടെ ഒറ്റയാൾ പ്രകടനമായിരുന്നു.തമ്പ് തുണി കൊണ്ട് ഉയർത്തിയും വളച്ചും കെട്ടിയ ഒരു കൊച്ചു കൂടാരം എന്നേ പറയാനാവൂ കെട്ടുന്നതും സർക്കസ് കളിക്കുന്നതും അവസാനം കളി കഴിഞ്ഞാൽ കയ്യടിക്കുന്നതും എല്ലാം കിട്ടുണ്ണിയായിരുന്നു!'.

അന്നത്തെ ഒരണയാണ് കിട്ടുണ്ണി സർക്കസ് കാണാനുള്ള ടിക്കറ്റ് ചാർജ്.കത്തിയേറാണ് കിട്ടുണ്ണിയുടെ പ്രധാന ഐറ്റം. അതിന് ഭാര്യയെ കൂട്ടു പിടിക്കും...

ഒരു കാട്ടു പൂച്ചയെ കിട്ടുണ്ണി വളർത്തിയിരുന്നു. അവസാനം ആ കാട്ടു പൂച്ചയെ കാണികൾക്ക് മുന്നിൽ പ്രദർശിപ്പിച്ച് കിട്ടുണ്ണി വിളിച്ചു പറയും:

'ഇതാ പുലി വരുന്നു. കാട്ടു പുലി.'

'കിട്ടുണ്ണി അത് പൂച്ചയല്ലേ, പൂച്ച!'

കാണികളിൽ ചിലർ അപ്പോൾ ആർത്തു വിളിക്കും. 'സംശയമുള്ളവർക്ക് വായിൽ കയ്യിട്ടു നോക്കാം' കിട്ടുണ്ണി കാണികളെ വെല്ലു വിളിക്കും.

പ്രായമായപ്പോഴും, ആ ഓർമ്മയിൽ ശങ്കരേട്ടൻ കുട്ടിയെ പോലെ ചിരിക്കുമായിരുന്നു.

സർക്കസ് കഴിഞ്ഞ് ഒറ്റത്തൂണുള്ള തമ്പുമഴിച്ച് ചെറിയ ചെറിയ സർക്കസ് സാമഗ്രികളും മറ്റും തലച്ചുമടായി, കിട്ടുണ്ണി നടന്നു പോകുമ്പോൾ, അന്നത്തെ ആ സർക്കസ്സ് കണ്ട കുട്ടികൾ നഷ്ടബോധത്തോടെ അത് നോക്കി നിൽക്കുമായിരുന്നു ... കുറേ ദൂരം വരെ കുട്ടികൾ കിട്ടുണ്ണിയെ പിന്തുടരും.ചെറിയ ചെറിയ കോമാളി കളികൾ കാണിച്ച് കിട്ടുണ്ണി കുട്ടികളെ ചിരിപ്പിക്കും...

കിട്ടുണ്ണി സർക്കസ് കണ്ട കൊളശ്ശേരി കാവുംഭാഗത്തെ ആ കുട്ടി വളർന്നപ്പോൾ, പക്ഷെ, ലോക പ്രശസ്തമായ തമ്പുകളുടെ കുലപതിയായി എന്നു തന്നെ പറയാം. തമ്പ് കെട്ടി ഉയർത്തുന്നത് ഇപ്പോഴും ഒരു വിസ്മയ കാഴ്ചയാണ്.ഒരു കൂട്ടം മനുഷ്യരുടെ ഏകാഗ്രമായ പ്രവർത്തനമാണ് തമ്പ് ആയി ഉയരുന്നത്.

സഹദേവൻ എന്ന ആത്മസുഹൃത്തുമായി ചേർന്ന് 1951 ഓഗസ്റ്റ് 15 ന് ഗുജറാത്തിനടുത്തുള്ള ബില്ലിമോറ എന്ന സ്ഥലത്ത്, ജെമിനി സർക്കസിന്റെ ആദ്യ പ്രദർശനം നടക്കുമ്പോൾ, മൂർക്കോത്ത് വേങ്ങാക്കണ്ടി ശങ്കരൻ, അറിയപ്പെടുന്ന 'ജെമിനി ശങ്കരനാ'യി ഇന്ത്യൻ സർക്കസ് ചരിത്രത്തിൽ അറിയപ്പെട്ടു തുടങ്ങി. ഇന്ന് ജെമിനി ശങ്കരൻ ഇന്ത്യൻ തമ്പുകളുടെ ചരിത്രനാമമാണ്.

സാംബിയയുടെ തലസ്ഥാനമായ ലുസാക്കോയിലും കെനിയയുടെ തലസ്ഥാനമായ നെയ്റോബിയിലും താൻസിയയുടെ തലസ്ഥാനമായ ദാറുസ്സലാമിലും എത്രയോ തവണ ജെമിനി ശങ്കരൻ

യാത്ര ചെയ്തു.

'അത്ഭുതമാണ് ആഫ്രിക്ക, '

ശങ്കരേട്ടൻ പറയുമായിരുന്നു:

'താൻസിയയുടെയും കെനിയയുടെയും അതിർത്തിയിൽ ഹറൂഷ എന്ന ഒരു കാടുണ്ട്. കണ്ടാമൃഗങ്ങളും ഒട്ടകപ്പക്ഷിയും കൂട്ടത്തോടെ മേയുന്നത് ഞാനവിടെ വെച്ച് കണ്ടു. നമ്മുടെ പാടങ്ങളിൽ കാലികൾ മേയുന്നത് പോലെ ആഫ്രിക്കൻ കാടുകളിൽ സീബ്രകളും ജിറാഫുകളും മേയുന്നത് ഞാൻ കണ്ടു.

നൈൽ നദിക്കരയിൽ വെച്ച് ഹിപ്പപ്പൊട്ടാമസിനെ മാത്രമല്ല, അതിനെ തിന്നുന്നവരെയും കണ്ടു. ബീഫ് ഫ്രൈ പോലെ, ഹിപ്പാപൊട്ടാമസ് ഫ്രൈ ! ആനയിറച്ചി പാചകം ചെയ്തു തിന്നുന്നവരെയും എലിയെ ചുട്ടു തിന്നുന്നവരെയും ആഫ്രിക്കയിൽ വെച്ചാണ് കാണുന്നത്...'

ആഫ്രിക്ക, ശങ്കരേട്ടന്റെ ഓർമ്മകളിൽ നിറഞ്ഞ കാടായി എപ്പോഴുമുണ്ടായിരുന്നു .

'ജീവിതത്തിലെ വേഷപ്പകർച്ചകളും ലോകം അനുദിനം മാറുന്നതുമൊക്കെ യാത്ര ചെയ്യുമ്പോഴാണ് മനസ്സിലാവുക.'

വിഷ്ണു പന്ത് ഛത്രയാണ് ഇന്ത്യൻ സർക്കസിന്റെ കുലപതിയായി അറിയപ്പെടുന്നത്., ഒന്നാന്തരം കുതിര അഭ്യാസിയായിരുന്നു ഛത്രെ. ആ നാട്ടിലെ രാജാവിന്റെ കുതിരാലയം സൂക്ഷിപ്പുകാരൻ കൂടിയായിരുന്ന ഛത്രെയും രാജാവും കൂടി,അക്കാലത്ത് ഇന്ത്യയിൽ പ്രദർശനത്തിനു വന്ന റോയൽ ഇറ്റാലിയൻ സർക്കസ് കാണാൻ പോയി. ലോക സഞ്ചാരിയും അതിപ്രശസ്തനായ കുതിരാഭ്യാസിയുമായ ചിയാരിനി (Guiseppe chiarini) യുടെ ഉടമസ്ഥതയിലായിരുന്നു, റോയൽ ഇറ്റാലിയൻ സർക്കസ് .ആ സർക്കസ് കണ്ട് ആവേശഭരിതരായ രാജാവിനും വിഷ്ണു പന്ത് ഛത്രെയ്ക്കും അതു പോലെ ഇന്ത്യയിലും തുടങ്ങാൻ ആഗ്രഹമുണ്ടായി.അങ്ങനെയാണ് ഇറ്റാലിയൻ സർക്കസ് കലാകാരന്മാരുടെയും ആനിമൽ ട്രെയിനികളുടെയും സഹായ സഹകരണണങ്ങളോടെ 1880 ൽ ഗ്രേറ്റ് ഇന്ത്യൻ സർക്കസ്സ് ഇന്ത്യയിൽ സ്ഥാപിതമാവുന്നത്.

ആ പ്രചോദിപ്പിക്കുന്ന ചരിത്രം ,കാലങ്ങൾക്കിപ്പുറം ജെമിനി ശങ്കരനിൽ എത്തി നിൽക്കുന്നു. വിഷ്ണു പന്ത് ഛത്രെയിൽ തുടങ്ങിയ ഇന്ത്യൻ സർക്കസ് പാരമ്പര്യം ജെമിനി ശങ്കരനിൽ അതി

ന്റെ പൂർണ്ണതയെ കണ്ടെത്തി, അല്ലെങ്കിൽ ,ആധുനികമായ അഭ്യാസങ്ങളുടെയും വൈവിധ്യം നിറഞ്ഞ കലാപ്രകടനങ്ങളുടെയും വിസ്മയ തമ്പുകളായി അവ പരിഷ്കരിക്കപ്പെട്ടു.

'എന്താണ് സർക്കസ്സ് ?

ഈ ചോദ്യത്തിന് ശങ്കരേട്ടന്റെ മറുപടി എപ്പോഴും ഇങ്ങനെയായിരിക്കും:

'കാണികൾക്കു മുന്നിൽ ശരീരം കൊണ്ടുള്ള വലിയ റിയാലിറ്റി. ഇപ്പോൾ ടി വി യിൽ കാണുന്ന റിയാലിറ്റി ഷോ പോലെയല്ല ,അത്. കാണികളുടെ മുന്നിലാണ് സർക്കസ് കലാകാരന്മാർ നിൽക്കുന്നത്. ഒരു കൺകെട്ടു വിദ്യയും അതിലില്ല.. മാത്രവുമല്ല, സെക്കുലർ താവളമാണ് സർക്കസ് തമ്പുകൾ. മതാതീരായി മനുഷ്യർ പാർക്കുന്ന സ്ഥലം. കൂടുതൽ മിശ്ര വിവാഹം നടക്കുന്നത് സർക്കസ് തമ്പുകളിലാണ്.സ്ത്രീയും പുരുഷനും അവിടെ തുല്യതയോടെ ജീവിക്കുന്നു. സ്ത്രീകൾ സർക്കസിൽ തമ്പിൽ വളരെ സുരക്ഷിതരുമാണ്'.

ശങ്കരേട്ടൻ നമുക്കിടയിലേ ഇപ്പോൾ ഇല്ല .എന്നാൽ ,കാലമെന്ന ഓർമ്മകളുടെ തമ്പുകളിൽ നിന്ന് അദ്ദേഹം എങ്ങോട്ടും പോകുന്നുമില്ല.

(ജെമിനി ശങ്കരന്റെ ജീവചരിത്ര രചയിതാവും എഴുത്തുകാരനുമാണ് ലേഖകൻ)

സർക്കസിലേതെന്നപോലെ വിസ്മയം നിറഞ്ഞ ജീവിതം

കെ. ബാലകൃഷ്ണൻ

ജെമിനി ശങ്കരേട്ടൻ നൂറുവയസ്സുതികയുന്നതിന് മുമ്പ് മരിക്കുമെന്ന് കരുതിയതല്ല. കൊച്ചുകൊച്ചുകൂട്ടായ്മകളിൽ നൂറാം പിറന്നാൾ വലിയ ആഘോഷമായി നടത്തണമെന്ന് പറയുമ്പോൾ അദ്ദേഹം ചിരിച്ചുകൊണ്ട് തലയാട്ടുമായിരുന്നു. തൊണ്ണൂറ്റൊമ്പതിലേക്ക് കടക്കുമ്പോൾ സുഹൃത്തുക്കളുടെ നിർബന്ധത്തിന് വഴങ്ങി ചെറിയരൊഘോഷം സംഘടിപ്പിക്കുകയുണ്ടായി. തദ്ദേശ സ്വയംഭരണ വകുപ്പ് മന്ത്രിയായിരുന്ന എം.വി.ഗോവിന്ദൻ മാഷ് ഉദ്ഘാടനം ചെയ്ത ആ പരിപാടി കഴിഞ്ഞ ശേഷം നടത്തിയ രാത്രിവിരുന്നിലും മുഴുവൻ സമയവും ശങ്കരേട്ടൻ പങ്കെടുത്തു. അതിഥികൾക്കെല്ലാം സ്വന്തം കൈകൊണ്ട് ഭക്ഷണപാനീയങ്ങൾ പകർന്നുനൽകാൻ അദ്ദേഹത്തിന് ഏറെ ഇഷ്ടമായിരുന്നു. തലമുറകളുടെ വിടവോ പ്രായവ്യത്യാസമോ അദ്ദേഹത്തിന്റെ നിഘണ്ഡുവിന് അജ്ഞാതമായിരുന്നു. മാസത്തിലൊരിക്കലെങ്കിലും കണ്ടില്ലെങ്കിൽ പിന്നീട് കാണുമ്പോൾ പോട്ടപ്പാ, എത്ര കാലമായി കാണാത്തതെന്ന് ചോദിച്ച് ആശ്ലേഷിക്കും. മക്കളേക്കാൾ പ്രായംകുറഞ്ഞവരെപ്പോലും വെറുംപേരുവിളിക്കാൻ മടി. ബാലേട്ടാ എന്ന വിളി ഇപ്പോഴും മനസ്സിൽ മുഴങ്ങിക്കൊണ്ടിരിക്കുകയാണ്.

പരിചയപ്പെട്ടവർക്കെല്ലാം ശങ്കരേട്ടനായ മൂർക്കോത്ത് വെങ്ങക്കാട്ട് ശങ്കരൻ സൗഹൃദങ്ങൾ കാത്തുസൂക്ഷിക്കുന്നതിൽ ഏറെ താല്പര്യമെടുത്തു. ഏതാനും മാസംമുമ്പ് ഒരു സായന്തനത്തിൽ വാരത്തെ വീട്ടിൽ പോയപ്പോൾ ഗുജറാത്തിൽനിന്നുള്ള ഒരു മുസ്ലിം വൃദ്ധൻ അതിഥിയായി അവിടെയുണ്ട്. വർഷങ്ങൾക്കുമുമ്പ് സർക്കസ് കാണാനെത്തി പരിചയപ്പെട്ട് വളർന്ന ആത്മബന്ധമാണ്. ഭരണാധികാരികൾ മുതൽ ഏറ്റവും സാധാരാണക്കാർവരെ നീളുന്ന സുഹൃദ്വലയം. എല്ലാവരുടെയും തോളിൽ കയ്യിട്ടു നടക്കുന്ന എളിമയും ഔന്നത്യവും.

തനിക്ക് പ്രായമായെന്ന് പറഞ്ഞ് പിന്നോട്ടുവലിയുന്ന സ്വഭാവം ശങ്കരേട്ടന് ഇല്ലായിരുന്നു. കണ്ണൂർ നഗരത്തിൽ നടക്കുന്ന പൊതുപരിപാടികളിൽ രണ്ടു മാസം മുമ്പുവരെ അദ്ദേഹത്തെ കാണാമായിരുന്നു. കൊല്ലത്തെ ടി.കെ.എം. കോളേജുമായി ബന്ധപ്പെട്ട സാംസ്കാരികസംഘടന കഴിഞ്ഞമാസം ശങ്കരേട്ടന് ഒരു അവാഡ് നൽകുകയുണ്ടായി. അസുഖമായി ആശുപത്രിയിലായിരുന്ന അദ്ദേഹത്തിന് ആശുപത്രിയിലെത്തി അവാർഡ് സമ്മാനിക്കാനാണ് ടി.കെ.എം. കോളേജധികൃതർ എത്തിയത്. പക്ഷേ പൊതു ചടങ്ങ് നടത്തണമെന്ന് വാശിപിടിക്കുകയായിരുന്നു അദ്ദേഹം. ഡോക്ടറുടെ അനുമതിയോടെ ആംബുലൻസിലാണ് അവാർഡ് സ്വീകരിക്കാൻ തന്റെ തന്നെ ഉടമസ്ഥതയിലുള്ള പാംഗ്രോവ് ഹോട്ടലിലെത്തിയത്.എപ്പോഴും ആളുകൾക്ക് നടവിൽ കഴിയുക, ജീവിതം ആഘോഷമാക്കുക. ജീവിതാസക്തിയാണ് ശങ്കരേട്ടനെ എന്നും മുന്നോട്ടുനയിച്ചത്.

ജീവിതത്തെക്കുറിച്ച് ചോദിക്കുമ്പോൾ ഫ്ളയിംഗ് ട്രപ്പീസിലേക്കെന്നപോലെ മുകളിലോട്ടുനോക്കി ചിരിക്കുകയാണ് ചെയ്യുക. സർക്കസ്സിലേതെന്നപോലെ വിസ്മയം നിറഞ്ഞതാണ് എം.വി.ശങ്കരന്റെ ജീവിതം. ഇന്ത്യൻ സർക്കസസ്സിന്റെ ഈറ്റില്ലമെന്ന് വിശേഷിപ്പിക്കപ്പെട്ട തലശ്ശേരിയിൽനിന്ന് തുടങ്ങിയ ജൈത്രയാത്രയുടെ കഥയാണത്. അഡോൾഫ് ഹിറ്റ്ലർ മലക്കപ്പിശാച്(ഡാൻസിങ്ങ് ഡെവിൾ) എന്ന് വിളിച്ച കണ്ണൻ ബൊമ്പായിയുടെയും കീലേരി കുഞ്ഞിക്കണ്ണൻ ടീച്ചറുടെയും മാസ്മരികസ്മരണയിൽ സർക്കസ്സിൽ കടന്നുവന്ന വ്യക്തിത്വം. രണ്ടാം ലോകയുദ്ധകാലത്ത് പട്ടാളത്തിൽ വയർലസ് വിഭാഗത്തിൽ നാലുവർഷം പ്രവർത്തിച്ച ശങ്കരന് പിന്നെയും

പട്ടാളത്തിൽ തുടരാമായിരുന്നെങ്കിലും കളരികൾ പുറകോട്ടുവിളിക്കുകയായിരുന്നു.

തലശ്ശേരി കൊളശ്ശേരിയലെ സ്കൂൾ അധ്യാപകനായ രാമൻ നായരുടെയും മൂർക്കോത്ത് വേങ്ങക്കണ്ടി കല്യാണിയമ്മയുടെയും മകനായി 1924 ജൂൺ 13-ന് ജനിച്ച ശങ്കരൻ സർക്കസ്സിൽ ആകൃഷ്ടനായത് കൊളശ്ശേരിയിലെ ബോർഡ് സ്കൂളിൽ ഏഴാം ക്ലാസിൽ പഠിക്കുമ്പോഴാണ്. അക്കാലത്ത്നാട്ടിൽ പ്രദർശനത്തിനെത്തിയ കിട്ടുണ്ണിസർക്കസ്സും കണാരി അഭ്യാസിയുടെ വെസ്റ്റേൺ സർക്കസ്സും കണ്ടതോടെ അഭ്യാസിയാവണമെന്ന മോഹത്തോടെ കളരിപ്പയറ്റ് പഠിച്ചു. പിന്നീട് കീലേരിയുടെ കീഴിൽ സർക്കസ് പഠിക്കുന്നതിനിടയിലാണ് പട്ടാളത്തിൽ ചേർന്നത്. 1942-ൽ രണ്ടാം ലോകയുദ്ധകാലത്ത് പട്ടാളത്തിൽ ചേരാൻ കമ്മ്യൂണിസ്റ്റ് പാർട്ടിയുടെ രഹസ്യ തീരുമാനമുണ്ടായിരുന്നതും അതിലേക്ക് നയിച്ചു. ശങ്കരന്റെ മൂത്ത സഹോദരൻ മൂർക്കോത്ത് കുഞ്ഞിരാമൻ കമ്മ്യൂണിസ്റ്റ് പാർട്ടിയുടെ നേതാവും സൈദ്ധാന്തികാധ്യാപകനുമായിരുന്നു. അതേ തുടർന്ന് കുടുംബം പോലീസ് അതിക്രമത്തിന് ഇരയായിരുന്നു.

രണ്ടാം ലോകയുദ്ധം തീർന്നതോടെ പട്ടാളത്തിൽനിന്ന് വിട്ട ശങ്കരൻ നേരെ എത്തിയത് തലശ്ശേരി ചിറക്കരയിലെ സർക്കസ് വിദ്യാലയത്തിൽ. കീലേരി കുഞ്ഞിക്കണ്ണൻ ടീച്ചറിൽനിന്ന് കുഞ്ഞുന്നാളിൽ അഭ്യസിച്ച മലക്കംമറിച്ചൽ വിദ്യകൾ പട്ടാളത്തിലെ പരിശീലനത്തിലൂടെ ഒന്നുകൂടി ഉറച്ചിരുന്നു. ചിറക്കര സർക്കസ് സ്കൂളിൽ കീലേരിയുടെ ശിഷ്യൻ എ.കെ.രാമൻ ഗുരുക്കളുടെ കീഴിൽ തുടർ പരിശീലനം. പരിശീലനം പൂർത്തിയക്കി കൊൽക്കത്തയിൽ ബോസ് ലയൺ സർക്കസ്സിൽ ട്രപ്പീസ്-ഹൊറിസോൺ ബാർ കലാകാരനായി ചേർന്നു. കണ്ണഞ്ചിക്കുന്ന ശ്വസം പിടിച്ചുനിർത്തുന്ന ട്രപ്പീസ് പ്രകടനങ്ങളിലൂടെ സർക്കസ് ലോകത്ത് അതിവേഗം പ്രശസ്തനായ ശങ്കരനെ ഗ്രേറ്റ് റെയ്മൻ സർക്കസ് കമ്പനി ഉടമ കല്ലൻ ഗോപാലൻ റാഞ്ചി. പിന്നീട് നാഷണൽ സർക്കസ്സിൽ കുറച്ചുകാലം.

തമ്പുകളിൽ നിന്ന് തമ്പുകളിലേക്കുള്ള ഇടതടവില്ലാത്ത യാത്രക്കിടയിൽ ഒരാലോചന. എന്തുകൊണ്ട് സ്വന്തമായി ഒരു സർക്കസ് തുടങ്ങിക്കൂടാ. അങ്ങനെയാണ് 1951-ൽ സഹപ്രവർത്തകനായ സഹദേവനുമായി ചേർന്ന് മഹാരാഷ്ട്രയിലെ വിജയാ സർക്കസ് ആറാ

യിരം രൂപ കൊടുത്ത് വാങ്ങുന്നത്. ഗുജറാത്തിലെ ബില്ലിമോറയിൽ ആ വർഷം സ്വാതന്ത്ര്യദിനത്തിൽ ജെമിനി സർക്കസ്സിന്റെ ആദ്യ പ്രദർശനം. അതോടെ സർക്കസ് ലോകത്ത് ഏറ്റവും പ്രതിഷ്ഠയുള്ള പേരായി ജെമിനിയുടെ തുടക്കം. ഇന്ത്യയിലെ ഏറ്റവും വലിയ സർക്കസ്സായി അതിവേഗം വളർന്ന ജെമിനി വിദേശത്തും പ്രസിദ്ധമായി. 1977-ലെ ഗാന്ധിജയന്തിദിനത്തിൽ ജെമിനിയുടെ സഹോദര സ്ഥാപനമായി ജംമ്പോ സർക്കസും തുടങ്ങി.

1959-ൽ പ്രധാനമന്ത്രി ജവാഹർലാൽ നെഹ്റു ഡൽഹിയിൽ ജെമിനി സർക്കസ് പ്രദർശനം ഉദ്ഘാടനം ചെയ്യാനെത്തിയത് എ.കെ.ജി.യുടെ ക്ഷണപ്രകാരം. മുഴുവൻ സമയവുമിരുന്ന് സർക്കസ് കണ്ട് നെഹ്റു സർക്കസ് കാണാൻ തന്റെ മന്ത്രിസഭയിലെ സഹപ്രവർത്തകരെ സ്നേഹപൂർവം നിർബന്ധിച്ചതും അവർ കാണാനെത്തിയതും അന്ന് വലിയ വാർത്തയായിരുന്നു. വർഷങ്ങൾക്കു ശേഷം പ്രധാനമന്ത്രി ഇന്ദിരാഗാന്ധി കുട്ടികളായ രാജീവിനെയും സഞ്ജയിനെയും കൂട്ടി സർക്കസ് കാണാനെത്തി. അന്ന് കോൺഗ്രസ്സിന്റെ കേരള എം.പി.മാരുടെ കൺവീനർ രാമചന്ദ്രൻ കടന്നപ്പള്ളിയായിരുന്നു അവർക്കൊപ്പമുണ്ടായിരുന്നുത്. ഏഷ്യയിലും ആഫ്രിക്കയിലും യൂറോപ്പിലും സർക്കസ്സുമായി പര്യടനം നടത്തിയ ശങ്കരന്റെ അടുത്ത സൗഹൃദവലയത്തിൽ നിരവധി വിദേശഭരണാധികാരികളുമുണ്ടായിരുന്നു.

സർക്കസ്സിൽ വന്യമൃഗങ്ങളെ പ്രദർശിപ്പിക്കുന്നത് നിരോധിച്ചത് ഇന്ത്യൻ സർക്കസ് കലയെ തകർത്തുവെന്ന്ശങ്കരേട്ടൻ പരാതിപ്പെട്ടുപോന്നു. സർക്കസിലെ മൃഗങ്ങളെ മനുഷ്യരേക്കാൾ സ്നേഹത്തോടെ പരിപാലിക്കുമായിരുന്നു അദ്ദേഹം. സർക്കസ് തമ്പിലുണ്ടായിരുന്ന പക്ഷികളെയും ചില മൃഗങ്ങളെയും സ്വന്തം വീട്ടുപറമ്പിൽ പാർപ്പിച്ച് പരിപാലിച്ചുപോന്നു.മൃഗങ്ങൾക്കും പക്ഷികൾക്കും കൃത്യസമയത്ത് ഭക്ഷണം കൊടുക്കുന്നത് സ്വന്തം കൈകൊണ്ടാവണമെന്നുപോലും ശഠിച്ചുപോന്നു...

ഒരേസമയത്ത് 18 ആനകളും 40 സിംഹങ്ങളും തന്റെ സർക്കസ് കമ്പനിയിൽ ഉണ്ടായിരുന്നുവെന്നും ഒരിക്കലും ആക്ഷേപമുണ്ടായിട്ടില്ലെന്നും അഭിമാനത്തോടെ അദ്ദേഹം അനുസ്മരിക്കാറുണ്ടായിരുന്നു. ' 1951-ൽ ജെമിനി സർക്കസ് തുടങ്ങാനായി വിജയാ സർക്കസ് വാങ്ങുമ്പോൾ അതിൽ ആകെയുണ്ടായിരുന്നത് ഒരാനയും ര

ണ്ട് സിംഹങ്ങളും മാത്രമായിരുന്നു. നാട്ടുരാജാക്കന്മാർക്ക് അധികാരം നഷ്ടപ്പെടുകയായിരുന്ന അക്കാലത്ത് അവർ സ്വകാര്യമൃഗശാലകളിൽ പാർപ്പിച്ചിരുന്ന മൃഗങ്ങളെ കയ്യൊഴിയുന്ന സ്ഥിതിവന്നു. അവർക്ക് കുതിരകളെയും സിംഹങ്ങളെയും ആവശ്യമില്ലാതായി. ഗുജറാത്തിലെ ജാംനഗർ രാജാവ് വലിയ സർക്കസ് പ്രിയനായിരുന്നു. അദ്ദേഹം എനിക്ക് നാലു കുതിരകളെയും നാലു സിംഹത്തെയും തന്നു. ചില രാജാക്കന്മാർ വില വാങ്ങി സിംഹങ്ങളെ തന്നു. അക്കാലത്ത് വന്യമൃഗങ്ങളെ പിടിച്ചിട്ടു മെരുക്കി വിൽക്കുന്നതും പതിവായിരുന്നു. ബിഹാറിലെ സോൺപൂരിൽ എല്ലാ വർഷവും വന്യമൃഗച്ചന്തയുണ്ടായിരുന്നു. എല്ലാ വർഷവും ഞാൻ സംബന്ധിക്കാറുണ്ടായിരുന്നു. ജിറാഫിനെയും ഒറാങ്ങ് ഉട്ടാനെയും ഹിപ്പോപൊട്ടമസിനെയുമൊക്കെ വിദേശത്തുനിന്നാണ് വാങ്ങിയിരുന്നത്'- ഏതാനും മാസം മുമ്പ് ഒരു കൂട്ടായ്മയിൽ സംസാരിക്കുമ്പോൾ ശങ്കരേട്ടൻ പറഞ്ഞു.

ഇന്ത്യൻ സർക്കസ്സിന്റെ കുലപതിയായി പരക്കേ അംഗീകരിക്കപ്പെട്ടിട്ടും പത്മശ്രീ പോലുള്ള ബഹുമതികൾ നൽകാൻ കേന്ദ്രസർക്കാർ തയ്യാറായില്ലെന്നത് ഒരു കുറച്ചിലായി നിലനിൽക്കുന്നു.

(മുൻ മുഖ്യമന്ത്രി വി.എസ്. അച്യുതാനന്ദന്റെ പ്രസ് സെക്രട്ടറിയും, മുതിർന്ന മാധ്യമ പ്രവർത്തകനുമാണ് ലേഖകൻ)

മഹാരാജാ ജാം സാഹിബ് ദിഗ് വിജയ് സിംഗ്ജിയോടൊപ്പം

പാംഗ്രോവിലെ വിളമ്പുകാരൻ

ജയകൃഷ്ണൻ നരിക്കുട്ടി

കണ്ണൂർ ബർണശ്ശേരി പട്ടാള ക്യാമ്പിന് എതിർവശത്ത് പാംഗ്രോവ് എന്ന ഹെറിറ്റേജ് റിസോർട്ടിൽ പത്തിരുപത് വർഷം മുമ്പ് കൂട്ടമായി ഞങ്ങൾ മാധ്യമപ്രവർത്തകർ ചോറ് കഴിക്കാനെത്തി.അന്ന് പാംഗ്രോവ് പുതിയ സ്ഥാപനമായിരുന്നു. ഞങ്ങൾ കുറച്ചധികം പേരുണ്ടായിരുന്നതിനാൽ ഊണ് കിട്ടാൻ അൽപം സമയമെടുത്തു. ഉണ്ടു കഴിയേണ്ട സമയമായിട്ടും ചോറ് കിട്ടാത്തതിനാൽ പലരും അസംതൃപ്തി പ്രകടിപ്പിച്ചു. വലിയ ഹോട്ടലുകൾ ഇങ്ങനെയാണ്. ഭക്ഷണം ഓർഡർ ചെയ്താൽ നൽകാൻ സമയമെടുക്കുമെന്ന് ചിലർ ആശ്വസിപ്പിച്ചു. നമ്മൾ എഴുന്നേറ്റു സ്ഥാപനത്തിന്റെ ഭംഗി കാണാനിറങ്ങി. ഇതുവരെ കണ്ടു ശീലിച്ച ഹോട്ടലായിരുന്നില്ല ആ ഹെറിറ്റേജ് റിസോർട്ട്. സമ്പന്നമായി വളരുന്ന ചെടികളും തെങ്ങുമൊക്കെയായി എങ്ങും പച്ചപ്പ്. മനസ്സിന് കുളിർമ്മ നൽകുന്ന ഒരു വേറിട്ട കാഴ്ച.

അപ്പോഴാണ് ഇതാ ഭക്ഷണം റെഡിയെന്ന പ്രഖ്യാപനത്തോടെ ആ വെള്ളക്കുപ്പായക്കാരൻ വന്നത്. ചോറ് വിളമ്പുന്നയാൾക്ക് വേഗത പോരാ എന്നതിനാൽ വെള്ളക്കുപ്പായക്കാരൻ ചോറ് പാത്രം വാങ്ങി പുഞ്ചരിയോടെ വിളമ്പാനാരംഭിച്ചു. നമ്മുടെ അ

സ്വസ്ഥത മനസ്സിലാക്കിയായിരുന്നു ആ നീക്കം. അതുവരെ ചോറ് വിളമ്പിയയാൾ കറിയുമായി എത്തി.

അതിനിടയിൽ അടുത്തിരിക്കുന്ന മുതിർന്ന ഒരു മാധ്യമപ്രവർത്തകൻ എന്റെ കാതിൽ പറഞ്ഞു. അറിയില്ലേ ശങ്കരേട്ടൻ. ജമിനി ശങ്കരേട്ടൻ. ജെമിനി, ജംബോ സർക്കസുകളുടെ ഉടമ.

ഇതിഹാസ തുല്യനായ മനുഷ്യനാണത് എന്നറിഞ്ഞപ്പോൾ ഭക്ഷണം വൈകിയതിന് ഞാൻ മനസ്സിൽ നടത്തിയ കുറ്റപ്പെടുത്തലൊക്കെ തൊണ്ടയിൽ കുരുങ്ങി. ഇന്ത്യൻ സർക്കസിനെ ലോകത്തിന്റെ നെറുകെയിൽ എത്തിച്ച മനുഷ്യനെ ഞാൻ മതിവരാത്ത പോലെ നോക്കി. തൂവെള്ള വസ്ത്രമണിഞ്ഞു, ചുണ്ടിൽ പാതി പുഞ്ചിരിയുമായി, കറുത്തുമെലിഞ്ഞ മനുഷ്യൻ. വിളമ്പുകാരന്റെ പ്രാവണ്യമില്ലെങ്കിലും തുവെള്ളച്ചോറ് ഇലയിൽ വിളമ്പി മുന്നോട്ടുപോകുന്നു. ചോറിന് ശേഷം തൊടുകറികളും അയാൾ വിളമ്പി. ഒടുവിൽ ഹൃദയം തുറന്ന പുഞ്ചിരിപോലെ പായസവും.

ആ മുതിർന്ന പത്രപ്രവർത്തകൻ ഭക്ഷണത്തിന് ശേഷം എന്നെ കൊണ്ടുപോയി ശങ്കരേട്ടന്റടുത്ത് പരിചയപ്പെടുത്തി. അതിങ്ങനെയായിരുന്നു:ഡൽഹിയിലുണ്ടായിരുന്ന നരിക്കുട്ടിയുടെ മോനാ.

നമ്മുടെ എകെജിയുടെ..... മോഹനന്റെ.... ശങ്കരേട്ടൻ മനസ്സിൽ നിന്ന്

അച്ഛനെ തപ്പിയെടുത്തു. 'അതേ' ഞാൻ പറഞ്ഞു.

പാംഗ്രോവിലെ സ്വന്തം മുറിയിലെ കസേരയിൽ നിന്ന് ശങ്കരേട്ടൻ എഴുന്നേറ്റു എന്നെ ആശ്ലേഷിച്ചു. എന്റെ കൈകളിൽ മുറുക്കെ പിടിച്ചു കണ്ണിൽ നോക്കി. 'ശരിയാ. മോഹനന്റെ 'മുഖം തന്നെ.

'ഡൽഹിയിൽ സർക്കസുമായി പോയാൽ ആദ്യം ചെല്ലുക ഫോർട്ട് അശോക റോഡിൽ എകെജിയെ കാണാനാണ്. മോഹനനാണ് മറ്റു കാര്യങ്ങൾക്ക് സഹായിക്കുക.' ശങ്കരേട്ടൻ പറഞ്ഞു. അമ്മയുടെയും സഹോദരിമാരുടെയും വിശേഷങ്ങളൊക്കെ ആരാഞ്ഞു. ആ വലിയമനുഷ്യൻ ഒപ്പം പാംഗ്രോവിന്റെ പടിവരെ വന്നു യാത്രയാക്കി.

അക്കാര്യം അമ്മയോട് പറഞ്ഞപ്പോൾ ഏറ്റവും അടുപ്പമുള്ള ഒരാളുടെ ഓർമ്മയാണ് അമ്മയിൽ തെളിഞ്ഞത് 'ശങ്കരേട്ടനെ കണ്ടോ' എന്ന് കൗതുകത്തോടെ ആരാഞ്ഞു.ഡൽഹിയിലും ആഗ്ര

യിലുമൊക്കെ സർക്കസ് വന്നാൽ കുടുംബസമേതം കാണാൻ പോയതും അതിനായി ശങ്കരേട്ടൻ വാഹനം അയക്കുന്നതും ഭക്ഷണം കഴിപ്പിച്ചു മാത്രം മടക്കി അയക്കുന്നതുമൊക്കെ ഒരു കഥപോലെ അമ്മ ഓർത്തെടുത്തു. നിനക്കിതൊന്നും ഓർമ്മയില്ലേയെന്ന് എന്ന് ചോദിച്ചു. ഡൽഹിയിലെ വി പി ഹൗസിൽ നിന്ന് പട്ടാള ട്രക്കിനോട് സാമ്യമുള്ള വാഹനത്തിൽ സർക്കസ് കൂടാരത്തിൽ പോയ കാര്യം അപ്പോൾ ഒരുമിന്നായം പോലെ എന്നിൽ തെളിഞ്ഞു.

അച്ഛനിൽ തുടങ്ങിയ ആ സൗഹൃദം പിന്നീട് ഞാനും തുടർന്നു. ഏറ്റവും സൗമ്യമായി പതിഞ്ഞ ശബ്ദത്തിൽ ആവോളം സ്നേഹം എനിക്ക് പകർന്നുതന്നു. എന്നെ മറ്റുള്ളവർക്ക് പരിചയപ്പെടുത്തേണ്ടിവന്നപ്പോൾ ഇദ്ദേഹത്തിന്റെ അച്ഛൻ നരിക്കുട്ടിയാണ് എന്റെ സുഹൃത്ത് എന്ന മുഖവുരയോടെയാണ് തുടങ്ങിയത്.

വാർത്ത എഴുതാനും ഫീച്ചർ എഴുതാനും മറ്റും പലപ്രാവശ്യം ഞാൻ ശങ്കരേട്ടനടുത്തെത്തി. സർക്കസിൽ മൃഗങ്ങളെ നിരോധിച്ചപ്പോൾ വയനാട്ടിൽ കൊണ്ടുപോയി അവയെ താമസിപ്പിച്ചു വളർത്തുന്നതും വാരത്തെ വീട്ടിൽ ബാക്കിയായ ചെറുജീവികൾക്കായി നിത്യവും മൽസ്യവും മാംസവും വാങ്ങി നൽകുന്ന പരജീവിസ്നേഹമൊക്കെ ഞാൻ കണ്ടു.ചിലതൊക്കെ വാർത്തയാക്കി. കോവിഡ് കാലത്തിന് മുമ്പ് ശങ്കരേട്ടന്റെ സർക്കസുമായി ബന്ധപ്പെട്ട വിവരം കേട്ടറിഞ്ഞ ഞാൻ ഒരു ദിവസം കാര്യങ്ങൾ മനസ്സിലാക്കാൻ രാവിലെ വാരത്തെ വീട്ടിലെത്തി. ഗോതമ്പ് ബ്രഡ്ഡും വെണ്ണയും തന്നാണ് സ്വീകരിച്ചത്. ഒപ്പം ശങ്കരേട്ടൻ സ്വന്തം കൈയാൽ കൂട്ടിയ ലമൺ ടീയും നൽകി. ഞാൻ അറിയാൻ ശ്രമിച്ച കാര്യങ്ങൾ ശരിയാണെന്ന് പറഞ്ഞ ശങ്കരേട്ടൻ തൽക്കാലം അത് മറ്റാരും അറിയാൻ താൽപര്യമില്ല എന്ന് പറഞ്ഞതിനാൽ ഞാനത് വാർത്തയാക്കിയില്ല. ചെറിയകാലയളവിലാണ് ഞങ്ങളുടെ കണ്ടുമുട്ടലെങ്കിലും, ഓർത്തെടുക്കുമ്പോൾ ശങ്കരേട്ടൻ പകർന്നുതന്ന സ്നേഹം ഒരു കടലോളമുണ്ടെന്ന് തോന്നിപ്പോകുന്നു.

(മാധ്യമ പ്രവർത്തകനും ദേശാഭിമാനി കോഴിക്കോട് ന്യൂസ് എഡിറ്ററുമാണ് ലേഖകൻ)

മുൻ പ്രധാനമന്ത്രി ഇന്ദിരാ ഗാന്ധി ജെമിനി സർക്കസ് സന്ദർശിച്ചപ്പോൾ

സർക്കസിന്റെ മറ്റൊരു പേരാണ് ശങ്കരേട്ടൻ

ഷാബു കിളിത്തട്ടിൽ

ശങ്കരേട്ടന്റെ ജീവിതം എങ്ങനെയാണ് പ്രചോദനാത്മക ജീവിതമാകുന്നത്? ഒരു രാത്രികൊണ്ടോ പകലുകൊണ്ടോ വളർന്നുവന്ന ആളല്ലാത്തതുകൊണ്ടോ, പതിയെ പതിയെ, നിരന്തരമായ പരിശ്രമംകൊണ്ട്, അനുഭവങ്ങൾ ആർജ്ജിച്ച്, സ്ഥിരതയാർന്ന വളർച്ച കൈവരിച്ചതുകൊണ്ട്. അത്തരം ജീവിതങ്ങളാണ് പ്രചോദനാത്മക ജീവിതങ്ങളായി പരിഗണിക്കുന്നത്.

കണ്ണൂരിൽ കൈരളി ബുക്സ് സംഘടിപ്പിച്ച ലിറ്ററേച്ചർ ഫെസ്റ്റിൽ പങ്കെടുക്കാൻ ചെന്നപ്പോഴാണ് ശങ്കരേട്ടൻ എന്ന സർക്കസ് ആചാര്യനെ ആദ്യമായി കാണുന്നത്. തൂവെള്ള ഷർട്ടും മുണ്ടും ധരിച്ച്, കണ്ണടയും വെച്ച് അദ്ദേഹത്തിന്റെ ഉടമസ്ഥതയിലുള്ള പാംഗ്രോവ് ഹോട്ടലിന്റെ വരാന്തയിലുള്ള മരബെഞ്ചിൽ ദിനപത്രവും വായിച്ചിരിക്കുകയായിരുന്നു. കൈരളി ബുക്സ് എം.ഡി. അശോക്കുമാർ അദ്ദേഹത്തെ എനിക്ക് പരിചയപ്പെടുത്തിത്തന്നു. ഞാൻ എന്നെ സ്വയം പരിചയപ്പെടുത്തി. പാംഗ്രോവിലായിരുന്നു ഞങ്ങൾക്ക് താമസസൗകര്യം ഒരുക്കിയിരുന്നത്.

ശങ്കരേട്ടന്റെ അടുത്തിരുന്ന് ഞങ്ങൾ കുറേനേരം വർത്തമാനം പറഞ്ഞു. ആദ്യം സംസാരിക്കാൻ വിമുഖതയുള്ളതുപോലെ തോന്നി

യെങ്കിലും പതിയെപ്പതിയെ ശങ്കരേട്ടൻ പല കഥകൾ പറഞ്ഞു. കേൾക്കാൻ താല്പര്യമുണ്ടെന്ന് തോന്നിയപ്പോൾ കഥ പറച്ചിലിന് രസം പിടിച്ചു. സർക്കസിനെക്കുറിച്ച് പറഞ്ഞുതുടങ്ങിയാൽ നിർത്താനൊക്കില്ല. ചരിത്രവും സാഹസികതയും ഇഴചേർന്ന അത്ഭുത കഥകളാണവ. കിട്ടുണ്ണി സർക്കസിലൂടെ തുടങ്ങി ഇന്ത്യൻ സർക്കസ് ഉടമയായും ഇന്ത്യൻ സർക്കസിന്റെ അമ്പാസിഡറായും തിളങ്ങിയ അതുല്യ താരമാണ് എം.വി. ശങ്കരൻ എന്ന ശങ്കരേട്ടൻ.

കൊളശ്ശേരി ബോർഡ് സ്കൂളിൽ ഏഴാംക്ലാസിൽ പഠിക്കുമ്പോഴാണ് ശങ്കരൻ കിട്ടുണ്ണി സർക്കസ് കണ്ട് അതിൽ ആകൃഷ്ടനാവുന്നത്. ഒറ്റത്തൂണുള്ള ഒരു ചെറിയ കൂടാരം. അതിനുള്ളിൽ പെട്രോമാക്സിന്റെ വെളിച്ചം മാത്രം. ഇതായിരുന്നു കിട്ടുണ്ണി സർക്കസിന്റെ തമ്പ്. കത്തിയേറായിരുന്നു ഏറ്റവും വലിയ അഭ്യാസം. ഭാര്യയുടെ ദേഹത്ത് കൊള്ളാതെ കത്തിയെറിയുന്ന കിട്ടുണ്ണിയെന്ന അഭ്യാസിയെ ആദരവോടെ നോക്കിനിന്നു ആ ഏഴാംക്ലാസുകാരൻ. ഓരോ കത്തിയേറും തുടർന്ന് കാണികളുടെ കൈയടിയും ശങ്കരന്റെ മനസ്സിൽ ഓളങ്ങൾ തീർത്തു. ആളുകളുടെ ആർപ്പുവിളിയും അഭ്യാസികളുടെ അനുമോദനവും കുഞ്ഞ് ശങ്കരനെ സാഹസിക ലോകത്തേക്ക് കൂട്ടിക്കൊണ്ട് പോകാനുള്ള ക്ഷണപത്രമായിരുന്നു. പിന്നെ തവളക്കളി കണ്ടപ്പോൾ മെയ്‌വഴക്കമാണ് ഒരു സർക്കസ് അഭ്യാസിക്ക് ആദ്യം വേണ്ടത് എന്ന തിരിച്ചറിവുണ്ടായി. തുടർന്ന് കളരി അഭ്യസിച്ചു. വീടിനടുത്തുള്ള കുഞ്ഞമ്പു ഗുരുക്കളുടെ കളരിയിൽ. അവിടെനിന്നാണ് കീലേരി കുഞ്ഞിക്കണ്ണൻ ടീച്ചറുടെ അരികിലെത്തുന്നത്. തലശ്ശേരി ബാസൽ മിഷൻ സ്കൂളിലെ കായിക അധ്യാപകനായിരുന്നു കീലേരി മാഷ്. വളഞ്ഞും നിവർന്നും പറന്നും മലക്കുത്തം മറിഞ്ഞും മനസ്സ് വിചാരിക്കുന്നിടത്ത് ശരീരം എത്തിക്കാൻ കീലേരി കുഞ്ഞിക്കണ്ണൻ മാഷ് പഠിപ്പിച്ചു. അതോടെ ശങ്കരൻ അഭ്യാസിയായി. നിത്യ അഭ്യാസി ആനയെ എടുക്കും എന്നപോലെ ശങ്കരന്റെ അഭ്യാസങ്ങൾ കണ്ടപ്പോൾ അത് കൊള്ളാലോ എന്നു കരുതി പട്ടാളത്തിൽനിന്ന് ക്ഷണം വന്നു. രണ്ടാം ലോകമഹായുദ്ധകാലമാണ്. വയർലസ് ഒബ്സർവർ പോസ്റ്റിൽ നിയമനം. വിമാനത്തിന്റെ ഒച്ചകേട്ടാൽ ഉടൻ വിവരമറിയിക്കണം. വളഞ്ഞും നിവർന്നും മലക്കുത്തം മറിഞ്ഞും നേടിയ കീലേരി ട്രെയിനിംഗ് പട്ടാളത്തിലും ഗുണം ചെയ്തു.

അവിടെനിന്നാണ് പിന്നീട് കീലേരിയുടെ ശിഷ്യൻ എം.കെ. രാമന്റെ കീഴിലെത്തുന്നത്. അഭ്യാസം പഠിച്ചശേഷം കൊൽക്കത്തയിലേക്ക് ബോസ് ലയൺ സർക്കസിൽ അരങ്ങേറ്റം കുറിച്ചു. ട്രപ്പീസുകളിയിൽ അഗ്രഗണ്യനായി.

അവിടെനിന്ന് ചരിത്രം മാറി. എം.വി. ശങ്കരൻ ജെമിനി ശങ്കരനായി. സർക്കസ് കൂടാരവുമായി ഇന്ത്യയെമ്പാടും സഞ്ചരിച്ചു. ലോകത്തിന്റെ പല ഭാഗങ്ങളിലും ഇന്ത്യൻ സർക്കസിനെ പ്രതിനിധീകരിച്ചു. ജവഹർലാൽ നെഹ്റു പ്രദർശനം കാണാനെത്തിയതും ആവേശഭരിതനായതും ഒക്കെ പറയുമ്പോൾ ശങ്കരേട്ടന്റെ കണ്ണുകൾ തിളങ്ങിയിരുന്നു.

ഇന്ത്യൻ സർക്കസിന് പുതിയ രൂപവും ഭാവവും നൽകിയത് ശങ്കരേട്ടന്റെ നേതൃത്വത്തിലാണ്. വിദേശരാജ്യങ്ങളിൽനിന്നുള്ള അഭ്യാസികളെ തമ്പിലെത്തിച്ചു. മൃഗങ്ങളുടെ അഭ്യാസങ്ങൾ കൂട്ടിച്ചേർത്തു. ഇതോടെ ഒരുകാലത്ത് പകരം വെക്കാനില്ലാത്ത കലയായി സർക്കസ് മാറി. സർക്കസ് താരങ്ങൾ വിലയുള്ള താരങ്ങളായി.

കാലം പോകപ്പോകെ സർക്കസിന്റെ നിറം മങ്ങി, മൃഗസംരക്ഷണ നിയമങ്ങൾ സർക്കസിന് തിരിച്ചടിയായി. സർക്കസിലേക്ക് ആളെ കിട്ടാതായി. മാറ്റം കാലം ആവശ്യപ്പെടുന്നതാണെന്ന് വിശ്വസിച്ചയാളാണ് ശങ്കരേട്ടൻ. അതുകൊണ്ട്തന്നെ സർക്കസിന്റെ ഇന്നത്തെ അവസ്ഥയെക്കുറിച്ച് ഓർത്ത് സങ്കടം പറഞ്ഞിരിക്കാനൊന്നും അദ്ദേഹം തയ്യാറല്ലായിരുന്നു.

മാത്രമല്ല ഓർക്കാനും ഓർത്തെടുത്ത് വയ്ക്കാനും ആവോളം കഥകൾ ഉള്ള, ശരിക്കും സർക്കസിന്റെ യഥാർത്ഥ ചരിത്രപുസ്തകമായ ശങ്കരേട്ടന് നഷ്ടബോധത്തിന്റെ ചിന്തകളൊന്നുമില്ലായിരുന്നു.

അതുകൊണ്ടുതന്നെയാണ് തുടക്കത്തിൽ ചോദിച്ചത് ശങ്കരേട്ടൻ എങ്ങനെയാണ് പുതിയ തലമുറയ്ക്ക് പ്രചോദനമായി മാറുന്നത് എന്ന്. അനിതരസാധാരണമായ അതിജീവനശേഷിയിൽ പടുത്തുയർത്തിയതോടെ ശങ്കരേട്ടന്റെ ജീവിതം അപ്രതീക്ഷിത പരീക്ഷണങ്ങൾ എത്രയോ നേരിടേണ്ടിവന്നു. തകർന്ന് തരിപ്പണമാകേണ്ടിയിരുന്ന എത്രയോ സന്ദർഭങ്ങളുണ്ടായിരുന്നു. അവയെല്ലാം അതിജീവിച്ചയാളാണ്.

ഇന്ത്യൻ സർക്കസിന്റെ ആചാര്യൻ മാത്രമല്ല സർക്കസിന്റെ മറ്റൊരു പേരുകൂടിയാണ് ജെമിനി ശങ്കരൻ.

(യു.എ.ഇ.യിലെ പ്രമുഖ മാധ്യമ പ്രവർത്തകനും എഴുത്തുകാരനുമാണ് ലേഖകൻ)

ജീനാ യഹാം, മർനാ യഹാം...

ചക്യത്ത് ലക്ഷ്മണൻ

വളരെ ചെറിയ പ്രായത്തിലാണ് സർക്കസിലേക്ക് തലശ്ശേരി എരഞ്ഞോളി കാവുംഭാഗം ചക്യാത്ത് തറവാട്ടിലെ ലക്ഷ്മണൻ എന്ന ഞാൻ വന്നത്. നാട്ടിലെത്തിയ കമല സർക്കസിലെ അഭ്യാസികളുടെ പ്രകടനം കണ്ടതിന്റെ ഹരത്തിലായിരുന്ന എനിക്ക് സർക്കസിൽ കമ്പം കയറി. നാട്ടുകാരനായ സർക്കസിന്റെ കുലപതി ശങ്കരേട്ടനോട് ആഗ്രഹം പറഞ്ഞു. വീട്ടുകാർക്ക് എതിർപ്പായിരുന്നു. സർക്കസിൽ ചേർന്നാൽ നല്ല ശിക്ഷ നൽകിയാണ് പരിശീലിപ്പിക്കുക എന്ന് വീട്ടുകാർ ഭയപ്പെടുത്തി. അക്കാലത്ത് സർക്കസ് ജീവിതം ആർഭാടത്തിന്റെ പര്യായമായിരുന്നു. സർക്കസിലെ ജോലിയായിരുന്നു ഏറ്റവും തിളക്കമാർന്നത്. ശങ്കരേട്ടന്റെ വിവാഹത്തിന്റെ അന്നാണ് ആദ്യമായി നേരിൽ കണ്ടത്. 1960 ഫെബ്രുവരി 29നായിരുന്നു അത്. സഖാവ് എ.കെ.ജിയായിരുന്നു വിവാഹത്തിന്റെ ചടങ്ങുകൾക്കും സദ്യക്കും നേതൃത്വം നൽകിയിരുന്നത്. ഏത്രയോ ആളുകളായിരുന്നു വിവാഹ സൽക്കാരത്തിൽ പങ്കെടുത്തത്.

ശങ്കരേട്ടനൊപ്പം 1960 മാർച്ച് 24ന് ജെമിനി സർക്കസിലേയ്ക്ക് പോകുമ്പോൾ പന്ത്രണ്ട് വയസ്സാണ് എന്റെ പ്രായം. അന്നു മുതൽ അദ്ദേഹത്തോടൊപ്പം മരിക്കും വരെ ഒപ്പം തുടർന്നു. ശങ്കരേട്ടന്റെ

വിവാഹ ശേഷമാണ് ഞാൻ സർക്കസിൽ ചേരുന്നത്. നവാബ്, ശങ്കരേട്ടന് സമ്മാനിച്ച കറുത്ത നിറത്തിലുള്ള ബ്യൂക്ക് കാറിലായിരുന്നു മദ്രാസിലെ ജെമിനി സർക്കസ് കൂടാരത്തിലേയ്ക്കുള്ള യാത്ര. ഞാൻ ഇന്നും ഓർക്കുന്ന രംഗമാണ് അത്. കാറിൽ 7 വലിയ ആളുകളും, 6 കൂട്ടം തിളങ്ങുന്ന വസ്ത്രങ്ങളണിഞ്ഞ താരങ്ങളുടെ മിന്നുന്ന പ്രകടനങ്ങൾ, ആർത്തിരമ്പുന്ന ഗാലറി. സ്വപ്നലോകം തന്നെയായിരുന്നു സർക്കസ് കൂടാരം. 12 ആനകൾ, 25 കുതിരകൾ, ഒട്ടകം, സിംഹം, പുലി... സർക്കസ് കൂടാരത്തിലേയ്ക്ക് കയറുമ്പോൾ കരിമ്പ് കൂട്ടി ഇട്ടിരിക്കുന്നു. പുല്ലും മറ്റ് മൃഗങ്ങൾക്കുള്ള ആഹാരങ്ങളും മറ്റും കാണാം. മൃഗങ്ങളുടെ മണവും സർക്കസ് കൂടാരത്തിനുണ്ട്. ഇന്ന് സർക്കസിൽ മൃഗങ്ങളില്ല. പകരം യന്ത്രസഹായത്തോടെ ചലിക്കുന്ന വലിയ മൃഗങ്ങളുടെ രൂപങ്ങൾ കുട്ടികളെ ആകർഷിക്കുന്നു. മൃഗങ്ങളെ ഒഴിവാക്കിയത് സർക്കസ് കലയെ തളർത്തിയെന്ന് ലക്ഷ്മണൻ പറയുന്നു. ശങ്കരേട്ടന് ഇതിൽ വലിയ വിഷമം തന്നെ ഉണ്ടായി. സർക്കസ് കല നിലനിൽക്കാൻ ശങ്കരേട്ടൻ എത്രയോ പുതിയ പുതിയ ആശയങ്ങൾ അവതരിപ്പിച്ചു.

പണ്ടൊക്കെ സ്റ്റേജ് ഇനങ്ങളല്ലാതെ മറ്റൊരു പ്രധാനവും ജനകീയവുമായ വിനോദ ഉപാധി മനുഷ്യർക്ക് ഇല്ലായിരുന്നു. സിനിമാ തീയറ്ററുകൾ അത്ര പ്രചാരം ഇല്ലായിരുന്നു എന്ന് മാത്രമല്ല, എണ്ണത്തിൽ കുറവുമായിരുന്നു. സ്റ്റേജ് ഇനങ്ങളായ നാടകവും നൃത്തവും ഗാനമേളകളും മാത്രമാണ് ഉണ്ടായിരുന്നത്. തെരുവ് സർക്കസ് മുതൽ വലിയ ടെന്റ് കെട്ടിയുള്ള സർക്കസ് വരെ അക്കാലത്ത് ഉണ്ടായിരുന്നു. വലിയ സർക്കസിൽ മൃഗങ്ങൾ വലിയ ആകർഷണമായിരുന്നു. ടെന്റു കെട്ടിയുള്ള സർക്കസ് ഇക്കൂട്ടത്തിൽ ഒന്നാം നിരയിലായിരുന്നു. പണ്ടൊക്കെ സർക്കസിന് ടിക്കറ്റ് ലഭിക്കാതെ മടങ്ങുന്ന കാഴ്ച്ച പതിവായിരുന്നു. സർക്കസ് താരങ്ങൾക്ക് സൂപ്പർസ്റ്റാർ പരിവേഷമായിരുന്നു. ചുരുക്കിപ്പറഞ്ഞാൽ ഇന്നത്തെ സിനിമാലോകത്തിന്റെ അതേ അനുഭവം തന്നെയായിരുന്നു സർക്കസിലെ കലാകാരന്മാർ. അപ്പോൾ സർക്കസ് മുതലാളിമാരുടെ സമൂഹത്തിലെ വില ഊഹിക്കാവുന്നതല്ലേ ഉള്ളൂ. ശങ്കരേട്ടന് അക്കാലത്ത് സൂപ്പർ സ്റ്റാർ പദവി തന്നെയായിരുന്നു.

ഞാൻ ജനിച്ചു വളർന്ന തലശ്ശേരിയിൽ നിന്നായിരുന്നു കഴിവുള്ള ഒട്ടേറെ സർക്കസ് കലാകാരന്മാർ വളർന്നുവന്നത്. നിയന്ത്രണ

ങ്ങൾ സർക്കസിനെ വല്ലാതെ ബാധിച്ചു. 1998ൽ സർക്കാർ വന്യ മൃഗങ്ങളെ നിരോധിച്ചതും 2011ൽ കുട്ടികളെ സർക്കസിൽ നിന്ന് പിന്തിരിപ്പിച്ചതും ഒക്കെ വലിയ തിരിച്ചടിയായി മാറി. ഇപ്പോൾ വളർത്തുമൃഗങ്ങളെ പോലും സർക്കസിൽ അനുവദിക്കുന്നില്ല. ജെമിനി ശങ്കരന്റെ പല ആശയങ്ങളും ഇന്ത്യൻ സർക്കസിൽ പുതുമയും സർക്കസിന്റെ ജനകീയതയും വളർച്ചയ്ക്കും കാരണമായിട്ടുണ്ട്. സർക്കസ് കൂടാരത്തിലേക്ക് ഹിപ്പോപ്പൊട്ടാമസിനെയും, ചിമ്പാൻസിയെയും, ഗറില്ലയെയും, ഒറാങ്കോട്ടനേയും, സിലയണിനേയുമൊക്കെ ആദ്യമായി കൊണ്ടുവന്നതിൽ ശങ്കരേട്ടനുള്ള പങ്ക് എടുത്തു പറയണം. വിദേശ സർക്കസുകളിൽ നിന്ന് കണ്ടിട്ടാണ് ആദ്യമായി ഈ മൃഗങ്ങളെയൊക്കെ ഇന്ത്യൻ സർക്കസിൽ ശങ്കരേട്ടൻ അവതരിപ്പിച്ചത്. വിദേശ സർക്കസിൽ കണ്ട പലയിനങ്ങളും പരിഷ്കരിച്ച് ഇന്ത്യൻ സർക്കസിന്റെ ഭാഗമാക്കി ശങ്കരേട്ടൻ മാറ്റിയിട്ടുണ്ട്. ഇത് വിദേശ സർക്കസ് ലോകം കയ്യടിച്ച് പ്രോത്സാഹിപ്പിച്ചു. ഇപ്പോൾ ഇന്ത്യൻ സർക്കസിൽ മലയാളി കലാകാരൻമാർ കുറവാണ്. വിദേശ സർക്കസ് കലാകാരൻമാരെ കൊണ്ടാണ് ഇന്ത്യൻ സർക്കസ് നിലനിൽക്കുന്നത്.

ഒരു സർക്കസ് മുതലാളി ആയിട്ടല്ല ശങ്കരേട്ടൻ സർക്കസ് കൂടാരത്തിൽ പ്രവർത്തിച്ചിരുന്നത് എന്ന് 60 വർഷം അദ്ദേഹത്തോടൊപ്പം ജോലി ചെയ്ത ഒരു വ്യക്തിയെന്ന നിലയിൽ എനിക്ക് പറയുവാൻ സാധിക്കും. ഏത് സമയവും ശങ്കരേട്ടൻ സർക്കസിലെ ജനങ്ങളെ വിനോദിപ്പിക്കുന്ന കാര്യത്തിൽ ശ്രദ്ധാലുവായിരുന്നു. അതിനായി അദ്ദേഹം കാണികളായി എത്തുന്നവരുമായി സംവദിക്കുമായിരുന്നു. അവരിൽ നിന്ന് അഭിപ്രായങ്ങൾ സ്വരൂപിച്ച് സർക്കസിന്റെ വളർച്ചയ്ക്കായി പല കാര്യങ്ങളും ചെയ്തിട്ടുണ്ട്. ഓരോ സർക്കസ് ഇനങ്ങളിലും സമയോചിതമായ മാറ്റങ്ങൾ വരുത്തി അദ്ദേഹം സർക്കസിനെ ജനപ്രിയമാക്കി എന്നു പറയാം. ഇതിനൊക്കെ സാക്ഷിയാവാൻ സാധിച്ചു എന്നുള്ള ഒരു ഭാഗ്യവും എനിക്കുണ്ടായി എന്നുള്ളത് ഇത്തരത്തിൽ പ്രസ്താവിക്കട്ടെ. ശങ്കരേട്ടന് സർക്കസ് തമ്പിൽ വലിയവൻ എന്നോ ചെറിയവൻ എന്നോ വ്യത്യാസമുണ്ടായിരുന്നില്ല. മലയാളികളായ സർക്കസ് കലാകാരൻമാർ ശങ്കരേട്ടനെ ശങ്കരേട്ടാ എന്ന് തന്നെയാണ് വിളിച്ചിരുന്നത്. ഉത്തരേന്ത്യക്കാരും, വിദേശികളുമായ സർക്കസ് കലാകാരൻമാർ ശങ്കർ

ബാബു എന്നാണ് വിളിച്ചിരുന്നത്. മുതലാളി എന്നുള്ള വിളിയേക്കാൾ കൂടുതൽ ഞാൻ കേട്ടിരിക്കുന്നത് ശങ്കരേട്ടാ എന്നുള്ള വിളിയും ശങ്കർബാബു എന്നുള്ള വിളിയും മാത്രമാണ്.

ഒരു കുടുംബത്തിലെ അംഗത്തെ പോലെയാണ് സർക്കസ് തമ്പിൽ അദ്ദേഹം ഓരോരുത്തരോടും പെരുമാറിയിരുന്നത്. ഒരു കുടുംബത്തിലെ കാരണവരായി തന്നെയാണ് ശങ്കരേട്ടനെ ഓരോ സർക്കസ് കലാകാരന്മാരും കണ്ടിരുന്നത് എന്നതും ഇവിടെ പറയേണ്ടിയിരിക്കുന്നു. എല്ലാ സർക്കസ് ജീവനക്കാരുടെയും വ്യക്തിപരമായ ആവശ്യങ്ങൾ സാധിച്ചു കൊടുക്കുകയും അവരുടെ എല്ലാ പ്രയാസങ്ങളും കണ്ടറിഞ്ഞ് പ്രവർത്തിക്കുകയും ചെയ്യുന്ന ഒരു വ്യക്തിയായിരുന്നു ശങ്കരേട്ടൻ. ജെമിനി സർക്കസ് ഇത്രയേറെ പ്രശസ്തമാകാനും വിജയിപ്പിക്കാനും സാധിച്ചത് ശങ്കരേട്ടന്റെ വ്യത്യസ്തമായ ഇത്തരം സമീപനങ്ങൾ തന്നെയായിരുന്നു.

(ആറ് പതിറ്റാണ്ടിലേറെ ജെമിനി, ജെംബോ സർക്കസുകളിൽ സേവനമനുഷ്ടിച്ചു വരികയാണ് ലേഖകൻ)

ജീനാ യഹാം മർനാ യഹാം,
ഇസ്കേ സിവാ ജാനാ കഹാം....

www.ingramcontent.com/pod-product-compliance
Lightning Source LLC
LaVergne TN
LVHW100245051026
849517LV00006B/1996
9789393397850